புதிய கோடாங்கி

முனிமா பதில்கள்

பகுதி–1 (2004–2011)

ப. சிவகாமி

அறம் பதிப்பகம்

முனிமா பதில்கள் (பகுதி-1)

ப. சிவகாமி

முதல் பதிப்பு - பிப்ரவரி 2023

வெளியீட்டு எண்: 92

வெளியீடு: அறம் பதிப்பகம்

Munima Pathilkal (Part-1)

Author: P. Sivakami

First Edition: February, 2023

Published by: Aram Publication
Address: No. 3/582, Mullai street,
Kasthuribai nagar, Mullipattu village & post
Arani Taluk - 632 316
Tiruvannamalai Dt, Tamil nadu
Contact Cell No: 9150724997
e-mail: arampublication50@gmail.com

Designer: G. Murugan

Printed at: Durga printers, Chennai-14

ISBN: 978-93-91480-63-9

Pages: 236

அணிந்துரை

முனிமா, ஐ.ஏ.எஸ்

புதிய கோடாங்கி தொடங்கி, 28 ஆவது ஆண்டில் அடி எடுத்து வைக்கும் இந்த நேரத்தில், வெள்ளிவிழாக் கொண்டாட்டங்களை ஒட்டிப் புதிய கோடாங்கி இதழில் வெளிவந்த கட்டுரைகள், கதைகள், தொகுக்கப்பட்டு நூலாக வருவது மிகவும் மகிழ்ச்சியான செய்தி மட்டுமல்ல, அவை மிகத் தேவையானவையும் கூட என்பதை உறுதியுடன் கூறலாம். அந்த வகையில் புதிய கோடாங்கியில் வெளிவந்த முனிமா கேள்வி பதில்களைத் தொகுப்பது, வெறுமனே ஆவணப்படுத்தும் வேலை மட்டுமல்ல, சிறந்த கட்டுரைகளுக்கும் மேலான மிக ஆழமான கருத்துகள், முனிமாவின் பதில்களாக அமைந்திருப்பதால் அவற்றைத் தொகுப்பது வருங்காலத் தலைமுறைக்கு மிக இன்றியமையாத ஒன்று என்றே கருத வேண்டும்.

இந்த பதில்களை அளித்தவர் முனிமா. ஏன் இந்த பெயரைத் தேர்ந்தெடுத்தார் என்பதற்கு முனிமாவே பதில் கூறுகிறார், அது ஒரு நாட்டுப்புறப் பெயர் என்று. எப்படி முனியன், குப்புசாமி என்பது தமிழ்நாட்டில் கடைக்கோடி மக்களின் பெயராக அல்லது ஒரு பணியாளரின் பெயராக அடையாளப்படுத்தப் படுகிறதோ, அப்படித்தான் முனியம்மா என்ற பெயரும் அடித்தட்டு மக்களின் பெயராகத் தமிழ்நாட்டின் காட்சி ஊடகங்களிலும், கதைகளிலும் அதிகமாகவே பயன்படுத்தப்பட்டு வந்திருக்கிறது. முனியம்மா என்பது தமிழ்ப் பெயர். நாட்டுப்புற தெய்வத்தின் பெயர். எப்படி நாட்டுப்புறப் பாடல்கள், இசை மேதைகளின் ராக, தாளங்களுக்கெல்லாம் அடிப்படையாக விளங்குகிறதோ, அப்படித் தமிழ் நாட்டின் மரபார்ந்த, தனிச் சிறப்பான பெயர்தான் முனியம்மா. இது பௌத்தம் அல்ல என்று கூறும் முனிமா, மத

அடையாளங்களைத் தவிர்க்கவே தான் விரும்புவதாகவும், மதம் கூறிப் பெருமைப் பட்டுக் கொள்வதிலிருந்து விலகி இருக்கவே ஆசை என்றும் கூறுகிறார். மதம் என்பது அதிகாரமும், அதை ஒட்டிய அரசியலும் என்று அதற்கு விளக்கமும் தந்துள்ளார்.

ஒரு கேள்வி – பதில் எப்படி இருக்க வேண்டும் என்று தமிழில் சங்க இலக்கியங்கள் நமக்கு வழிகாட்டுகின்றன. 'தொல்காப்பியம்' நூலுக்கு உரை எழுதிய இளம்பூரணர் தனது உரையின் விளக்கத்தில், ஒரு கேள்வி – பதில் எப்படி இருக்க வேண்டும் என்று ஓர் எடுத்துக்காட்டுடன் பின்வருமாறு கூறுகிறார்: "நும் நாடு யாதெனில் தமிழ்நாடென்க" என்பதுதான் அவர் கொடுத்துள்ள விளக்கம். அதாவது, உன்னுடைய நாடு எதுவென யாராவது நம்மை கேட்டால் 'தமிழ்நாடு' என்று பதில் சொல்ல வேண்டும் என்கிறார். கேள்விக்கான பதிலைச் சுற்றி வளைக்காமல், அழுத்தம் திருத்தமாகத், தெளிவாகக் கூற வேண்டும் என்பதுதான் சங்கப் புலவர்களின் அறிவுரை. முனிமாவின் பதில்கள் அப்படியானவையே. முனிமாவின் ஆழங்கால் பட்ட வாசிப்பும், ஆணவச் சமூகத்தை அவர் எதிர்கொண்ட அனுபவங்களும், எதையும் எதிர்த்து நிற்கும் நெஞ்சுரமும், கொண்ட கொள்கையில் உறுதியும், துணிவும் அவரது பதில்களை முதல் தரமாக்கி இருக்கின்றன.

பதினெட்டு ஆண்டுகாலக் கேள்வி பதில்களில் பயணித்த பிறகு, முனிமாவின் கொள்கையை ஒரே வரியில் சொல்ல வேண்டும் என்றால் அது டாக்டர் அம்பேத்கர் காட்டிய வழி என்பதுதான். "ஒவ்வொரு தலித்தும் தனிப்பட்ட திறமைகளை வளர்த்துக்கொண்டு, அவற்றை ஒடுக்குமுறைக்கு எதிரான ஆயுதமாக மாற்ற வேண்டும் என்பதே அம்பேத்கர் வழி" என்பதால் அப்படிச் சொல்கிறார் என்பதையும் புரிந்து கொள்ள முடிகிறது. அதே நேரம் அதற்கு இன்னொரு அடிப்படையான விளக்கமும் உண்டு. அம்பேத்கருக்குப் பிறகு எந்த தலித் இயக்கமும் புதிதாக எந்த நன்மையும் பெற்றுத் தரவில்லை என்றும், இந்துத்துவத்திற்கு அகில இந்திய அளவில் காட்டும் எதிர்ப்புதான் நம்பிக்கைக்குரிய தலித் தலைமை என்றும், அது இல்லாதவரை தலித்துகள் பிரதமராகக் கூடாது என்பது இந்தியாவில் எழுதப்படாத சட்டமாகத்தான் இருக்கும் என்றும்

கூறுகிறார் முனிமா. அப்புறம் முக்கியமான ஒரு செய்தி. நம்ம முனிமாவிடம் ஒரு விளக்குமாறு இருக்கிறது. தொடப்பக்கட்டை தான். அதை வைத்துக்கொண்டு அவர் எப்போதாவது வீட்டைப் பெருக்குவார் என்று நினைக்கிறேன். மத்த சமயங்களில் அதை வைத்து, அழிச்சாட்டியம் பண்ணுகிறவன், முரண்டு பிடிக்கிறவன், கொள்கைக்குக் குல்லா போடுபவன்னு ஒவ்வொருத்தவனையும் வச்சி விளாசுறார் பாருங்க, அந்த விளாசல்தான் இந்தக் கேள்வி பதில். இனி நாம் அவருடைய தொடப்பக்கட்டையோடு பயணிக்கலாம்.

'இந்துத்துவமே சாதியின் வேர்' என்று பொட்டில் அடித்தாற் போல் கூறும் முனிமா, சாதியை ஏற்றுக்கொண்ட அரசியல் கட்சிகளால்தான், தலித் அரசியல் நிலை இன்னும் நடுக்கடலிலேயே உள்ளது என்கிறார். இரட்டை வாக்குரிமை கேட்டு இறுதியில் ரிசர்வேஷன் என்ற அளவில் பாராளுமன்றம், சட்டமன்றங்களில் தலித்துகளும் கால் வைத்தார்கள். ஆனால் இந்தத் தலித் பிரதிநிதிகள், பிற கட்சித் தலைமையின் அரக்கத்தனமான பிடிக்குள் சிக்கித் தவிப்பவர்களாக, அம்பேத்கர் இழுத்து வந்த இலட்சிய வண்டியைப் பின்னோக்கித் தள்ளுபவர்களாக ஆகிப் போனார்கள்; ஆக்கப்பட்டார்கள். இந்தியாவில் தேர்தல் என்பது ஆண்டைகளுக்கான விளையாட்டு. அதன் பகடைக்காய்கள் தலித்துகள். சீர்த்திருத்தம் பேசி, இந்துத்துவத்தைக் கருவறுப்போம் என்ற அரசியல் கட்சிகள் கூட, பார்ப்பனரை விரட்டி விட்டு ஆட்சியைப் பிடித்த பின் இந்துத்துவத்தை ஆழமாக வேரூன்றச் செய்து விட்டார்கள். இங்கே நடந்தது பகுத்தறிவுப் புரட்சி என்கிறார்கள். சோசலிசம் என்பது பகுத்தறிவால் சாத்தியமில்லையா? தனக்கொரு அடிமை தேவை என்பதை நியாயப்படுத்திக் கொண்டே, தன் அடிமை நிலைக்குப் போராடும் இடைநிலைச் சாதிகள் இருக்கும் வரை சாதி ஒழியாது. தமிழ்நாட்டிலாவது சாதிப்பெயர் விடுபட்டது. ஆனால் இந்தியா முழுமையும் எல்லாப் பெயர்களும் சாதியோடுதான் இருக்கின்றன. மொழி, கல்வி, பண்பாடு, இசை விழா என்று எல்லாமே மேட்டுக்குடி விவகாரமாக, அதிலேயே தேக்கம் கொண்டு நிற்கின்றன. இவையெல்லாம் இந்துத்துவத்திற்குப் பாதை அமைத்துக் கொடுத்தாலும், இந்து சாம்ராஜ்யம் என்பது ஒரு பகற் கனவுதான் என்றும் உறுதியாகச்

சொல்கிறார் முனிமா. "அரசியல், சமூக மாற்றம் என்பதிலிருந்து வெகு தூரம் விலகிப் பதவி அதிகாரம் என்ற அச்சாணியில் அரசியல் கட்சிகள் சுழன்று கொண்டு இருப்பதால், சாதியம் எல்லா நிலையிலும் தலைவிரித்து ஆடுகிறது. சாதித் திமிரை காட்ட ஒடுக்கப்பட்டோர் மீது மலம், சிறுநீர் திணிக்கப் படுவதால், சாதியை மையப்படுத்திப் பேசாமல் இருக்க முடியாது. அந்நிலையை எப்போதும் நிலவுமாறு திணிப்பதே வர்ணமும், சனாதனமும். சாதியத்தையும், பார்ப்பனியத்தையும் விட்டு எப்போது பிற்படுத்தப்பட்டோர் வெளியேறுகிறார்களோ அப்போதுதான் ஒற்றுமை நிலவும். சமத்துவமே ஒற்றுமையின் அடிப்படை" என்ற பதில், சமத்துவம் காண விழைவோர்க்கு ஏற்ற வகையில் உள்ளது.

சாதியப் பிரச்சனைகள் இருபதாம் நூற்றாண்டின் பிற்பகுதியில் ஓரளவு குறைந்து வருவது போல் தோன்றினாலும், 2000 ஆண்டிற்குப் பிறகு மீண்டும் சாதிப்பேயும், மதப்பேயும் இந்தியா முழுமையும் தலைவிரித்து ஆடுவதைக் காண முடிகிறது. இதற்கு அனைத்து அரசியல் கட்சிகளும், அவர்கள் வைக்கும் கூட்டணிகளும் காரணமாக அமைகின்றன என்கிறார் முனிமா. "எல்லா அரசியல் கட்சிகளின் கூட்டணிகளும் விளையாட்டுதான். அதனால் தேர்தலில் வெற்றி வாய்ப்பு கபடிக் கபடி விளையாட்டாக முடிகின்றது. 'முழம் பூ' என்பது காதில்தான் சுற்றப்படும்" என்கிறார் முனிமா. தேர்தல்கள் வெறும் சாதித்தலைகளின் கணக்காக மாறிவிட்டதால், எந்தத் தேர்தல் கூட்டணியும் கொள்கை அடிப்படையில் நடப்பதில்லை. தேர்தல் வரும்போது சிறந்தவருடன் கூட்டணி என்று சொல்பவர்கள், கடைசியில் எவ்விடத்திலாவது சீட்டுக் கிடைக்காதா என்று சிங்கி அடித்துப் பட்டுக் குஞ்சம் போல் தொங்கிக் கொண்டிருக்கிறார்கள். "இந்தியாவில் அரசியல் என்பது சாதி என்னும் பாதாள சாக்கடையிலேயே பிறந்தது என்பதால், அது சாக்கடையாகவே இருந்து கொண்டிருப்பதுடன், தற்போது சாதி அடைமொழியுடன் கூடிய கல்வி நிறுவனங்கள் என்பது வரை வளர்ந்திருக்கிறது. அதனால் இன்றைய பள்ளிக்கூடங்கள் சாதி அரசியலிலும், வர்க்க அரசியலிலும் பக்கவாதம் நிகழ்த்தி, அரை மனிதர்களை உருவாக்கும் சோதனைக் கூடங்களாகத் திகழ்கின்றன. ஆதிக்க சாதிகளுக்கும்,

அரசு அதிகாரிகளுக்கும் வேறுபாடு இல்லை. உயர்சாதி அமைப்புகள் அவர்கள் நிலத்திற்காகக் கோஷம் எழுப்புவது அதை அமுக்கி விடவே. தலித்துகளுக்குத் தனிச் சுடுகாடு என்று சொல்பவர்கள், அதேபோல் தனிக் காவல் நிலையம், தனி அரசாங்கம் என்று ஏற்படுத்த வேண்டியது தானே!'' என்று விளக்குமாறுக்கு ஓய்வே கொடுக்கவில்லை முனிமா. புரட்சி வீரர் சேகுவாராவின் மகள் அலெய்டா அண்மையில் இந்தியா வந்தபோது, அவரைப் புரட்சி வீரரின் இரத்தம் என்று ஒருவர் குறிப்பிட்டதற்குப், ''பிறப்பு என்பது மரபணு விபத்து'' (Genetic Accident) என்று கூறினார் (ஆனந்த விகடன், 1.2.2023). அதை ஏற்றுக் கொண்டால் சாதியாவது...! மதமாவது...! முனிமாவின் கையில் உள்ள விளக்குமாறு துப்பாக்கியாக மாறக் கூடும்.

எந்த அரசியல் கட்சி ஆட்சி அமைத்தாலும் தாழ்த்தப்பட்ட மக்கள் ஒடுக்கப்பட வேண்டும் என்பது அரசின் திட்டமிட்ட பயங்கரவாதமாக உள்ளது. இந்த வகையில் அரசியல் நட்புக்கு இலக்கணமாக ஜெயலலிதாவையும், கலைஞர் கருணாநிதியையும் கூறி வேதனையினூடே கிண்டல் அடிக்கிறார். இருவரும் ஒருவரை ஒருவர் குறை கூறிக் கொள்வதை 'கறைபடாக் கரங்கள் கல்லெறியட்டும்' என்று இயேசு பிரானாக ஆசீர்வதிக்கிறார். இவர்கள் ஊழலை ஒழிப்பதற்காக ஆட்சி மாற்றம் வேண்டும் என்கிறார்கள். ஆட்சி மாற்றத்தால் ஊழல் ஒழியாது. அடித்தட்டு மக்களுக்கு உபயோகமான திட்டங்களைத் தீட்டித் தயாரிக்கப்படும் வரவுசெலவுத் திட்டத்தின் மூலம் ஏழைகளைப் பலன் பெறச் செய்தால் மட்டுமே ஊழல் ஓரளவுக்கு ஒழியும் என்கிறார் முனிமா.

அதிமுகவின் ஜெயலலிதா ஆட்சி பற்றிய கேள்விக்கு 'எல்லையில்லா ஊழல் அதை வளர்க்கும் ஜெயலலிதா' என்று கூறி, அம்மா உணவகம், அம்மா உப்பு, அடுத்தது அம்மா மது என்று அடுக்குகிறார். மக்கள் தங்கள் சொந்தக் கவலைகளால், அரசியல்வாதிகளில் ஊழல்களைப் பற்றிச் சிந்திப்பதில்லை. அதனால் மீண்டும் அவர்களே ஆட்சிக்கு வந்து ஊழலும் செய்கிறார்கள். ஊழல் வழக்கில் ஜெயலலிதா தண்டனை பெற்றும், அவரை புனிதப் பிறவியாகக் கூறுபவர்கள் குறித்து எழுப்பப்படும் கேள்விக்கு, 'ஊழல் தனக்குத்தானே உரமிட்டு

கொள்ளும் அச்சமற்ற செயல்' என்று பதிலளிக்கிறார். அதிமுகவின் சாதனைகளைப் பட்டியலிட்டுத் 'தலித் விரோத அரசாங்கம்' என்கிறார். ஜெயலலிதா மறைவுக்கு முன்பாகவே 'அம்மா இல்லாத அதிமுக சும்மா' என்று கூறும் முனிமா, எடப்பாடி முதலமைச்சர் ஆனது, 'எங்க ஆத்துக்காரரும் கச்சேரிக்குப் போறார்' என்பதைப் போல என்று சகட்டுமேனிக்குச் சொல்கிறார். இந்த ஆட்சியில் நீர்நிலை ஆக்கிரமிப்பு, மணல் கொள்ளை அமோகம். மேல்மட்டம் முதல் கீழ் மட்டம் வரை லஞ்சம் என்று முனிமாவின் விளக்குமாறு நிறைய குப்பைகளைக் கூட்டித் தள்ளி இருக்கிறது. "கஜானா காலி; தமிழ்நாடு ஆளில்லாத சோளக்கொல்லை; இந்தச் சூழ்நிலையில் மோடி தமிழ்நாட்டைக் கொத்திக் கொள்ளக் காத்திருக்கிறார்" என்றும் எடப்பாடி பழனிச்சாமியின் ஆட்சிக் காலத்தைப் படம் பிடிக்கிறார். முனிமாவின் கையில் இருப்பது வெறும் எழுத்தாணி அல்ல என்று முன்பே குறிப்பிட்டாகி விட்டது.

கடந்த காலமும் சேர்ந்த கேள்வி பதில்களாக இருப்பதால், முனிமா கூறும் சில பதில்கள் எதிர்காலத்தைக் கணிப்பவையாக இருக்கின்றன. வாஜ்பாய் அரசாங்கம் குறித்த கேள்விக்கு "வாஜ்பாய் மீடியாக்களால் தூக்கி நிறுத்தப்பட்ட கட்அவுட்; இந்த கட்அவுட் விழுந்தால் இன்னொன்று எழுப்பப்படும்" என்பது பதில். வாஜ்பாய்க்கு அடுத்து மோடி என்ற கட்அவுட் மீடியாக்களால் எழுப்பப்பட்டது உண்மைதானே? அதேபோல, 2011ஆம் ஆண்டு கேள்வி பதிலில் வரும் தேர்தலில் மத்தியில் பிஜேபி ஆட்சி அமைக்கும் என்று நம்பிக்கையுடன் கூறுகிறார். அப்படியே நடந்தது. அதே ஆண்டில் தமிழ்நாடு மாநிலத் தேர்தல் நடப்பதற்கு முன்பாக வெங்காயத்தின் விலையால் (கிலோ பத்து ரூபாய்) ஆட்சி மாற்றம் ஏற்படும் போல் தெரிகிறது என்கிறார். அதேபோலக் கலைஞர் கருணாநிதியின் ஆட்சி மாறிவிட்டது. போயஸ் கார்டனில் இருந்து சசிகலா வெளியேற்றப்பட்டது குறித்து, பிரச்சினைகளில் இருந்து தப்பிக்கப் புனையப்பட்ட ஓர் அரசியல் நாடகம் அது என்றும், அவர்கள் இருவரும் விரைவில் ஒன்றுபடுவர் என்றும் கூறுகிறார். அது உண்மையானதையும் பிற்காலத்தில் பார்த்தோம். மோடியும் கெஜ்ரிவாலும் குறித்துக் கேட்கப்பட்ட ஒரு கேள்விக்கு

'மோடி அண்ணன் – கெஜ்ரிவால் தம்பி' என்று 2015 லேயே பதில் கூறி இருக்கிறார். மோடியின் பண மதிப்பிழப்பாலும் செல்லாத நோட்டு மாற்றத்தாலும் அனைத்து அரசியல் கட்சிகளுக்கும் தேக்க நிலை ஏற்பட்டது. அதேநேரம், கருப்புப் பணம் வைத்திருந்தவர்கள் எல்லாம் தங்களை காப்பாற்றிக் கொண்டார்கள் என்று அப்போதே சொல்லிவிட்டார் முனிமா. நடந்ததும் அதுதானே! 2021 ஆம் ஆண்டில் தமிழ்நாடு மாநிலத் தேர்தல் குறித்து கேட்கப்பட்டக் கேள்விக்குத் திமுக வெல்லும் என்று பிப்ரவரி மாதத்திலேயே தீர்க்கமான பதிலைத் தெரிவித்து இருக்கிறார். ரஜினி அரசியலுக்கு வருவாரா என்று கேட்டால் 'அவர் அரசியலுக்கு வந்தால் சங்கு தான்' என்று 2008 லேயே கூறி இருக்கிறார். அவரது கருத்துக் கணிப்புகளை பார்த்து விட்டுச் சோதிடம் பற்றிக் கேட்டால் ''ஜோதிடத்தை நம்பத்தான் ஆசை; ஆனால் அறிவியல் இன்னும் போதிய வழி அமைத்துத் தரவில்லை'' என்று கமல்ஹாசன் ஸ்டைலில் பதிலும் உண்டு.

இலக்கியம் மானுட விடுதலையைத்தான் முன்வைக்கிறது என்பது வெற்று நம்பிக்கை. அதை மெய்ப்பிக்கும் விதத்தில் தமிழ் எழுத்தாளர்கள் இலக்கியத்தை அதிகாரமாக நினைக்கிறார்கள் என்று கூறும் முனிமா, ''இலக்கியம் பிச்சைக்காரர்களின் மடமோ, வசதி படைத்தவர்களின் கேளிக்கை மண்டபமோ அல்ல'' என்று தயவு தாட்சண்யம் இன்றித் தூசி தட்டுகிறார். அறிவு ஜீவிகளின் காகிதச் சண்டைகளால் புரட்சிகர இயக்கங்கள் முடங்கி விட்டன. அந்தந்த இலக்கியத்திற்கு (கி.ரா.) அந்தந்த மக்கள், அந்தந்தத் தலைவர் (வைகோ) என்று இலக்கிய வட்டங்கள் சாதி சார்ந்தே இயங்கி வருவதைச் சுட்டிக்காட்டி, எழுத்து அரசியலைக் கட்டுடைத்தல் அவசியம் என்கிறார். இந்த வகையில் ''தேங்கிக் கிடந்த தமிழ் இலக்கியத்தைப் பெருகிவரும் காட்டாற்று வெள்ளமெனக் கட்டவிழ்த்து விட்டது தலித் இலக்கியம் தான்'' என்றும் கூறுகிறார். இலக்கியவாதிகள், சாகித்திய அகாதமி உட்படப் பெறுகின்ற விருதுகளைத் தேவர்கள் ஒன்று கூடி வானில் இருந்து அர்ச்சித்ததாக முனிமா விளாசுவதைப் படித்தால், இனி விருதுக்கு விண்ணப்பிக்கும் எண்ணமே போய்விடும். தலித் அல்லாதவர்களும் தலித் இலக்கியம் படைக்கலாமா என்ற கேள்விக்குத் ''தலித்துகள் மீது கொண்ட இரக்கத்தைப் பதிவு செய்யும் காகிதக் கறைகளா

தலித் இலக்கியம்?'' என்று எதிர்க் கேள்வி கேட்கிறார். தலித் எழுத்துக்களைத் தலித்தல்லாதோர் பாராட்டுவது தங்கள் அதிகாரம் பறிபோய் விடக்கூடாது என்ற நம்பிக்கையாலோ? என்று சாட்டையைச் சொடுக்குகிறார். முனிமாவின் சாட்டைக்கு எல்லாமே சுழன்று விடும். அதைச் சொடுக்குகின்ற வீரர், 'இந்தியாவின் ஆன்மா என்று சொல்லப்படும் பகவத் கீதையையே முட்டாள்களின் உளறல்' (Blabbering of fools) என்று முழங்கிய டாக்டர் அம்பேத்கர் அல்லவோ!

"நாம் சார்ந்துள்ள உலகம் தலித் மற்றும் தலித் அல்லாதவர் என்ற வகையில் இயங்குவதாகத் தோன்றுகிறது'' என்று கூறும் முனிமா, வன்கொடுமைத் தடைச் சட்டம் தொடர்பான வழக்குகள் கிடப்பில் போடப்படுவதற்குத் தலித்துகளின் நிலமற்ற நிலைதான் காரணம் என்கிறார். அந்த வழக்குகளைத் தொடர்ந்து நடத்தப் போதுமான பொருளாதாரம் இல்லாததால், "வன்கொடுமை தடைச் சட்டம் சரியான அளவில் பலனைத் தரவில்லை. தலித் நிலங்கள் மீட்புக்கான போராட்டங்கள் அவசியம். அதற்காக மக்களைத் திரட்டி ஆர்ப்பாட்டம் செய்ய வேண்டும்'' என்கிறார். பஞ்சமி நிலம் தொடர்பான வரலாறுகளையும், செயல்பாடுகளையும் தனது பதில்களில் அவ்வப்போது கொடுத்துக் கொண்டே செல்கிறார். நில உரிமைக்காக அயோத்திதாசரின் முயற்சிகளைப் பற்றியும் கூறுகிறார். 2006 ஆம் ஆண்டில் தமிழ்நாட்டில் திமுக ஆட்சிக்கு வந்தபோது "ஏழைகளுக்கு இரண்டு ஏக்கர் நிலத்திட்டம் என்று கலைஞர் அறிவித்தது அவரது கருணையால் அல்ல; தலித் நில உரிமை இயக்கம் நடத்திய போராட்டங்களால் தவிர்க்க முடியாத அறிவிப்பு அது'' என்ற பதிலில் முனிமாவின் வாய்மையும், துணிச்சலும் வெளிப்படுகின்றன.

பணமும், பகட்டும் தலித் அரசியலை விழுங்கிக் கொண்டிருக்கிறது. அது பாராளுமன்றத்திலும் தலித் மக்களின் இட ஒதுக்கீட்டுக்கு எதிரான தீர்மானம் கொண்டுவரும் அளவுக்குப் போய்விட்டது. தீர்மானம் கொண்டு வந்த காலத்தில் மீராகுமார் தான் மக்களவையில் சபாநாயகர். அவர் அம்பேத்கர் கொள்கைகளுக்கு எதிராக காங்கிரசுக்கு வலுசேர்த்த முன்னாள் துணைப் பிரதமர் ஜெகஜீவன்ராமின் மகள். ராம் விலாஸ்

பாஸ்வானுக்கும் பதவி நோய். எத்தனையோ தலித்துகள் இருந்தும் கொள்கைப் பிடிப்பில்லை. ஒற்றுமை இல்லை. தலித் மக்களின் நிதியை மடைமாற்றம் செய்யும் போது அனைவரும் உறங்கிக் கொண்டிருக்கின்றனர். மாநில, மத்திய அரசுகள் இதில் மட்டும் இணக்கமாக உள்ளனர். தலித் மக்களின் நிதியை காமன்வெல்த் விளையாட்டுக்களுக்கு டெல்லி செலவிட்டது உண்மைதான். யார் என்ன செய்து விட முடியும்? அனைத்து தலித்துகளும், அவர்களின் உட்பிரிவுகளும் ஒன்று சேர வேண்டும். கலப்பு மணம் அதற்குத் துணை புரியலாம். சுயசாதி விமர்சனங்கள் செய்து கொள்ளும் அளவுக்குத் தலித்துகள் முன்வர வேண்டும் என்றும் முனிமாவின் ஆற்றாமை இன்னும் நீள்கிறது. "தலித் மக்கள் கொள்கை சார்ந்து இயங்கி, அதிகாரம் பெற வேண்டும்" என்பதுதான் முனிமாவின் அடங்காத ஆசையாக இருக்கிறது. இதற்கு மேலும் யார்தான் என்ன சொல்லி விட முடியும்?

இந்த நீண்ட நெடிய போராட்டங்களில் பிற அரசியல் கட்சிகளின் நயவஞ்சகத்தைக் கண்டு, தெளிந்து, யாரையும் நம்பி இருக்க வேண்டிய அவசியம் இல்லாமல் 'சமூக சமத்துவப் படை' என்ற புதிய அரசியல் கட்சி, சிவகாமி ஐஏஎஸ் தலைமையில் உருவாக்கப்பட்டதாகத் தனது பதிலில் முனிமா கூறுகிறார். சமூக மாற்றத்தை விரும்பும் இயக்கச் செயல்பாடுகளுக்காகத் தொடங்கப்பட்ட சமூக சமத்துவப் படை, ஆலம் வேர்போல் ஆழமாகவும், யானை அடி போல் அழுத்தமாகவும், தனித்தன்மை கொண்டதாகவும் உள்ள 'தலித் கட்சி' என்றும் கூறுகிறார். "அம்பேத்கர் பிறந்த நாள், மே தினம், பெண்கள் தினம், சுற்றுச்சூழல் தினம், குழந்தைகள் தினம் ஆகிய ஐந்தும் அனைவரும் கொண்டாட வேண்டிய விழாக்கள்" என்று முனிமா கூறும் ஒரு பதிலில் சமூக சமத்துவப் படையின் கொள்கைகள் அடங்கியிருக்கின்றன என்றே கூறலாம். வெறுப்பு அரசியலை விதைப்பவர்களிடம் இருந்து விலகி, ஆக்கப்பூர்வமான செயல்பாடுகளைத் தொடர்வது தான் சமூக சமத்துவப் படையின் இலட்சியம் என்றும் விளக்கம் அளிக்கிறார் முனிமா. காவிரி நீர்ப் பிரச்சனை என்று வந்தால் கர்நாடகக் கட்சிகளின் ஒற்றுமை புலப்படுகிறது. ஆனால் பஞ்சமி நிலம் மீட்புப் போராட்டங்களில் 1008 கட்சிகள்

வந்தாலும் தலித் மக்களை வஞ்சிப்பதில் இருந்து விலகாத போக்கைத்தான் ஒடுக்க வேண்டும் என்கிறார். அதனால் சமூக சமத்துவப் படைக்கு "அண்ணல் அம்பேத்கர் ஒருவரே போதும்; அவர் ஆயிரம் ஆண்டில் இந்தியாவில் பூத்த அரிய மலர்" என்று "ராயல் சல்யூட்" வைக்கிறார் முனிமா. அது ஏற்கப்பட வேண்டியது தானே!

பஞ்சமி நிலத்திற்கான போராட்டம், அது கிடைக்கும் வரையிலோ அல்லது உயிருள்ள வரையிலோ தொடரும் என்கிறார் முனிமா. தாழ்த்தப்பட்ட மக்களுக்கான தனி பட்ஜெட் குறித்து 2007 இல் வெளியிட்ட நூலில் பஞ்சமி நிலத்திற்கான நிதி ஒதுக்கீடு குறித்தும் விளக்கப்பட்டுள்ளது. இதை கம்யூனிஸ்ட் கட்சிகளும், விசிக கட்சியும் பேசத் தொடங்கி இருக்கிறார்கள். ஆனால் அந்நூலின் ஆசிரியர் பற்றி அவர்கள் குறிப்பிடுவதில்லை. சிந்தனையிலும் செயலிலும் ஒன்றுபட்டுச் செல்லும் உருப்படியான தலைவர்கள் இல்லை. ஆகவே சமூக சமத்துவப் படையின் பணி எதிர்காலத்தில் தனித்த பயணமாகவும், நீண்ட தொலைவு நோக்கியும் இருக்கிறது. 'பஞ்சமி நிலங்கள் மீட்பு வரைவுச் சட்டம்' என்பதைப் பொருத்தவரை, தமிழ்நாட்டில் திமுகவும், அதிமுகவும் ஒரு போலவே தலித்துகளுக்கு எதிராகச் செயல்பட்டன. "மத்திய அரசு, 2013 ஆம் ஆண்டில் கொண்டு வந்த நிலச் சீர்த்திருத்தச் சட்டமும் தலித்துகளுக்குச் சாதகமாக இல்லை. நாம் எழுத வேண்டிய சட்டத்தைப் புரோக்கர் வைத்து எழுதினால் இப்படித்தான் இருக்கும்" என்ற முனிமாவின் பதிலில், "மானமிழந்து மதிகெட்டு" என்று அவ்வையார் பாடிய பாடல் தான் நினைவுக்கு வருகிறது. "வீடு எரிந்து போன சேரி மக்களுக்கு ஒரு வீடு கட்டித் தரும் கர சேவை என்ற இயக்கமே சமூக சமத்துவப் படையின் எதிர்காலம். உண்மையான கர சேவை என்பது இதுதான்". முனிமா உண்மையாகவே தீர்க்கதரிசி தான். "போலோ முனிமா கி ஜே!"

முனிமாவின் பதில்களில் சமூக ஊடகங்கள் பற்றிய கருத்துக்கள், ஊடகங்களை நோக்கி இருக்கும் ஓர் அரசியல் இயக்கத்தின் மிகத் துணிச்சலான செயல் என்றே கூற வேண்டும். கருத்துச் சுதந்திரம் என்பதைச் சலுகையாகக் கொண்டு சாதிய,

பெண்ணிய வன்முறையாக ஆக்கி விடக்கூடாது என்று பொதுவாக ஊடகங்களுக்குச் சுட்டிக்காட்டும் முனிமா, பத்திரிகையாளர்களின் செயல்பாடுகள் வன்முறையும், அது சார்ந்ததாகவும் மாறி வருவதைக் கூறி எச்சரிக்கிறார். மீடியாக்களின் செல்லப் பிள்ளையாக ஜக்கி வாசுதேவ் இருப்பதை 2007 ஆம் ஆண்டிலேயே சுட்டிக்காட்டி இருக்கிறார். ஆனால் எந்த ஊடகங்களும் இதைக் கண்டு கொள்ளாததால் இன்று ஈஷா மையம், ஆலகால விருட்சம் போல் பேருருக் கொண்டு ஆதியோகியாக அண்ணாந்து பார்க்கிறது. உயர் வகுப்பினர், சீர்த்திருத்த நடவடிக்கைகளைக் கையில் எடுத்தால் மதர் தெரசா அளவுக்குப் பிராமணப் பத்திரிகைகள் உயர்த்துவதை எடுத்துரைக்கும் முனிமா, பிராமணர் அல்லாத ஊடகங்களும் இதற்குச் சளைத்தவை அல்ல என்கிறார். இந்துத்துவத்திற்கு 95 சதவிகிதம் ஒதுக்கீட்டை, சன் தொலைக்காட்சி செய்திருப்பதை, செய்து வருவதை ஒரு கேள்வி சுட்டிக்காட்ட, சன் டிவி மட்டுமல்ல, "சிந்தனையற்ற சமூகத்தின் அழுகல் வெளிப்பாடுகளே சன் டிவி உட்பட அனைத்துத் தொலைக்காட்சி ஊடகங்களும்" என்கிறார். கையில் இருப்பது வெறும் துடைப்பக் கட்டை தான். ஆனால் அது சம்மட்டி அடியாக விழுகிறது. அதற்கும் மேலே போய், "இந்துத்துவ துர்நாற்றத்தைப் பக்தி மணம் என்றுரைக்கும் ஊடகம் அது" (சன் டிவி) என்றும் துணிந்து அடித்து ஆடுகிறார். கோபம் கொப்பளிக்கும் கிண்டலாகக் கூறினாலும் அது அப்பட்டமான உண்மை என்பதை நிரூபித்துக் கொண்டே இருக்கிறது அப் பகுத்தறிவுப் பாசறை. ஜெயா டிவிக்கும், சன் டிவிக்கும் உள்ள ஆறு ஒற்றுமைகளை அப்பட்டமாகக் கூறி இறுதியில் "இவ்விரண்டு தொலைக்காட்சிகளாலும் சமுதாயத்திற்கு எந்தப் பிரயோசனமும் இல்லை. என்ன போதுமா?" என்று திகட்டத் திகட்டக் கூறுகிறார். வரும் சிரிப்பையும், வேதனையையும் அடக்கத்தான் முடியவில்லை. அப்புறம் எப்படிக் கூட்டணியில் சேர்ப்பார்களாம்?

பார்ப்பனியத்தின் கறைகள் எல்லாப் பத்திரிகைகளிலும் படிந்துள்ளன என்று சுட்டிக் காட்டும் முனிமா, வரிந்து கட்டுகிறார். தலித் அதிகாரிகள் ஒன்றாய்ப் பேசினால் அதை சாதிச்சங்கம் என்று செய்தி வெளியிடும் தினமலர்,

“தலித் அதிகாரிகளின் பிரச்சனைகளுக்கு மாற்று ஏற்பாடு ஏதாவது செய்து தருமா? அல்லது வடகலைக்கு வடகலை; தென்கலைக்குத் தென்கலை என்று தோசையைத் திருப்பிப் போடுமா? தலித் அதிகாரிகள் ஒன்றாய்ச் சேர்ந்து காபி குடித்தால் கூட தினமலருக்குப் பொறுப்பதில்லை, பயம்“ என்பது முனிமாவின் சூடான தோசை. “இந்துத்துவத்திற்கான மாற்றுச் சிந்தனைகள் ஊடகங்களில் ஆழமாக வேரூன்றினால் தான் இந்த நிலைமைகள் மாறும்“ என்று பாட்டி வைத்தியத்தையும் முனிமா கூறுகிறார். தற்காலத்தில் பணச்செய்தி (paid news) கலாச்சாரம் பரவி வருவதைப் பணத்திற்காக விலை போகும் பத்திரிகைச் சுதந்திரம் என்று கூறும் முனிமா, ஊடகங்களின் அரசியல், வியாபாரத் தேவைகளை ஒட்டி அமைவது என்றும், சனநாயகத்தின் நான்காவது தூணுக்கும் வைட்டமின் ‘ப’ தேவைப்படுகிறது என்றும் சாடுகிறார். புலனம் என்னும் வாட்ஸ்அப் ஊடகத்தை, அதைப் புரிந்து கொள்ளும் விதம்தான் அதன் பலமும், பலவீனமும் ஆக இருப்பதைக் கூறி எச்சரிக்கிறார். அதேபோல இணைய வழி மெய்நிகர் சந்திப்புகள் (ஜூம் மீட்டிங்) குறித்துக் கூறுகையில், “அதில் சாதகங்கள் அதிகம் தான், ஆனால் அதனால் அடித்தட்டு மக்களுக்குப் பிரயோசனமில்லை” என்று முனிமா உருவாக்கும் சிந்தனைகளால் ஜூம் மீட்டிங் யாருக்காக? எதற்காக? என்ற சிந்தனையே மேலோங்குகிறது.

இந்தியாவில் நீண்ட காலமாக ஆட்சி நடத்தும் சமயமும், கலாச்சாரமும் ஆண் பெண் உறவை போற்றத் தகுந்ததாகக் கருதவில்லை. ஆணின் வெற்றிக்குப் பின்னால் ஒரு பெண்ணின் கடின உழைப்பு இருக்கிறது. ஆனால் பெண்ணின் வெற்றிக்குப் பின்னால் ஆணின் கணக்கிலடங்கா எதிர்ப்புகள் தான் உண்டு. மேலும், சமூக வலைத்தளங்களில் பெண்களுக்குப் பாலியல் தொல்லை தரும் சமூக விரோதிகள் முழுமையாக இனம் காணப்படுவதில்லை. இதற்கெல்லாம் காரணமாக அரசாங்கங்களின் கண்டுங்காணாத் தன்மையும், ஒடுக்குமுறைகளும் இருந்தாலும் கூடப் பெண்கள் அமைப்பாக அணி திரட்டப்படவில்லை என்பதும் ஒரு முக்கியக் காரணம். பெண்கள் தாங்களாகவும் தங்களை முன்னேற்றிக் கொள்வது நல்லது. அதில் பெண்கள் கோவிலுக்குப் போகாமலிருக்க

முடிவெடுத்தல் என்பது முதலாவதான நற்காரியம். அடுத்தது, மகப்பேறு காலங்களில் சிசேரியன் அறுவை சிகிச்சைக்குப் பெண்கள் சம்மதிக்காமல் இருப்பது அவர்கள் உடல் நலத்திற்கும், சமுதாய நலத்திற்கும் பாதுகாப்பு அளிக்கும். நல்ல நேரம் பார்த்து, சிசேரியன் அறுவை சிகிச்சை மேற்கொள்வதை ஏற்றுக்கொள்ளும் டாக்டர்களுக்கு மனசாட்சிப் படிப்பும் அறிமுகப்படுத்த வேண்டும் என்பது முனிமாவின் கட்சி.

இந்தியப் பெண் சிந்தனையாளர் களத்தின் தொடர் முயற்சிகளால் கிராமப்புறங்களில் தாழ்த்தப்பட்ட, பிற்படுத்தப்பட்ட மற்றும் மலைவாழ் மக்கள் அறுவை சிகிச்சை மூலம் குழந்தைப் பெற்றுக் கொள்வது அதிகமாய் நடக்கிறது என்பதை ஆய்வுமூலம் கண்டறிந்து, அந்த ஆய்வறிக்கையை அரசாங்கத்திற்கும் அனுப்பி வைத்தது. இதை அரசாங்கம் கருத்தில் கொண்டு, இயற்கைப் பிரசவம் அல்லது சுகப்பிரசவம் என்பதை அரசாங்க மருத்துவமனைகளில் வலியுறுத்தி இருப்பதாக நலவழித்துறை அமைச்சர் கருத்துத் தெரிவித்துள்ளார் என்ற செய்தியை, ஜூலை, 2021 கேள்வி பதிலில் முனிமா குறிப்பிட்டுள்ளதானது ஒரு நல்ல முன்னேற்றத்திற்கான அறிகுறி. மேலும், பெண்களுக்கான இட ஒதுக்கீடு மசோதாவில் உள் ஒதுக்கீடு அவசியம்தான். ஏனெனில் அதிக ஒடுக்கு முறைக்கு ஆளாக்கப்படுபவர்கள் அடித்தட்டுப் பெண்கள்தான். தலித்தல்லாத பெண்கள் பாலியல் வன்கொடுமைக்கு ஆளானால் அரசு வேகமாக நடவடிக்கை எடுக்கிறது. ஆனால் தலித் பெண்கள் பாலியல் வன்கொடுமைக்கு ஆளானால் அது கண்டு கொள்ளப்படுவதில்லை, மீடியாக்கள் உட்பட. இவை எல்லாவற்றையும் கணித்துப் பெண்களுக்கான தீர்வாக முக்கியமான ஐந்து கோரிக்கைகளை முன்வைக்கிறார் முனிமா. அவை, நிலமில்லா விவசாயக் கூலிப் பெண்களுக்கு நிலம் வழங்குதல்; நகர்ப்புறங்களில் வீட்டு வசதி, தரமான சாலை, பெண்கள் சமூகக் கூடம், கழிப்பிடம் உட்பட அடிப்படை வசதிகள்; ஒவ்வொரு குடும்பத்திலும் படித்த ஒரு பெண்ணுக்கு வேலைவாய்ப்பு; எங்கும் எதிலும் ஆண் பெண் சம வாய்ப்பு; நலிந்த பெண்களுக்குத் தரமுள்ள மருத்துவ வசதிகள் என்பவை ஆகும். இதற்காக உழைக்கின்ற முனிமாவின் பேனாவிற்கும் ஒரு நினைவுச் சின்னம் எழுப்ப மாட்டீர்களா?

“உயர்ந்த இலட்சியங்கள் கூடப் பதவியை நோக்கிச் செல்லும் இன்றைய சூழலில் இளைஞர்கள் குறித்துப் பெருமை கொள்ள ஏதுமில்லை” என்று வருத்தப்படும் முனிமா, நடிக, நடிகையர் என்ற திரைப் பிம்பங்களை விளாசுகிறார். ‘கல்லா கட்டக் குல்லா போடும்’ நடிகர்கள் என்று எதுகை, மோனையுடன் கிண்டலடிக்கும் முனிமா, நடிகைகளால் எழுப்பப்படும் பிரச்சினைகளுக்கு ரூத் மனோரமா பேட்டியைப் படிக்கச் சொல்லி ஆற்றுப் படுத்துகிறார். கர்நாடக முன்னணி இசைப் பாடகியும், நடிகையுமான எம். எஸ். சுப்புலட்சுமி மறைவு குறித்த ஒரு கேள்விக்கு, “மக்களை நோக்கி வரட்டும் கர்நாடக இசை; அது இல்லாத போது நமக்கேது இழப்பு?” என்று நறுக்குத் தெறித்தாற் போல் அளிக்கும் பதிலில் அடித்தட்டு மக்களின் ஆதங்கம், முனிமாவின் முகமாக இறுகிக் காண்கிறது.

இலங்கையில் ஈழத் தமிழர்கள் படுகொலை செய்யப்பட்ட போது, தமிழினம் வேண்டுமா வேண்டாமா என்று இந்திய வாக்குப்பதிவு இயந்திரங்களை அனுப்பி இருந்தால் ஒருவேளை அது பிரபாகரனுக்குச் சாதகமாக இருந்திருக்கும் என்ற முனிமாவின் கூற்று யோசிக்கத்தக்கது. இன அழிப்புக்கு முன்பாகவே, மார்ச் 2009 இல், போருக்கு எதிரான மானுடக் குரல் ஒலிக்க வேண்டும் என்ற பதில், எதிர் வரப்போகும் இன அழிப்புக் குறித்துச் சூசகமாகத் தெரிவிக்கிறது. “ஈழப் பிரச்சனையில் நெடுமாறன், வைகோ, கலைஞர் ஆகியோரின் ஆதரவைப் பிரபாகரன் மதித்ததும் இல்லை, நாடியதும் இல்லை, மண்டை ஓடுகளின் நடுவே அவர்களின் பயணம் இருந்தது” என்று உள்ளதைக் கூறி இருக்கிறார். டெசோ தீர்மானங்களை ஐநா சபைக்கு திமுக எடுத்துச் செல்வது குறித்த ஒரு கேள்விக்கு, “மத்திய அரசின் கூட்டணியில் இருந்து கொண்டு இந்திய அரசாங்கத்தைச் செயல்பட வைக்க முடியாதவர்கள், பன்னாட்டு அரங்கத்திற்குள் நுழைந்து என்ன சாதித்து விடுவார்கள்? ஐ.நா. சபை அரசியலுக்கு அப்பாற்பட்டதா என்ன? டெசோ தீர்மானங்கள் தான் ஐ.நா.வைச் செயல்பட வைக்குமா? ஐரோப்பிய, அமெரிக்க நாடுகளில் அகதிகளாக ஈழத் தமிழர்கள் நாடிழந்து தவிப்பது ஐ.நா.வுக்குத் தெரியாதா?” என்று கேட்கிறார். பாண்டியன் சபையில், சோழப் பெண் புலி அன்று எழுப்பிய உறுமலுக்கு அன்றைக்கும் பதிலில்லை. அதே

பாணியில் முனிமா எழுப்பும் கேள்விகளுக்கு இன்றைக்கும் பதிலில்லை.

சிவகாமி 2008 ஆம் ஆண்டில் ஐஏஎஸ் பதவியை உதறிவிட்டுப் பகுஜன் சமாஜ் கட்சியில் இணைந்து நாடாளுமன்றத் தேர்தலில் போட்டியிட்டதையும், பின் அதிலிருந்து விலகி 2009 ஆம் ஆண்டு சமூக சமத்துவப் படைக் கட்சியைத் துவக்கியதைப் பற்றிய சூழ்நிலைகளையும் அவ்வப்போது எழுப்பப்படும் கேள்விகளுக்குப் பதிலாகக் கூறி இருக்கிறார். ஐஏஎஸ் பதவியிலிருந்து சிவகாமி விலகி விட்ட பிறகு, முனிமா ஐஏஎஸ் ஆகிவிட்டதைக் காண முடிகிறது. இதற்கு முன்பும் அவர் ஐஏஎஸ் தான். ஆனால் பதவி, சட்ட திட்டங்கள் வழி சில கட்டுப்பாடுகளை விதிக்கும். பெயர் மாற்றம்தான் அதற்குத் தீர்வு. பதவியில் இருந்தாலும் பதில்களைக் கைப்பட எழுதுவதில் சிக்கல்கள் இருக்கலாம். கணினித் தட்டச்சு அல்லது கைப்பேசிப் பதிவுகள் சாத்தியமாகி இருக்கலாம். அதே நேரம் சில பதில்களைத் துல்லியமாக அளிக்க அப்பதவி உதவி இருக்கக்கூடும். நக்சல்கள் பற்றிய ஆவணப்படம் குறித்த ஒரு கேள்விக்கு அந்த நச்சல்களைக் கொல்வதற்காக, உஷாராக, இது போன்ற படங்கள் எடுப்பார்கள் என்று அவர் கூறும் பதில், இதுபோன்ற உயர் பதவியில் இருப்பவர்களுக்குத் தெரியும் 'சீக்ரெட்' செய்திகள் ஆகத்தான் இருக்க முடியும்.

முனிமாவின் பதில்களில் அடங்கியுள்ள செய்திகள், முனிமா என்னும் பெயருடைய ஒரு நாட்டுப்புறப் பெண்மணி அளிக்கின்ற செய்தியாக மட்டும் அல்லாமல், அதற்கும் மேம்பட்டு மிக உயர்ந்த தரத்தில் இருப்பதையும், வாசிப்புத் தளத்தில் ஒரு சுகமான அனுபவத்தை அளிப்பதையும் ஒப்பத்தான் வேண்டும். இதற்கு அவருடைய ஆழமான வாசிப்பு சாத்தியமாகி இருக்கக்கூடும். அதைப்பற்றி அவ்வப்போது கேள்வி பதில்களில் அவர் குறிப்பிட்டுச் செல்வதில் நமக்கு ஆர்வமும், ஆதங்கமும் ஏற்படுவது என்பது உண்மைதான். ஆதங்கம், நாமும் அவரைப் போன்று அத்தனை நூல்களை வாசிக்கவில்லையே என்பதுதான். ஒரு குறிப்பிட்ட திசையில் அவருடைய வாசிப்பு இல்லாமல் பலதரப்பட்ட வகையில் இருக்கின்றது. நூல் தலைப்பு, ஆசிரியர் ஆகியவை மட்டும்

சொல்லிச் செல்லாமல் அந்த நூலைப் பற்றிய மதிப்பீடுகளையும் சிறிய அளவில் கொடுத்துக் கொண்டே வருகிறார். அண்மையில் படித்த நூல்கள், திரைப்படங்கள், சந்தித்தவர்கள் குறித்துத் தொடர்ச்சியான கேள்விகள், பதில்கள், தான் வாசித்த கவிதைத் தொகுப்புகள் குறித்து ஒரே வரியில் ஈர்க்கும் மதிப்புரை என்பவையெல்லாம் முனிமாவின் சாகசங்கள்.

அதே போல அவர் பார்த்த தமிழ், ஆங்கிலத் திரைப்படங்கள் பற்றிய மதிப்புரைகள் எல்லாம் தயங்காமல், ஒளிக்காமல் சொல்லிவிடுகிறார். மிக அற்புதமான, ஆழமான அலசல்கள் நம் மனதை வருடிச் செல்கின்றன. முனிமா ரசித்த ஆங்கிலப் படங்களை, அவரோடு உரையாடிக் கொண்டே பார்க்க வேண்டும் என்ற ஆவல் மேலிடுகிறது. தமிழ் திரைப்படங்களைப் பொறுத்தவரையில் ஒரு சில படங்கள் தான் முனிமாவின் பாராட்டைப் பெறுகின்றன. விமர்சனங்களில் காமெடியும் உண்டு. ஒரு திரைப்படம் (ஆட்டோகிராப்) குறித்த கேள்விக்கு, ‘வெல்லம் போட்டால் நல்ல படம்’ என்கிறார். அரசியல் மாற்றம் குறித்தான ‘கோ’ தமிழ்ப் படத்தில் “பொதுமக்களின் குணாம்சங்களோடு தான் அதிலிருந்து உதித்து வரும் தலைவனும் இருப்பான் என்பதை வசதியாக மறந்து விடுகிறார்கள்” என்ற திரை விமர்சனம் பெரும் சிந்தனையின் வெளிப்பாடு.

ஒவ்வோர் ஆண்டும் பிப்ரவரி மாதத்தில் காதலர் தினம் பற்றிய கேள்வி பதில் நிச்சயம் உண்டு. அப்போதெல்லாம் கையில் விளக்குமாறுக்குப் பதில் பூச்செண்டு. காதலால் சாதி ஒழிவதற்கு ஓரளவுக்குச் சாத்தியக்கூறு இருப்பதால் காதலை ஆதரிப்பது நமது கடமை என்கிறார் முனிமா. சாதி மறுப்புக் காதல் மட்டுமே சமூக மாற்றம் கொண்டு வரும். காதல் பற்றிய சரியான புரிதலை ஏற்படுத்தி அதன் வழியாகக் காதல் புரட்சிக்கு வழிவகுக்க வேண்டும். அது இல்லாத நிலையில் காதலும், காதல் திருமணங்களும் கௌரவக் கொலையில் போய் முடிகின்றன. அதற்குச் சாதியும் மதமுமே காரணமாகின்றன. ஜிகாத் போல அதுவும் இந்துத் தீவிரவாதமே. 2004 ஆம் ஆண்டில் காதலர் தினம் பற்றிய ஒரு கேள்விக்கு இப்படிப் பதில் சொல்கிறார் முனிமா: “பலியர்கள் வணங்கிய மாயாண்டி

என்னும் கோழி ரத்தம் குடித்த சாமி மறைந்து போய் மஞ்சள், குங்குமம், சந்தனம் ஏற்கும் பலிச்சி என்னும் வெஜிடேரியன் அம்மன் வந்துவிட்டது". இது கொடைக்கானலுக்கு முனிமா சென்ற போது நடந்த ஆராய்ச்சியாம். அவர் கொடைக்கானல் போனதே வேஸ்ட்ன்னு நினைக்கலாம். ஆனால் அடித்தட்டு மக்களின் வாழ்க்கைப் பார்ப்பனிய மயமாகி விடக்கூடாது என்ற சிந்தனைதான் அவருக்கு அங்குக் கிடைத்த கதகதப்பு.

பல கேள்விகளுக்கு முனிமா அளித்துள்ள பதில்கள் வெறும் பதில்களாக இல்லாமல் தகவல் சுரங்கங்களாகவும் உள்ளன. தமிழ்நாட்டில் பழங்குடியினர் இருக்கிறார்களா? அவர்கள் எத்தனை வகையானவர்கள்? என்று கேட்டால் நம்மால் முழிக்கத்தானே முடியும்? ஆனால் முனிமா, "36 வகைப் பழங்குடியினர் தமிழ்நாட்டில் வசித்து வருகின்றனர். இவர்களின் பதிவுகள் நூலாகத் தொகுக்கப்படும்" என்று அதிரடியாகக் கூறுகிறார். இந்தியா உலக அளவில் பின்தங்கிய நாடாக ஆகிவிட்டது என்ற, அரசாங்கத்தின் வயிற்றில் புளியைக் கரைக்கக் கூடிய, பதிலைப் புள்ளி விவரங்களுடன் ஆணித்தரமாகக் கூறுகிறார். சாதி வாரிக் கணக்கெடுப்பு போல மொழிவாரிக் கணக்கெடுப்பும் அவசியம் என்ற முனிமாவின் கருத்து இந்திய மொழியியலாளர்களுக்கு வந்திருக்கக் கூடுமோ? "பூக்கள், புகைப்படங்கள் என்று நொடிப்பொழுது ஆறுதல் பெறுபவர் எண்ணற்றோர். ஆனால் அதைக் கொண்டு பெருமளவில் சம்பாதித்தவர்கள், சாதித்தவர்கள் சிலர்தான்" என்கிறார் முனிமா. இதுவும் மலைவாச அனுபவங்களில் பெற்ற முதிர் சிந்தனைகள் தானோ?

எந்தப் பொருள் குறித்து கேள்வி எழுப்பினாலும் அதற்குச் சரியான பதிலைத் தேடி எடுத்து அளித்து விடுகிறார் முனிமா. சேது சமுத்திரத் திட்டம், சிறப்புக் கூறு நிதி, தலித் பெண்கள் தனி அரசியல் இயக்கம், மின்மய நிர்வாகம் (e-governance), பஞ்சமி நில மீட்பு, தலித்துகள் பௌத்தர்களா?, Non-proliferation of nuclear arms, டாவின்சி கோட் (da vinci code), பழங்குடி மக்களின் நில உரிமைப் போராட்டம், அரசுகளின் நிலக் கொள்கை, மெக்சிகோ நாட்டில் பழங்குடி இனத்தவரின் நூற்றாண்டு நில மீட்புப் போராட்டம், அரவாணிகள்,

குள்ளர்களின் வாய்மொழிப் பதிவுகள், பெண்கள் இயக்கங்கள் தனி அரசியல் கட்சியாக உருவெடுத்த வரலாறு, அருந்ததியர் இட ஒதுக்கீடு, உலகக் கால்பந்துப் போட்டி, விண்வெளி ஆய்வுகள், மந்தை மனோபாவம் இன்னும் எத்தனை எத்தனையோ பொருண்மைகளில் அவர் புகுந்து விளையாடுவது உண்மையில் மலைப்பை ஏற்படுத்துகிறது. இப்படி அவர் அளிக்கின்ற பதில்களில் உலக நாடுகளின் வரலாறு, இந்திய, தமிழ்ச் சமூகங்களின் வரலாறு, இந்தியாவின் சாதிய வரலாறு போன்றவை அறிவுப்பசிக்குத் தீனியாக அமைந்து விடுகின்றன, அதிலுள்ள சிக்கல்களையும், அதைத் தீர்க்கும் வழிகளையும் சொல்லிச் செல்வதும் சிறப்பு. எதிர்காலத்தில் எப்படி இயங்கினால் சாதி, மதம் பற்றிய மோகம் தீர்ந்து, சமத்துவத்தை அடையலாம் என்ற ஒரு வழிகாட்டுதலை முனிமாவின் பதில்களால் நாம் பெற முடிகிறது. ஒடுக்கப்பட்டோரின் முன்னேற்றம், பெண்களின் முன்னேற்றம் குறித்து அவர் ஓயாமல் சிந்தித்து அதிலேயே உழன்று கொண்டிருப்பதை அவருடைய எழுத்துக்கள் பறைசாற்றுகின்றன.

தவறு செய்கின்ற அரசியல் கட்சிகளைத் தயவு தாட்சண்யம் இன்றி வறுத்தெடுக்கிறார் முனிமா. டாட்டாவின் நிலபேரம் குறித்த பதிலில் அதற்கு உடந்தையாக இருந்த கம்யூனிஸ்டுகளைச் சாடுகிறார். தேர்தல் செலவுகளுக்காகப் பிற கட்சிகளிடம் பணம் பெறுவது தான் புரட்சிகரமான சிந்தனைகள் உடைய கட்சியா? உழைப்பு, நேர்மை என்னும் சக்கரங்கள் கழற்றி விடப்பட்ட நிலையில் இன்னும் எவ்வளவு காலம் புரட்சிகர அரசியல் விழாமல் ஓடிக் கொண்டிருக்கும்? இடதுசாரிகள் அரசியல் போராட்டம் செய்து ஓய்ந்தால் பரவாயில்லை; போராடாமலேயே ஓய்வுக்கு வருகிறார்கள் என்பது வருத்தமே என்றெல்லாம் கூறி, “செங்கொடிகள் சாதியை இயங்கியல் பகுதியில் இன்னும் சேர்க்கவில்லையே” என்று ஆதங்கப்படும் முனிமா, “தலித் மக்கள் இளிச்சவாயர்களாக இருக்கும் வரை எப்படியாவது ஆட்சிக் குரங்குகளிடமிருந்து தங்கள் வயிற்றுக்கு அப்பம் பிட்டுக் கொள்ளலாம் என்பதே கம்யூனிஸ்ட்களின் செயல்பாடுகள்” என்கிறார். நெல்சன் மண்டேலாவையும், இடதுசாரிகளையும் முனிமா ஒப்பிடும் அழகே அழகு. “இடதுசாரிகளின் வர்க்கச் சிந்தனைகளால் மட்டும் கருப்பின

விடுதலை சாத்தியம் இல்லை என்பதை உணர்ந்தவர் நெல்சன் மண்டேலா. அவர் இடதுசாரி என்றால் இங்குள்ள இடதுசாரிகளை நாம் என்னவென்று அழைப்பது?'' என்ற பதிலால் இந்திய இடதுசாரிகளைக் கூட்டிப் பெருக்கித் தள்ளிவிட்டார். நல்லவேளை இரண்டு சாத்து சாத்தாமல் இத்தோடு விட்டாரே என்று தோழர்கள் நினைக்கலாம். அப்படி நினைப்பவர்கள் மீண்டும் அந்தப் பதிலைப் படிக்கவும்.

நிலபேரங்களுக்கு உடந்தையாக இருந்துவிட்டு விவசாயி களுக்காக நீலிக் கண்ணீர் வடிப்பதால் மருத்துவர் ராமதாசுக்கு, 'அரசியல் காமெடியின் ஹைலைட்' என்று பட்டம் கொடுக்கிறார். வைகோ பற்றிய கேள்விகளுக்கு, அவர் தன் லட்சியங்களில் இருந்து பல்டி அடிப்பதாகக் குறிப்பிட்டு, அதெல்லாம் தாங்கிக் கொண்டு, அவரது வலது கரம் மட்டும் 'தேமே' என்று தொங்கிக் கொண்டிருக்குமா என்று 'முனிமா டச்'சில் சவுக்கை எடுக்கிறார்.

பாரதிய ஜனதா கட்சி ஆளும் ஒன்றிய அரசாங்கத்தினால் விலை வாசிகள் உயரவில்லை; பறக்கின்றன. ஆனால் விலைவாசி உயர்வுக்கான போராட்டங்கள் விலைவாசி உயர்வை நம்ப வைத்து நீர்த்துப் போகச் செய்கின்றன (வேடிக்கை பார்க்க வந்தவனுக்கும் அடிதான்). சிலிண்டர் தட்டுப்பாடானால் விலை உயர்வைப் பற்றி யாரும் கவலைப்படுவதில்லை. கிடைத்தால் போதும் என்கிற 'மந்தை மனப்பான்மை' மக்களுக்கு. ''எரிவாயு தட்டுப்பாடு தீருமா?'' என்ற கேள்விக்கு ''எரிவாயு தான் தீரும்'' என்கிறார் முனிமா. தேர்தலுக்கும், கேஸ் சிலிண்டர் தட்டுப்பாடு தீர்வதற்கும் 'லிங்க்' உண்டு. அதன் விசை ஒன்றிய அரசின் கையில். இதிலும் ஏதாவது பிரச்சனை என்றால் மாட்டுக்கறி, இந்துத்துவா, மதமாற்ற எதிர்ப்பு, ராமர் கோயில், விநாயகர் சதுர்த்தி என்று காப்பாற்றுவதற்குப் பல வடிவங்களில் ஆர்ப்பாட்ட அரசியல் உண்டு. உலக நாடுகளில் மாட்டுக்கறி விலை உயர்கிறது, சப்பானியர்கள் உயரமாவதைப் போல. ''இந்து முஸ்லிம் எதிர் அரசியல் ஆர். எஸ். எஸ், பிஜேபி உள்ளவரை நீடிக்கும். ஆனால் குஜராத் அரசியலை ஒட்டுமொத்த இந்தியாவும் சகித்துக் கொள்ளாது. இந்து மதத்தைக் காப்பாற்ற எதிரிகளை அச்சுறுத்திக் கட்டுப்பாட்டுக்குள் வைக்க

வேண்டும். அப்படிக் கட்டுப்பாட்டுக்குள் வைப்பதற்காக உள்ள இயக்கங்களே இந்தியாவை ஆள வேண்டும். மேற்கண்ட புரிதலில் செயல்படுத்தப்படும் வன்முறை ஆட்டம் தான் காவி பயங்கரவாதம் என்பது''. இந்துத்துவ பயங்கரவாதம், ஆன்மீகம் என்ற மேல் பூச்சு பூசிக் கொண்டிருக்கிறது. ''ஆன்மீக அரசியல் என்றால் சனநாயக அரசியல் இல்லை என்றே பொருள். மக்களிடம் உள்ள கோழைத்தனம், பேராசை, அறியாமை இவற்றை மிகச் சரியாக பயன்படுத்திக் கொண்டு வேகமாக வளர்ந்து வருகின்றன இந்துத்துவமும், பாரதிய ஜனதாக் கட்சியும். தீவிரவாதத்தின் ஊற்றுக்கண்களான அடக்குமுறை, சுரண்டல் ஆகியவற்றை ஒழிக்காமல் தீவிரவாதத்தை ஒழிக்க முடியாது என்கிறார் முனிமா. வாழ்க்கையில் சமத்துவம் இல்லையென்றாலும் இறப்பினில் சமத்துவம் நிகழ்ந்துவிடும். உச்சமாக, ''செக்கென்றாலும் சிவலிங்கம் என்றாலும் கொரோனாவுக்கு ஒன்றுதான்'' என்று மூச்சை நிறுத்த வைக்கிறார் முனிமா. கோமியம் குடிப்பவர்களால் நாய்களைச் சமாளித்து விட முடியாதா என்ன?

''திராவிட ஆட்சிகளின் பங்களிப்பைப் புரிந்து கொள்ள டிவியை ஆன் செய்தாலே போதும்'' என்று வஞ்சப்புகழ்ச்சி அணியை, தமிழைச் சொல்லியே ஆட்சிக்கு வந்தவர்களுக்கு நினைவுபடுத்துகிறார் முனிமா. ''சாதியை வளர்த்து அரசியலில் லாபம் பார்ப்பது திராவிடக் கட்சிகளுக்கு ஒன்றும் புதிய யுத்தி அல்லவே'' என்றும் 2013 இல் கூறுகிறார். யாராவது 'திமுக ப்ராஜெக்ட்' பற்றிக் கேள்விப் பட்டிருக்கிறீர்களா? ''அந்தந்த சாதியைக் கொண்டு, அந்தந்த சாதிக்குக் கொள்ளி வைப்பது தான் திமுக ப்ராஜெக்ட்'' என்று துணிச்சலுடன் அடித்து ஆடுகிறார் முனிமா. பல்லாயிரம் கோடிகளைத் தமிழக அரசு ஏப்பம் விட்டது என்று துணிந்து சொல்கிறார். ஆளுங்கட்சியாக இருந்து கொண்டு தனது கடமைகளையே சீர்த்திருத்தங்களாக, தீர்மானமாகத் தனது மாநாடுகளில் திமுக முன்மொழிவதைச் சகட்டுமேனிக்குச் சாடுகிறார். முனிமாவுக்கு மனசாட்சியே இல்லையா என்று கூடத் தோன்றும். ஆனால் மனசாட்சி இருப்பதால்தான் இந்தப் போடு போடுகிறார் என்பதுதான் நெசம்.

காங்கிரஸ் கட்சிக்கு 2014ஆம் ஆண்டில் தேர்தலுக்குப் பணம் வேண்டும் என்பதால், பொது நிலத்தின் தாது வளங்களை வெட்டுவதற்குத் தனியாருக்கு அனுமதி அளிக்கப்பட்டதைச் சுட்டிக்காட்டுகிறார். காங்கிரஸ் அனைத்துத் தொகுதிகளிலும் போட்டியிடும் என்ற அறிவிப்பை, திமுகவிடமிருந்து அது அதிகச் சீட்டுகள் பெறுவதற்கான அறிவிப்பாகப் பார்க்கிறார். அதே நேரம், ''அப்படி ஒரு நிலைமை அவர்களுக்கு வரக்கூடாது'' என்பதில் பொதிந்திருக்கும் ஏகப்பட்ட உள்குத்து, ஆனந்தம், கிண்டல்கள் அனைத்தும் படிப்பவரைப் புன்னகையில் தொடங்கிப் பெருஞ்சிரிப்பில் கொண்டு போய் நிறுத்துகின்றன. காந்தி குடும்பத்தின் ஏவுகணையில் நெருப்புத் தீர்ந்து விட்டது என்று பற்றவைக்கும் முனிமா அதே நேரம், ''அரசியலின் சூழ்ச்சி விஷம் ராகுலிடம் ஏறவில்லை; அதுவே ஒட்டுமொத்தமாகத் திரண்டு, அதுவே ஒளியாக (இந்தியா ஒளிர்கிறது) மாறி இருப்பவர் மோடி'' என்கிறார். மோடியின் வெளிநாட்டுப் பயணங்கள் குறித்த கேள்விக்குக் ''கூரை ஏறிக் கோழி பிடிக்க முடியாதவன் வானம் ஏறி வைகுண்டம் போனானாம்'' என்ற பழமொழியை நினைவுப் படுத்துகிறார். முனிமாவுக்கு நிறைய நாட்டுப்புறப் பழமொழிகள் தெரிந்திருப்பதையும், அதைச் சரியான இடங்களில் சொருகி பதிலிறுப்பதையும் பார்க்கும் பொழுது, நாட்டுப்புறப் பாட்டிகளின் சவால் நிறைந்த பேச்சுத் திறமை தான் நினைவுக்கு வருகிறது. தேர்தல் நேர வாக்குபேரங்கள் குறித்த பதிலில், ''கிளாப்பழம் ஆழாக்குப் பத்து ரூபாய் என்றால் பலாப்பழம் நூறு ரூபாய்க்கு விற்காதா?'' என்பது முனிமாவின் 'தனிமொழி'. 2016 ஆம் ஆண்டு அதிமுக மீண்டும் தமிழ்நாடு ஆட்சியைப் பிடித்த போது, ''புதிய ஆட்சி, புதிய திட்டம் – பழைய கள், பழைய மொந்தை'' என்று பழமொழியை மாற்றி மெருகூட்டுகிறார். ''அரசன் அன்று கொல்லும், தெய்வம் நின்று கொல்லும்'' என்பது தானே பழைய பழமொழி. அதையே, போபால் விஷவாயுத் தீர்ப்பைப் பற்றி, ''அரசு அன்றும், இன்றும் ஏழை மக்களைக் கொல்லும்'' என்று புதுமொழி ஆக்குகிறார் முனிமா. அமைப்புசாராத் தொழிலாளர்களுக்கு நல வாரியம் குறித்த கேள்விக்கு, ''அவர்கள் ஒன்று சேர்ந்து போராடக்கூடாது என்ற பாதுகாப்பு அரண் தான் நல வாரியம்'' என்கிறார். அதற்கு

அரசாங்கம் செலவழிக்கும் பணம் 'துக்கினியூண்டு' பணம் என்பது முனிமாவின் அர்த்தமுள்ள slang.

திராவிட இயக்கம் தலித் இயக்கங்களின் கருத்துகளைத் தனதாக்கிக் கொண்டு இருட்டடிப்புச் செய்து விட்டது. அதனால் தலித்துகள் தனி இயக்கம் காண்பதைத் தாமதமாக்கியவர் ஈவேரா பெரியார் என்கிறார் முனிமா. பிரபல பாப் பாடகர் மைக்கேல் ஜாக்சன் (Michael Jackson) தன்னுடைய ஓலோடம் (Olodum) பாடலில், 'பிளாக் லைவ்ஸ் மேட்டர்' (Black Lives Matter) என்கிற கருத்தியலை வைத்து, எல்லா வெள்ளை அதிகாரங்களையும் சமரசமில்லாமல் அடித்து நொறுக்கி விடுவார், அந்தப் பாடலில். அதேபோல், ஜமைக்காவின் பாப் மார்லியும் (Bob Marley) கருப்பினத்துக்கு எதிரானவர்களைச் சகட்டுமேனிக்கு அடித்து விடுவார். அப்படித்தான் முனிமா, 'தலித் லைவ்ஸ் மேட்டர்' (Dalit Lives Matter) கருத்தியலில், அடித்தட்டு மக்களின் அறிவாயுதமாக நின்று, திராவிட இயக்கங்கள் உட்பட அனைத்து அரசியல் கட்சிகளையும் சேர்த்தே நொறுக்குகிறார். காலங்காலமாக அடக்கி வைக்கப்பட்டு இருந்த எரிமலை வெடித்தால், அந்தப் பகுதி முழுமையுமே 'லாவா' (Lava) என்னும் எரிமலைக் குழம்பால் சிதைந்து தான் போகும். அதனால் அந்த இடம் வெறுமையாகி விடாது. அந்த லாவாவே பின்னர் உரமாகும்.

டாக்டர் அம்பேத்கர், நெல்சன் மண்டேலா ஆகியோரைத் தன் ஆதர்சத் தலைவர்களாகக் கொண்டாடுகிறார் முனிமா. “கருப்பின விடுதலையுடன் தனி மனித விடுதலையையும் இணைத்ததால் நெல்சன் மண்டேலா இன்று உலகத் தலைவராகி இருக்கிறார்” என்று மண்டேலாவுக்குச் சான்றளிக்கும் முனிமா, பௌத்தம் குறித்த தன் ஆதங்கத்தினையும் வெளிப்படுத்தி உள்ளார். பௌத்தம் மாறுவது குறித்ததொரு கேள்விக்குப் “பண்பாட்டு மீட்டுருவாக்கம் அரசியல் புரட்சியோடு இணைவாகச் சென்றாலே வெற்றி” என்கிறார். “மக்கள் பணியே சிறந்த துறவறம்; துறவு என்பது புலன்களை அடக்கி ஆன்மாவில் நிலைப்பதல்ல; மேலும், இன்றைய பௌத்தம், புத்தகயா எல்லாம் பிராமணர்களின் பிடியில்” இருப்பதைச் சுட்டிக்காட்டுகிறார். பௌத்தம் மட்டும் அல்லாது

எல்லாக் கோவில்களையும் பார்ப்பனர்கள் விடாப்பிடியாக வைத்திருப்பதற்கு ஆன்மிகம் காரணமல்ல, கோயில்களின் கருவூலம் தான் காரணம் என்கிறார் முனிமா. "புத்தரா? காரல் மார்க்ஸா?" என்ற தலைப்பில் அம்பேத்கர் ஓர் ஆய்வு செய்துள்ளார். அதே கேள்வியை முனிமாவிடம் கேட்டபோது, "தலித்துகள் தங்களது திறந்த கண்களைக் கொண்டு உலகைப் பார்க்கும்படி செய்யும் ஒரு பண்பாட்டுப் புரட்சியாக பௌத்தம் இருந்திருக்க வேண்டும். ஆனால் யதார்த்தத்தில், தலித்துகளின் விடுதலையைச் சாதிப்பதற்காக உருவாக்கப்பட்ட முன்மாதிரி இறையியலாக அது ஆக்கப்பட்டு விட்டது" என்ற முனிமாவின் பதிலைத் தற்போது அம்பேத்கர் இருந்திருந்தால், அவரும் ஏற்றுக்கொண்டு தான் இருப்பார். "எல்லாம் பொதுவில் வைக்கப்பட்டுப் பொதுவுடைமை ஆக்கப்பட்டாலும், மனிதர்களுக்கிடையே உள்ள சகோதர உணர்வுதான் சமமாய்ப் பங்கிட்டுக் கொள்ள உதவும் என்பவர் அம்பேத்கர்; இதை அவர் புத்தரிடம் இருந்து பெற்றார். புத்தரும், அம்பேத்கரும் கடவுள்கள் ஆக்கப்பட்டு விட்டனர்" என்று கூறும் முனிமா, "புத்தர் கடவுள் ஆக்கப்பட்டார்; காரல் மார்க்ஸ் காயடிக்கப்பட்டு விட்டார்" என்று ஆனந்த் டெல்டும்ப்டே கூறியதை மேற்கோளாக்குகிறார். Hat's off முனிமா.

கேள்வி பதில் தொடங்கிய காலத்தில் நீளமாகவும், ஆழமாகவும் முனிமாவின் பதில்கள் அமைந்திருக்கின்றன. ஒரு கட்டத்திற்குப் பிறகு கேள்விக்கான பதில்கள் சுருக்கமாக இடம் பெறுகின்றன. இடப்பற்றாக்குறை, கால விரயம் என்று கூட அதைப்பற்றி முனிமா சொல்லி இருக்கிறார். கேள்வி கேட்பவர்களின் பெயரும் ஊரும் ஒரு கட்டம் வரை இடம்பெற்று வந்தது. 2010 ஆம் ஆண்டிலிருந்து அவை இடம் பெறவில்லை. ஒரே பொருளில் ஒரே இதழில் பல கேள்விகள் இடம் பெறுவது கேள்விகளையும் முனிமாவே கேட்கிறாரோ என்ற எண்ணத்தைத் தோற்றுவிக்கிறது. இதுபோல ஒரு கட்டத்தைக் கலைஞர் கருணாநிதி அடைந்து, கேள்வியும் பதிலுமாக அவரே எழுதி முரசொலியில் வெளிவந்தது. ஆனால் அதற்கு முன்னதாக முனிமா அப்பாணியைக் கடைப்பிடித்து இருப்பது முனிமா கலைஞருக்கும் முன்னோடி என்று தோன்றுகிறது. எப்படியாயினும், அடித்தட்டு மக்களின் ஆன்மா

முனிமாவின் நெஞ்சில் சுடர் விட்டுக் கொண்டேயிருக்கிறது. அது அணைவதில்லை. மாறாகத் தவறு செய்பவர்கள் மீது வெப்பத்தை வீசிக் கொண்டே இருக்கிறது. முனிமாவின் விளக்குமாறு, பலருடைய தவறுகளையும் கூட்டிப் பெருக்கித் தெருவிலே கொண்டு வந்து போட்டு மானத்தை வாங்கிக் கொண்டிருக்கிறது. அது மானமுள்ளவர்களுக்கு உரைக்கலாம். அதே நேரம் முனிமாவின் 'தொடப்பக்கட்டை', அறம் பிழைத்தோர் பலரையும் பெருங்கோபத்துடன் சாத்து, சாத்து என்று சாத்திக் கொண்டிருக்கிறது. இது அவர்கள் மேல் விழும் அடியாக யாரும் நினைப்பதில்லையோ என்னவோ.. ஆனால் முனிமாவின் தொடப்பக்கட்டையில் ஈர்க்குகள் குறையவில்லை. நாள்தோறும் பெருத்துக் கொண்டே போவதால், அதற்குப் பயந்து எல்லோரும் ஓடி ஒளிந்து கொள்கிறார்களோ என்று தான் நினைக்கத் தோன்றுகிறது.

புதிய இலக்கிய வகைமை என்று சொல்லத் தகும் முனிமாவின் கேள்வி பதில்களைச் சாகித்ய அகாடமி விருதுக்குப் பரிந்துரைக்கலாம் தான். ஆனால், அது தேவர்கள் ஒன்று கூடி வானில் இருந்து அர்ச்சிப்பது என்று முனிமாவே கூறிவிட்டதால் அதைக் கைவிட்டு, அடித்தட்டு மக்களின் மனமெனும் சிம்மாசனத்தில் டாக்டர் அம்பேத்கரின் தாளில் நிலைத்து நின்று, புரட்சிக்கு வழிகோலட்டும் என்று வாழ்த்தி, வணங்குகிறேன்.

தோழமையுடன்

முனைவர் சிவ இளங்கோ,

புதுச்சேரி.

பதிப்புரை

புதிய கோடாங்கி மாத இதழில் வந்த கேள்வி பதில் பகுதியை தொகுத்து புத்தகமாக வெளியிடுவதில் அறம் பதிப்பகம் பெருமை கொள்கின்றது. காரணம், தமிழில் வந்த இதழ்களில் அண்மை காலத்தில் கேள்வி பதில் பகுதியை புத்தகமாக குறிப்பிட்ட சில பத்திரிகைகள் மட்டுமே வெளியிட்டுள்ளன.

இயக்குனர் பாக்கியராஜ் தான் நடத்தி வந்த 'பாக்யா' இதழில் வந்த கேள்வி பதில் பகுதியை தொகுத்து தனி நூலாக வெளியிட்டார். அவருடைய குட்டி கதைகளுக்காகவே புகழ்பெற்ற பகுதியாக இருந்தது அது. குமுதம் வார இதழில் வந்த அரசு பதில்கள் பகுதி தனி நூலாக வந்துள்ளது. அது அவருடைய நையாண்டி பதில்களுக்காகவே வாசகர்களின் கவனத்தை ஈர்த்தது.

முரசொலி நாளிதழில் முன்னால் முதல்வர் கலைஞர் மு. கருணாநிதி, கரிகாலன் பதில்கள் என்றொரு கேள்வி பதில் பகுதிக்கு பதில் அளித்து வந்தார். பல நேரங்களில் அவரின் மனசாட்சி பேசுவது போல் அந்த பகுதி இருந்திருக்கின்றது. அதனாலேயே அந்தப் பகுதி கட்சியினரைக் கடந்தும் பலதரப்பையும் ஈர்க்கும் பகுதியாக இருந்தது.

அந்த வகையில் புதிய கோடாங்கி இதழில் முனிமா பதில்களின் இரண்டு தொகுப்பும் வரலாற்று முக்கியத்துவம் வாய்ந்தவை. காரணம் முனிமா என்பது சாதாரண படிப்பறிவில்லாத, எழுத்தறி வில்லாத அதே நேரத்தில் அனுபவ அறிவு கொண்ட பெண் களைக் குறிக்கும் பெயராகும். அந்தப் பெயரைத் தாங்கிகொண்டு எந்த மதத்தையும் சாராமல் சுறுக்கென்று பதிலளித்திருப்பார் எழுத்தாளர் சிவகாமி.

முனிமா பதில்களில் அடிக்கடி கேட்கப்படும் கேள்விகளில் ஒன்று தற்போது படித்துக் கொண்டிருக்கும் புத்தகம் எது. இதில்

பல சிறந்த புத்தகங்களைப் பற்றி சில வரிகளில் குறிப்பிட்டு இருப்பார். அந்த புத்தகங்கள் மிகச் சிறந்த புத்தகங்களாக இருக்கும். வாசகர் பரப்புக்கு அவர் பல புத்தகங்களை படிக்கவும் பாதுகாக்கவும் பரிந்துரை செய்திருப்பார்.

அதே போல சமீபத்தில் பார்த்த திரைப்படம் எது என்ற கேள்விக்கு பல சிறந்த திரைப்படங்களையும் அந்த திரைப்படங்களைக் குறித்த தனது பார்வையையும் சுருக்கமாக விவரித்திருப்பார்.

பல அரசியல் கேள்விக்களுக்கு சிறப்பாக காலத்தை கடந்து தீர்க்க தரிசனத்துடன் பதிலளித்திருப்பார்.

முனிமா பதில்கள் வாசகனிடம் புதிய பார்வையை உருவாக்கும் என்பதில் ஐயமில்லை. மேலும், இந்த வரலாற்று சிறப்பு மிக்க நூலை வெளியிடும் வாய்ப்பைத் தந்த எழுத்தாளர் சிவகாமிக்கும், புதிய கோடாங்கி அணிக்கும், சிறப்பான அட்டைப்படம் மற்றும் வடிவமைப்பை வழங்கிய எழுத்தாளர் ஜீ. முருகன் அவர்களுக்கும், அச்சிட்ட துர்கா பைண்டர்ஸ் அவர்களுக்கும் அறம் பதிப்பகம் நெஞ்சார்ந்த நன்றியைத் தெரிவித்துக் கொள்கின்றது.

அறம் பதிப்பகத்துக்காக

மா. அமரேசன்

முனிமா பதில்கள்

(2004–2011)

ஜனவரி 2004

1. முனிமா என்பது பௌத்தப் பெயர் என்று சென்ற இதழில் ஜே.மோகன் தனது கட்டுரையில் எழுதியிருந்தார். இது காரணமாகத்தான் இப்பெயரை சூடிக்கொண்டீரோ? பௌத்தம் பற்றிய தங்கள் கருத்து என்ன?

– தர்மலிங்கம், இத்தாபுதூர்.

முனிமா என்பது நாட்டுப்புறப் பெயர், நகரின் ஒதுக்குப்புறங்களில் புழங்கும் பெயர் என்ற விதமாகத் தான் வைத்துக்கொண்டோம். பொதுவாக மத அடையாளங்களைத் தவிர்க்கவே விருப்பம். நான் இந்து, கிறித்துவம், இஸ்லாமியம், பௌத்தம் என்று கூறி பெருமைப் பட்டுக்கொள்கிற அனைவரிலிருந்தும் விலகியிருக்கவே ஆசை. மதமென்பது வாழ்க்கை நெறி என்பதிலிருந்து விலகி அதிகாரம் அதையொட்டிய அரசியல் என்றானபின் அதை அரசியல் என்றளவிலேயே எதிர்கொள்ளுதல் பொருத்தமானதாயிருக்கும். மனித உறவுகளை மய்யப்படுத்தி, வாழ்க்கைக் குறித்த விசாரிப்புகளை முடிவற்றத் தொடராகக் கொள்வதையே விரும்புகின்றோம்.

2. சதாம் உசேன் பிடிப்பட்டதை முதல் பக்கச் செய்தியாக நாளேடுகள் பல வெளியிட்டுள்ளன. இதன் வரலாற்று முக்கியத்துவம் என்ன?

– ராஜேஸ்வரி, கானத்தூர்.

வாழ்நாள் முழுதும் ஒருவர் அமெரிக்க அதிபராக நீடிக்க முடியும் என்று அமெரிக்க அரசியலமைப்பு திருத்தப்படுமானால் புஷ் சாகாவரம் பெற்ற நிரந்தர அதிபர், சதாம் உசேன் பிடிபட்டதால்! அதேபோல் அவரின் உடன்பிறவா சகோதரர் இங்கிலாந்தின் டோனி ப்ளேர் மற்றும் அவரின் சகாக்கள்!! இதுதான் மீதியெல்லாவற்றையும் விட அதிக முக்கியத்துவம் வாய்ந்தது.

3. அருந்ததியருக்கு உள் ஒதுக்கீடு தேவையா?

– மாரிமுத்து, மதுரை.

தேவைதான். ஏற்கனவே நிரப்பப்படாத முதல் நிலை, இரண்டாம் நிலையிலுள்ள ஆறாயிரம் காலியிடங்களை ஒதுக்கீட்டின் அடிப்படையில் பூர்த்தி செய்ய இதுவரை எவ்வித நடவடிக்கையும் எடுக்காத திராவிட அரசுகள், தலித்துகளில் உட்பிரிவுகள் குறித்த கணக்கெடுப்பு நிகழ்த்தி, அருந்ததியினருக்கு உள் ஒதுக்கீட்டின் பயன்கள் சென்று சேர்ந்ததை / சேராததை ஆய்வு செய்து அதற்கான மேல் நடவடிக்கை எடுக்கும் என்ற எந்த உத்திரவாதமும் இல்லை. ஒதுக்கீட்டை சரிவர அமல்படுத்தக் கோரும் முதற்கட்ட போராட்டமே தேக்கநிலையிலுள்ளது. அரசில் வேலைவாய்ப்புகள் குறைந்து வருவதும் தனியார்மயமும் இத்தேக்க நிலைக்குக் காரணம். தனியார் துறையில் ஒதுக்கீடு என்ற போராட்டத்தை நாம் முன்னெடுக்க வேண்டியுள்ளது. இந்நிலையில், அருந்ததியினர் அதிகமாக வாழும் பகுதிகளுக்கு/ மாவட்டங்களுக்கு நஇ/நப நலத்திட்டங்களில் கூடுதல் ஒதுக்கீடு செய்யக் கோரலாம். நலத்திட்டங்கள் யானைப் பசிக்கு சோளப்பொறி என்பது சோகக்கதை!

4. தென்னிந்திய தலித் எழுத்தாளர் மற்றும் கலைஞர் பேரவை (SIDWAA) எந்த வகையில் தலித் அரசியல் இயக்கங்களுக்கு உதவியாக இருக்கும்?

– மணி, சென்னை –28.

அம்பேத்கருக்குப் பிறகு எந்த தலித் இயக்கமும் தலித்துகளுக்கு புதிதாக எந்த நன்மையையும் பெற்றுத் தந்துவிடவில்லை. ஒதுக்கீடு, அரசியல் பதவிகள் இவற்றைச் சுற்றியே அவை சுழல்கின்றன. சாதி இந்துக்கள் மனம் மாறிவிடுவார்கள் – அதனால் தலித்துகள் விடுதலை பெற்றுவிட முடியும் என்ற நம்பிக்கையை அறவே இழந்தவர் அம்பேத்கர். சாதி இந்துக்களை எதிர்கொள்ளும் விதமாகவே அவருடைய பௌத்தம் தழுவும் நிகழ்ச்சியும் (பத்து லட்சம் பேர் கலந்து கொண்டது) நடந்தது. ஆனால் தற்போதுள்ள இயக்கங்கள்யாவும் சாதி இந்துக்கள் மீது நம்பிக்கை கொண்டுள்ளன. அவர்களுடன் ஒட்டுறவை வளர்த்துக் கொண்டுள்ளன. ஆனால் சாதி

இந்துக்களுக்கும் தலித்துகளுக்குமான உறவு ஆண்டான் – அடிமை நிலையிலேயே தொடர்கிறது. கிராமங்களிலோ சாதியம் புரையோடிக் கிடக்கிறது. இந்நிலையில் தலித் அரசியல் இயக்கங்கள் மட்டும் தமிழ்த்தேசியம், பார்ப்பன எதிர்ப்பு, பெரியார் வணக்கம் என்ற பெரு அரசியலை பிற்படுத்தப்பட்ட சாதி இந்துக்களின் குடையின் கீழ் முன்னெடுக்கின்றன. இது எந்த வகையிலும் தலித்துகளுக்கு உதவவில்லை என்பதுதான் கடந்த நாற்பதாண்டு வரலாறு. இந்நிலையில் தலித்துகளை/ சாதி ஒழிப்பை மய்யப்படுத்தும் அரசியலை முன்னெடுக்கும் தலித்துகள், அவர்களோடு இணைந்து செயல்படும் பிறருமென தலித் இயக்கத்தை வலுப்படுத்தவும், உட்பிரிவுகளைக் களைந்து தலித்துகள் ஓரணியில் திரளவும் தென்னிந்திய தலித் எழுத்தாளர் மற்றும் கலைஞர் பேரவை பாடுபடும்.

5. அம்பேத்கர் வழி நடப்பது என்பது என்ன?

– முத்துராஜ், விழுப்புரம்

அம்பேத்கர் நூல்களைப் பயில்வதன் மூலம் நாம் வாழும் சமுதாயத்தைக் குறித்தப் புரிதலை உள் வாங்கி, அவர் தான் வாழ்ந்த காலத்திற்கும் சூழலுக்குமேற்றவாறு ஒடுக்கு முறையைத் தீவிரமாக எதிர் கொண்டது போல், நாம் வாழும் காலத்தையும் சூழலையும் ஆய்வு செய்து, அவரைப்போல் தீவிரமாக செயல்படுவதே அம்பேத்கர் வழி நடப்பதாகும். பெருகிவரும் கல்வி, நவீன ஆய்வு முறைகள் தொலைத் தொடர்புகள், கணினிகள் இவற்றின் உதவி கொண்டு போராட்டத்தைப் பலமடங்கு வலுப்படுத்த வேண்டும். ஒவ்வொரு தலித்தும், தனிப்பட்ட தகுதி திறமைகளை வளர்த்துக் கொள்வதோடு, அவற்றை ஒடுக்கு முறைக்கெதிரான ஆயுதமாக மாற்றாவிடில் தனிப் பட்ட தகுதி – திறமைகளால் பிரமாதமான நன்மைகள் ஏதும் விளையா. மற்றபடி அம்பேத்கரை வரிக்கு வரி மனனம் செய்து, மணிபர்ஸில் அம்பேத்கர் போட்டோ வைத்துக் கொண்டு பிறந்தநாள் – இறந்தநாள் அஞ்சலி மட்டும் செய்து அரசியலுக்காக யாசகம் செய்ய க்யூவில் நிற்பவர்கள் அம்பேத்கர்வழி நடப்பவர்களல்லர் என்பதையும் நாம் மனதில் நிறுத்துவோமாக.

6. இந்தியா முழுதும் 300 பாராளுமன்றத் தொகுதிகளைக் கைப்பற்றி பி.ஜே.பி. ஆட்சியமைக்கும் என வெங்கையா நாயுடு கூறி யிருக்கிறாரே?

– முருகம்மாள், பன்ருட்டி.

ருசிகண்ட பூனை எப்போது சூடுபடப் போகுதோ?! ராஜஸ்தான், ம.பி., சத்தீஷ்கர் என மப்பு ஏற்றிக் கொண்டு உளறுவதை தயவு செய்து பொருட்படுத்த வேண்டாம்.

7. இன்று இந்திய அளவில் தலித்துகளின் நம்பிக்கைக்குரிய தலைவர் யார்?

– வேணு, புதுப்பட்டி.

யாரையாவது சுட்டி விடத்தான் துடிக்கிறோம். கன்ஷிராம்ஜி படுக்கையிலிருக்கிறார் – புற்று நோய்! ராம்விலாஸ் பாஸ்வான்ஜீக்கோ – பதவி நோய்!! மாயாவதிக்கு உத்திரப் பிரதேசமே பெரிய சோதனைக் களம். திமுக, அதிமுகவுக்கு ஆல் இண்டியா கனவு வருகிறது. குண்டுசட்டியில் கொஞ்சம் வேகமாகக் குதிரை ஓட்டிவிட்டால் ஒரு பல்லக்கில் ஏறி தில்லி போய் விடுகிறார்கள். பார்ப்பன எதிர்ப்பு அலையில் ஆட்சிக்கு வந்தவர்கள், அவர்களோடு பங்குபோட்டுக் கொள்கிறார்கள் பதவிகளை! அகில இந்திய தலித் தலைமை என்பது அப்படியல்ல. எல்லா மாநிலங்களையும் இணைத்தச் செயல் பாடாகும். அதுவே இந்துத்துவத்திற்கு அகில இந்திய அளவில் காட்டும் எதிர்ப்பு. இப்போது இந்துத்துவத்திற்கு எதிர்ப்பு இல்லை. மாற்றுதான் உண்டு. காங்கிரஸ் மற்றும் கம்யூனிஸ்ட் சாதி இந்துக்கள் தான் களத்தில் நிற்கின்றார்கள். அகில இந்திய தலித் தலைமைக்கு நிறைய இளைஞர்கள் புது தில்லியில் கச்சை கட்டுகிறார்கள். அவர்களைப் பற்றிய விரிவான அலசல் ஒன்றை புதிய கோடாங்கியின் வரும் இதழ்கள் வெளியிடும். அது வரை பொறுத்திருங்கள்.

8. தலித் ஐ.ஏ.எஸ். மற்றும் உயர் அதிகாரிகள் சேர்ந்து பாலம் என்ற சாதி அமைப்பைக் கட்டிச் செயல்படுவதாக தினமலர் பத்திரிக்கை எழுதியுள்ளது. இது உண்மையா?

– செழியன், நெல்லை.

பாலம் அமைப்பின் எந்த விதிகளும் தலித்தல்லாதவரைப் புறந்தள்ளவில்லை. தலித் என்ற பெயரைக் கூட அவர்கள் பயன்படுத்துவதில்லை. தலித் அதிகாரிகள் ஒன்றாகச் சேரும்போது பிறர் அதிலிருந்து ஒதுங்கிக் கொள்கின்றார்கள் என்பதே உண்மை. அதை சாதிச் சங்கமாகப் பார்ப்பது தவறான கண்ணோட்டம். சங்கர மடத்திற்குச் சென்று சங்கராச்சாரி காலில் துணைப் பிரதமர் அத்வானி முதல் ஐ.ஏ.எஸ். அடிப் பொடிகள் வரை சாஷ்டாங்க நமஸ்காரம் செய்வது தினமலருக்கு மதவாதமாகத் தெரியவில்லை. தேவர் அதிகாரிகள் சங்கம், தலித் அதிகாரிகள் சங்கம் என்று காட்டிக்கொடுக்கும் சகுனிவேலைக்கொன்றும் குறைச்சலில்லை; தலித் உயர் அதிகாரிகள் ஒன்று சேர்ந்திருப்பதில் உறவினர்களின் திருமணப் பேச்சுக்களும் அடக்கம். அதற்கு தினமலர் ஏதாவது மாற்று ஏற்பாடு செய்து தருமா? அல்லது வடகலைக்கு வடகலை, தென்கலைக்கு தென்கலை என்று தோசையைத் திருப்பிப்போடுமா? தலித் அதிகாரிகள் ஒன்றாய்ச் சேர்ந்து காபி குடித்தால்கூட தினமலருக்குப் பொறுப்பதில்லை! பயம்.!

9. அரவாணி ஒருவருக்கு அரசு வேலை கிடைத்திருப்பது மகிழ்ச்சியாயிருக்கிறது. புதிய கோடாங்கி எழுத்துப் பயிற்சி முகாமைத் தொடர்ந்து வேறேதேனும் முயற்சிகள் மேற் கொள்கிறதா?

– நடராஜன், திண்டிவனம்.

ஆம். அவர்களுக்கு பிப்ரவரி மாதத்தில் ஓவியப் பயிற்சி முகாம் நடத்தத் திட்டமுள்ளது. புதிய கோடாங்கியில் அவர்கள் சிறு அளவில் பங்கெடுத்தும் வருகின்றார்கள். அவர்களது வாழ்வுரிமைப் போராட்டங்களில் புதிய கோடாங்கியும், சித்வாவும் (தென்னிந்திய தலித் எழுத்தாளர் மற்றும் கலைஞர் பேரவை) பங்கேற்கும்.

10. பழங்குடிகளின் வாய்மொழிப் பதிவுகள் எந்நிலை யிலுள்ளன?

– பாண்டி, நெல்லிக்குப்பம்.

மொத்தம் 36 வகை பழங்குடியினர்கள் தமிழ் நாட்டில் வசித்து வருகின்றனர். இவர்களில் தோடர், கோத்தர், பனியர், இருளர், காடர், மலசர், மலைமலசர் இவர்களைப்

பற்றிய பதிவுகள் முடிவடைந்துள்ளன. தொடர்ந்து பிப்ரவரி 6,7 தேதிகளில் கொடைக் கானலில் உள்ள பலியர் இன மக்களுக்கானப் பதிவுகள் நடக்க விருக்கின்றன. சாகித்ய அகாதமியின் உதவியுடன் இவர்களுடைய பதிவுகள் நூலாகத் தொகுக்கப்படும்.

பிப்ரவரி 2004

1. 'கோவேறு கழுதைகள்' போன்ற தலித் விரோத மனப்பான்மையில் எழுதப்பட்ட படைப்புகளைப் பாராட்டும் விதமாக புதிய கோடாங்கியில் கட்டுரைகள் வெளியாகின்றன. இதுபற்றி புதிய கோடாங்கியின் கருத்து என்ன?

– செழியன், நெல்லை.

சுயசாதி விமர்சனம் தலித்துக்கு விரோதமானது என எப்படிக் கூற முடியும். இந்த இதழில் கூட நீலவனின் எதுக்குப் பொய் சொல்லனும்? என்ற சிறுகதை வெளியாகியுள்ளது. குடியானப் பெண்ணுடன் தொடர்பு வைத்திருந்ததற்காக தலித் ஒருவனை உயிரோடு தீ வைத்துக் கொளுத்துகிறார்கள் குடியானவர்கள். வழக்குப் பதிவு செய்யப்பட்டும் தகுந்த சாட்சியங்கள் இல்லாததால் வழக்கு தோற்கிறது. அதை ஈடு கட்ட பிறிதொரு சந்தர்ப்பத்தில் நோய் காரணமாக விஷமருந்திச் சாகும் தலித்தின் சாவை அவன் பெண்ணை சாட்சியாக்கி குடியானவர்கள் செய்த கொலையாக ஜோடிக்க விரும்புகிறது தலித் சமூகம். பொய் சாட்சி சொல்ல மறுக்கிறாள் அந்தப் பெண். இதுதான் கதை. தலித்தல்லாதார் மலம் திணிப்பதும் (திண்ணியம்), மலத்தைக் கரைத்து உடலில் தெளிப்பதும் (மதுரை), உயிரோடு கொளுத்துவதும் (விருத்தாச் சலம்) தொடர்ந்து நடக்கிறது. வன்கொடுமை தடுப்புச் சட்டத்தின் கீழ் பதியப்பட்ட இரண்டாயிரத்திற்கும் மேற்பட்ட வழக்குகளில் வெறும் 7 சதவிகிதமே வெற்றி பெறுகின்றன. தலித்தல்லாதார் கொடுமையும் நிகழ்த்திவிட்டு அரசு துணையுடன் பொய்சாட்சி சொல்லியும், மிரட்டியும் குற்றத்திலிருந்து தப்பிவிடுகிறார்கள். தலித்தல்லாதவரின் நேர்மையற்ற செயல்களுக்கு எதிர் மறையாக ஒரு தலித் பெண் நேர்மையுடன் பொய் சொல்ல மறுக்கிறாள். இது தலித்துக் குணம் என்பதாகத்தான் இச்சிறுகதை கருதுகிறது.

கோவேறு கழுதைகள் நாவலும் உட்சாதிப் பிரிவுகளில் நிலவும் நுட்பமான ஒடுக்கு முறையைக் களைய வேண்டுகோள் விடுக்கிறது.

தலித் சமூகம், தலித்தல்லாதவரைப் பழிவாங்க அனைத்து நியாயங்களையும் வைத்துக் கொண்டுள்ளது என்பதை யாராலும் மறுக்க முடியாது. இதை எதிர்கொள்ள தலித் ஓரணியில் திரண்டு போராடும் அவசியமுள்ளது. முறையாக (கற்பி, கிளர்ச்சிசெய், ஒன்று சேர்) விழிப்புணர்வூட்டப்பட்டு, பயிற்சியளிக்கப்பட்ட இயக்கமே சோதனைகளைத் தாங்கி போராடும் என்பது வரலாற்றுண்மை. அதிமுக, திமுக, பாஜக என பதவி சார்ந்த சந்தர்ப்பவாதத்தைக் கைக்கொள்ளும் இயக்கங்கள் பழிவாங்கல் நியாயத்தைத் தான் வற்புறுத்துகின்றன – நீலவன் சிறுகதையிலுள்ள தலித் சமூகம் போல வெற்றிபெறுவதற்கான போராட்ட உத்திகளை வகுக்காமல், சந்தடி சாக்கில் நுழைந்து பழிவாங்குவது சரி தான் என்று சொல்பவர்களே சுயசாதி விமர்சனத்தை வெறுப்பவர்கள்.

சுயசாதி விமர்சனத்தை தலித் விரோதம் என்று கொள்ளாமல் தொடர்ந்து போராட வலுசேர்க்கும் விதமாகத்தான் கொள்ள வேண்டும். தொடர்ந்த போராட்டமே நமது இலக்கு! சந்தர்ப்ப வாதமல்ல!

2. குரூப் 1, குரூப் 2–வில் 8200 காலியிடங்களை நிரப்பப்போவதாக 13.1.2004 இல் தினசரிகளில் செய்தி வெளியாகியுள்ளது. எஸ்சி எஸ்டி பிரிவில் 6000 காலியிடங்களை நிரப்ப அரசு நடவடிக்கை எடுக்குமா?

–ஜெயலட்சுமி, சென்னை

அதிமுக ஆட்சிக்கு வந்து ஒருவருட காலம் கழித்து ஆறாயிரம் காலியிடங்களை நிரப்ப அரசு ஆணை 44 என்ற ஒன்றை வெளியிட்டது. அதோடு சரி, அந்தக் கோப்பு கிடப்பில்தான் இருக்கிறது இன்னமும்.

3. கவியரசு வைரமுத்துவுக்கு சாகித்ய அகாதமி பரிசு வழங்கியுள்ளது! இது மகிழ்ச்சிக் குரிய செய்தி அல்லவா?

–முருகன், விருதுநகர்

ஆம். இது மனிதர்கள் எடுத்த முடிவல்ல. தேவர்கள் ஒன்றுகூடி வானிலிருந்து அர்ச்சித்தது. எல்லாம் அவர் செயல்.

4. 'மகாமகம்' தேசீய விழாவாகக் கொண்டாட வகைசெய்ய வேண்டும் என மாவட்ட ஆட்சித் தலைவர் வேண்டுகோள் விடுத்துள்ளார். இதன் பின்னணி?

– சிவன், கோயில்குன்றனூர்.

அதிமுகவும், பா.ஜ.க.வும் சேர்ந்து குளிக்கும் தேசீயத் திருவிழா என்பதுதான் பின்னணி!!

5. தொடர்ந்து வன்கொடுமை தடுப்புச் சட்டம் பற்றிய பயிற்சி காவலர்களுக்குக் கொடுக்கப்பட்டு வருவதாக செய்திகள் வருகின்றன. இது நன்மை பயக்குமா?

– தேவன், சென்னை.

இந்தப் பயிற்சியின் போது என்ன சொல்லித் தருகிறார்கள் என்பது போகப்போகத்தானே தெரியும். ஒவ்வொரு முறையும் இதைத் தவறாகப் பயன்படுத்திவிடாதீர்கள் காவலர்களே, என்ற அறிவுரையும் சேர்ந்து பத்திரிகைகள் வெளியிட்டு வருவதை நீங்கள் கவனிக்கவில்லையா?

6. இந்துத்துவ மாய்மாலங்களை (ரதச்சவாரி, செங்கல் பயணம்) தவிர்த்துவிட்டு ராஜஸ்தானத்திலும், மத்தியப் பிரதேசத்திலும், பொருளாதார மேம்பாட்டை பிரச்சாரக் கருவியாக பாஜக பயன்படுத்தியுள்ளது. இதையே தமிழகத்திலும் எதிர்பார்க்கலாமா?

– மேகவன், நன்னிலம்,

பாஜக – அதிமுக கூட்டணி பொருளாதார மேம்பாட்டு சூலங்களைக் கையில் ஏந்தினால் திமுக–காங்கிரஸ் கூட்டணி தமிழிய–இந்துத்துவ கதாயாயுதத்தைக் கையிலேந்தும். இரண்டு கூட்டணிகளும் ஒரு நாணயத்தின் இரு பக்கங்கள் – அவ்வளவுதான்!

7. கேரளா உச்சநீதி மன்றத்தில், பூஜை உள்ள சிவாலயத்தில், தான் பூஜை செய்ய அனுமதி மறுக்கப்பட்டதை எதிர்த்து ஒருவர் தொடுத்த வழக்கில், விதிமுறைகள் தோத்திரங்கள் தெரிந்த எந்த இனத்தவரும் கருவறையில் பூஜை செய்யலாம் என்று

உச்சநீதிமன்றம் துணிச்சலாக தீர்ப்பு வழங்கியுள்ளது. இதுபற்றி எந்த முற்போக்கு இயக்கங்களும் வாய்திறக்காமல் உள்ளது எதனால்?

– கோவிந்தன், திருப்பாப்புலியூர்

இந்துக் கோயிலுக்குள் நுழையாத தலித் பௌத்தர்களுக்கு இது ஒன்றும் பிரச்சனையல்ல. சாதி இந்துக்களான பிற்படுத்தப்பட்டவர்களும் வாளாவிருக்கிறார்களே! பார்ப்பனிய எதிர்ப்பாளர்களான ஒடுக்கப்பட்டவர்கள் இதை முன்னெடுக்க வேண்டிய அவசியம் உள்ளது.

8. எல்.டி.டி.ஈ. ராஜீவ் காந்தியைக் கொன்றதாகக் குற்றச்சாட்டு. வைகோ எல்.டி.டி.ஈ. ஆதரவாளர். தேர்தலில் கூட்டணியில் ஒரே மேடையில் தோன்றும் சோனியாவும் வைக்கோவும் என்ன பேசுவார்கள்?

– மோகன்தாஸ், சேலம்.

பொடா உருவாக்கிய போது உடனிருந்த வைகோ சிறைக்கு வந்ததும் பொடா எதிரியானார். அந்தர் பல்ட்டி அவருக்குத் தெரியாததல்ல. தமிழ், தமிழ் ஈழம் இவற்றையெல்லாம் பதவிக்காகத் தியாகம் செய்ய தயாராகி விடுவார். கவலையை விடுங்கள்! ஆனால் இந்த சோனியா அம்மா இத்தாலியிலோ, ஆங்கிலத்திலோ அல்லது இந்தியிலோ தானே பேசப்போகிறார்? அதை நாசூக்காக மொழிபெயர்த்து விடுவார்கள் தனித்தமிழ்க்காரர்கள். இருவரும் சேர்ந்து ராஜீவ் காந்திக்கு மலர் வளையம் வைத்துவிட்டால் முடிந்தது கதை! உம் காதில்தான் சுற்றப்படும் முழம்பூ!

9. பண்டிகை தவறாது டி.வி.யில் பட்டி மன்றம் நடத்துகிறார்களே, ஏனம்மா, முனிமா?

– ஜவகர், சென்னை.

பண்டிகை நாட்களில் மட்டுமே பட்டி மன்றம் நடத்தவேண்டும் என்ற நியதியிருப்பதால் மகிழ்கிறோம். மீதி நாட்களிலாவது தலைவலி இல்லாமலிருப்போம்!

10. ஜெயா டிவிக்கும் சன் டிவிக்கும் உள்ள ஆறு ஒற்றுமைகளைத் கூறுக.

– சல்லியன், நெய்வேலி.

எதிரும் புதிருமாய் செய்தி வரும் இரண்டு சானல்களுக்கும் ஆறு ஒற்றுமைகளைக் கண்டு பிடிப்பது சிரமம்தான். எனினும் முயற்சி செய்தோம். இரண்டுமே 'பொடி' வைத்து செய்தி வாசிக்கும். இரண்டுமே கடிக்கும். கண்ணீரும் கம்பலையுமாகப் பெண்கள். இரண்டிலும் மிகுந்திருக்கும் பார்ப்பனர்கள். தலித்துகளை இருட்டடிப்புச் செய்பவர்கள் இரண்டினாலும் சமுதாயத்திற்கு எந்தப் பிரயோசனமும் இல்லை. என்ன, போதுமா?

11. அரசு ஊழியர்கள் கதை எழுதக்கூடாது என்று அரசு விதி எழுதப்பட்டுள்ளது. கதை கூடவா எழுதக்கூடாது?

– வீரன், புதுப்பட்டினம்,

ஒன்றும் தெரியாத அப்பாவி போல் கேட்கிறீர்கள்?! இலக்கியம் மனித விடுதலையைத் தான் முன் வைக்கிறது என்று நீங்கள் வேண்டுமானால் நம்பிக் கொண்டிருக்கலாம். ஆனால் நமது எழுத்தாளர்கள் இலக்கியத்தை அதிகாரமாகவல்லவா நினைக்கிறார்கள்! பிறகு அது வியாபாரமும்தானே! அதிகாரமும் வியாபாரமும்தானே அரசு! தனது அதிகாரத்தை கதை என்ற பெயரில் கூட யாருடனும் பகிர்ந்து கொள்ள அது விருப்பப் படவில்லை என்பது தான் இந்தத் தடைக்குக் காரணம். கதை கிதை என்று வருபவர்களைச் சற்று ஏற இறங்கப் பார்த்து அவதானியுங்கள் ஐயா!

12. வெளிநாட்டு சோனியா பிரதமராகலாமா?

– குமார், பாண்டிச்சேரி

இந்நாட்டில் தலித்துகள் மட்டும் பிரதமராகக்கூடாது என்று எழுதப்படாத சட்டம் உள்ளது.

மார்ச் 2004

1. "சாதி, மதம், குடும்பம் (பாலியல்), சுரண்டல் பொருளாதாரம் ஆகியவற்றை நிர்மூலமாக்குகின்ற அரசியல் நிலைப்பாடு எடுத்து, இனியொரு சாதியோ, மதமோ, குடும்பமோ, சுரண்டலோ உருவாகாதபடி செயல்படுவதையே தலித் இலக்கியம் எனலாம். இத்தகைய அரசியலை மேற்கொண்ட,

கருத்தியல் ரீதியில் தலித்துகளான அனைவராலும் இத்தகு தலித் இலக்கியத்தைப் படைக்க முடியும்" என்று சமீபத்தில் வெளியாகியுள்ள 'தலித்திய விமர்சனக் கட்டுரைகள்' என்ற புத்தகத்தில் தலித் சிந்தனை யாளராகிய ராஜ் கௌதமன் கூறுகிறார். புதிய கோடாங்கியின் நிலைப்பாடு என்ன?

– துரைப்பாண்டியன், மேலூர்.

இலக்கியம் என்பது அரசியல். தலித் இலக்கியம் என்பது ஒடுக்கப்பட்டோரின் அரசியல். சாதி, மதம், குடும்பம் (பாலியல்), சுரண்டல் பொருளாதாரம் ஆகியவற்றை நிர்மூலமாக்குகின்ற அரசியல் நிலைப்பாடு என்பதை யார் வேண்டுமானாலும் எடுக்க முடியும் என்பது ராஜ் கவுதமனின் வாதம். இவை சூழல்களால் கட்டுப்படுத்தப்படாது கருத்தியல் ரீதியாக முன்வைக்கப்பட முடியும் என்பது அவரது நம்பிக்கை. இப்படிப் பட்ட தத்துவம் என்று ஒன்றிருக்க நடைமுறை என்பது வேறாக உள்ளது.

ஒரு கொலையாளி எவ்விதத் தடயங்களும் இல்லாது கொலைகளைச் செய்யமுடியும் என்று நாம் நம்புவோமானால் ராஜ் கௌதமனின் கூற்றையும் நம்பலாம். கொலையாளியின் சூழலும், மனநிலையும், கொலைக் கருவிகளும், பிணங்களும் ஒரு கொலை நிகழ்த்துதலில் சம்பந்தப்பட்டுள்ளவைகள். குற்றவியல் துறையும் தடயவியல் துறையும் முறையாகச் செயல்பட்டால் கொலையாளியை இனங்காணுவது சிரமமான காரியமல்ல.

வாழ்க்கையின் தடயங்களற்ற புனைவுகளும், அரசியல் நிலைப்பாட்டிலான வெற்றுப் பிரச்சாரங்களும் துரதிர்ஷ்ட வசமாக இலக்கியம் எனக் கருதப்படுமேயானால் நாமும் ராஜ் கௌதமனை ஏற்றுக்கொள்ள வேண்டியவர்களாவோம். இலக்கியம் புனைவு என்றாலும் வாழ்க்கை புனைவல்ல என்ற நிலையில் தலித்துகள் மட்டுமே தலித் இலக்கியம் படைக்க முடியும் என வாதிட விரும்புகிறோம். உங்கள் வாழ்சூழலும் வாழ்க்கை – இலக்கியம் பற்றிய புரிதலும் இவ்விரண்டு நிலைப்பாடுகளையும் சீர்தூக்கிப் பார்க்க உதவலாம். முயற்சி செய்யுங்கள்.

2. புதிய கோடாங்கி இம்முறை காதலர் தினம் பற்றி எந்தச் செய்தியும் வெளியிடவில்லையே. ஏன்?

—அமீர், நாமக்கல்.

தொழிற்சாலைகளில் வர்ணங்கள் பூசப்பட்டு கவனமாகத் தயாரிக்கப்பட்ட வாழ்த்து அட்டைகளும், காதலர்கள் ஒருவருக்கொருவர் பரிசளிக்க உலகமய நிறுவனங்கள் கடைகளில் குவித்துவிட்ட பரிசுப் பொருள்களும், பார்க்காமலேயே, சொல்லாமலேயே காதல் என்று பலகோடி செலவில் தயாரிக்கப்பட்ட படங்களும், காதலர் தினத்தை விமரிசையாக விற்றுக் கொண்டிருந்தபோது, நூறு வருடங்களுக்கு முன் கொடைக்கானல் பழங்குடிகளான பலியர்கள் வணங்கி வந்த மாயாண்டி எனும் கோழி ரத்தம் குடித்த தெய்வம் மறைந்து, அவ்விடத்தில் மஞ்சள் குங்குமம் சந்தனம் மட்டுமே ஏற்றுக்கொள்ளும் பலிச்சி எனும் வெஜிடேரியன் அம்மன் வந்துவிட்டது ஏன், அவர்கள் இருவருக்கும் என்ன தொடர்பு என்ற ஆராய்ச்சியில் ஈடுபட்டிருந்தோம் கொடைக்கானலில்.

3. மகளிர் தினம் ஒட்டிய விசேஷ மலர் வெளியிடுவீர்களா?

—பரிமளா, சென்னை 55.

நித்தம் நித்தம் நெல்லுச் சோறு, நெய் மணக்கும் கத்தரிக்காய், நேற்று வைத்த மீன் குழம்பு... புதிய கோடாங்கி தலித்திய பெண்ணிய இதழ்தான் எப்போதும்.

4. முனிமா, தேர்தலில் வெற்றி வாய்ப்புகளை அலசுங்களேன்!

– பன்னீர், மதுரை.

தலித் அணி : சரத் யாதவின் அம்பு வருகிறது தமிழகத்திற்கு!! இந்த ராம லஷ்மணர்களின் பாணம் எந்தப் பொய் மானை வீழ்த்தப்போகிறது?

அதிமுக: பலிஞ்சடுகுடு, கபடிக் கபடி...கபடிக்..... அரசு ஊழியர்களைத் திரும்ப வேலையில் சேர்த்துக் கபடி... பிராணிவதைச் தடுப்புச் சட்டம் வாபஸ் வாங்கியது கபடி.... தேர்தலில், வாக்காளர்களுக்கு அவித்த முட்டையும், வறுத்தக் கோழியும் கொண்டா கிடா பிரியாணி கபடி.... எஞ்சியுள்ள பொடா, எஸ்மா, மதமாற்றத் தடைச்சட்டம் தவறி விழுந்த கிழட்டாணைக் கபடி.... கபடிக், கபடிக் கபடி....

திமுக: ஒரு குடம் தண்ணி எடுத்து (அரசு ஊழியர் விவகாரம்) ஒரு பூ பூத்தது. இரண்டாவது குடம் தண்ணி எடுத்து (பிராணி வைதைத் தடுப்புச் சட்டம்) ரெண்டு பூ பூத்தது. தொடர்ந்து குடம் குடமாய் தண்ணீர் ஊற்ற ஆளிருக்கும் போது வெற்றிப் பூக்களுக்கு ஏது பஞ்சம்? காற்றுப் போக்கில் தூற்றிக் கொள்ளும்.

மதிமுக: பொடாத் தேனெடுத்தவன் புறங்கை நக்குவது போல இரண்டு சீட்டு விழத்தானே செய்யும்.

பாமக & பாஜக : ரிசர்வ் தொகுதி வேட்பாளருக்கு ஆள்புடிக்க அலையுறாங்கப்போவ்.... தலித்துகள் ஜாக்கிரத்தை.

காங்கிரஸ்: கிராக் ஜேக்; *பிப்டி *பிப்டி,

ஆக மொத்தம் தலித் விரோத சக்திகளே வெற்றி பெறும்.

5. பெரியார் நாடகம் நடத்துகிறார்கள், நீங்கள் பார்த்தீர்களா? உங்கள் கருத்தை அறிய ஆவலாய் இருக்கிறோம்.

– அய்யாவு, விழுப்புரம்.

தமிழகத்தில் பெரியார் நாடகம்தான் கடந்த நாற்பது ஆண்டுகளாக ஓடிக்கொண்டிருக்கிறது. அம்பலத்தில் ஆடியதை அறையில் அடக்கி வாசிக்கிறார்கள். இதைப் போய் மெனக்கெட்டு பார்க்க வேண்டுமா?

6. தலித் குலத்திலிருந்து தனது குடும்பத்துக்கு பெண் எடுத்த கலைஞர், சம்பந்தி இனத்தவர்களுக்கு இதயத்தில் மட்டுமே இடம் என்கிறார். இது ஏன்?

– மாதவி, அறந்தாங்கி மாறன்,

தயாநிதி, கலாநிதி, ஸ்டாலின், அழகிரி என்று நாட்டுக்காக தியாகம் செய்தவர்களை அரசியல் பீடங்களில் அமர்த்தியபின் தலித் சம்பந்திகள் அவரின் இதயத்தில் மட்டுமே இருக்க முடியும். மிகப் பரந்த நோக்கம் கொண்ட கலைஞரை குறுகிய குடும்பப் பாசத்தோடு முடிச்சிட நினைக்கீறீர்கள், இது அடுக்குமா?

7. ராம்விலாஸ் பாஸ்வான் காங்கிரஸிடமிருந்து அழைப்பை எதிர்பார்த்து வீட்டிலேயே முடங்கிக் கிடப்பதாக செய்தி வந்துள்ளது. பிரதமர் கனவு கண்டு கொண்டிருந்த அவரை இந்த நிலைமைக்கு ஆளாக்கியது எது?

–தாமு, சிவகங்கை.

தமிழ்த் தேசம், தமிழ்ப்பெயர் மாற்றம் என்று பீரங்கிக் கணக்கில் வெடித்துக் கொண்டிருந்தவர்களுக்கெல்லாம் பிச்சை பாத்திரம் கொடுத்து ஆல் இன்டியா யாத்திரைக்கு சரத் யாதவின் சின்னத்துக்கு எது துரத்தியதோ, அதுவே ராம்விலாஸ் பாஸ்வானையும் அடித்து உட்கார வைத்திருக்கிறது. தலித் மக்களே இனியாவது விழிப்பாயிருங்கள்!

8. அருந்ததியர் விடுதலை தலித் விடுதலையிலிருந்து தனியானதா?

–செல்வம், சென்னை.

ஏனைய தலித் சமூகத்தைக் காட்டிலும் கல்வியிலும் பொருளாதாரத்திலும் பின் தங்கியவர்கள் அருந்ததியர்கள். இட ஒதுக்கீட்டில் உள் ஒதுக்கீடு கேட்கும் அவர்களின் பிரதான கோரிக்கை முற்றிலும் நியாயமானது, எனினும் அரசு சார்ந்த நிறுவனங்களில் வேலைவாய்ப்புக்களே இல்லாத சூழ்நிலையில் இப்பிரதான கோரிக்கை மூலம் பெறக்கூடியது மிகச் சொற்பமே. நாமக்கல், சேலம், ஈரோடு, கோயம்புத்தூர் என தமிழகத்தின் மேற்குப் பகுதியில் அதிகம் உள்ளவர்கள் அருந்ததியர்கள். தனியார் துறையில் ஒதுக்கீடும், பகுதி சார்ந்த கோரிக்கைகளை முன் வைத்து அதிக நிதி ஒதுக்கீடு கேட்டு போராடுவதும், தலித்துகளின் ஒட்டுமொத்த விடுதலைக்கும் அருந்ததியர் விடுதலைக்கும் வழி வகுக்கும். சாதியின்பாற்பட்ட ஒடுக்குமுறையும், அருந்ததியினருக்கும் தலித்தல்லா தாருக்குமான ஆண்டான் – அடிமை உறவு முறையும்தான் அவர்களை பிற தலித்துகளோடு ஒன்றிணைக்கும் காரணி. சாதிய ஒடுக்கு முறை எல்லா தலித்துகளுக்கும் பொதுவானது என்பதை ஏற்றுக் கொள்ளும் பட்சத்தில் பிற தலித்துகளோடு இணைந்து போராடுவது தவிர்க்க இயலாதது. அதே சமயத்தில் பகுதி சார்ந்த செயல்பாடுகள் மூலம் அருந்ததியர்கள் என தனி இருப்புக்கான அங்கீகாரமும் (அருந்ததியர்கள் விரும்பும் பட்சத்தில்) கிடைக்கும்.

9. ராஜாஜியை பார்ப்பன அரசியலின் பிரதிநிதியாகக் கருதுபவர்கள் ஜெயலலிதாவை திராவிட அரசியலின் பிரதிநிதியாகக் காண்கிறார்கள். இது ஜெயலலிதாவின் வெற்றியா அல்லது திராவிட அரசியலின் வெற்றியா?

– பாபு, மிருதாங்கூர்.

ராஜாஜி காலத்தில் பார்ப்பனர் திராவிடர் என்ற பிரிவுகள் கூர்மையாக இருந்தன. பார்ப்பனியம் திராவிட அரசியலில் ஊடுருவி கலந்து இந்துத்துவ சக்தியாக விளங்குகிறது. இது ஜெயலலிதா அல்லது திராவிட அரசியலின் வெற்றியல்ல. பார்ப்பனியத்தின் வெற்றி. ஈ.வெ. ராவின் பார்ப்பன எதிர்ப்பு ஆயுதம் பார்ப்பனர்களும் தலித்தல்லாதார்களும் அதிகாரத்தைப் பங்கிட்டுக் கொள்ள வழிவகுத்தது.

10. பெரியார் தலித்துகளுக்கு எதுவுமே செய்ய வில்லையா?

– மணி, ஈரோடு.

தாழ்த்தப்பட்ட தலித் சமூகத்தின் பல தலைவர்கள் ஈ.வெ.ராவுக்கு முன்பும் பின்பும் தொடர்ந்து போராடியிருக்கிறார்கள். ஆகையால் ஈ.வெ.ராவை தலித்துகள் எதிர்பார்த்துக்கொண்டிருக்கவில்லை. ஆனால் தலித்துகளின் பார்ப்பன எதிர்ப்பை தமதாக்கியதோடு மட்டுமல்லாது, பொது எதிரியைக் காட்டி திராவிட அரசியலில் தலித்துகளின் தனி இயக்கங்களைக் கரைத்து தலித்தல்லாதாருக்கு அதிகாரம் தேடித்தந்தவர் ஈ.வெ.ரா. தலித்துகள் தனி இயக்கமாவதன் அவசியம் முப்பதாண்டுகளுக்குப்பிறகே உணரப்பட்டது. இந்தத் தாமதம்தான் ஈ.வெ.ரா. தலித்துக்கு செய்தது.

ஏப்ரல் 2004

1. சினிமா நடிகர்–நடிகைகள் தேர்தல் காலங்களில் அரசியலில் குதிக்கிறார்கள். அரசியல் என்பதும் மக்கள் பணி என்பதும் கேலிக் கூத்தாகி வருகிறது. முனிமாவின் கருத்து என்ன?

– துரை, வேலூர்.

அரசியல் என்பது எல்லோருக்குமானது. கரை வேட்டிகளுக்கு மட்டும் ஒதுக்கீடு செய்யப்பட்டதல்ல. சிலர் முழுநேரத் தொழிலாகவும், சிலர் பகுதிநேரத் தொழிலாகவும் கருதுகிறார்கள். பகுதிநேரத் தொழிலாளிகள் தான் நடிகர் நடிகையர்கள். அரசியல் என்பது சமூகமாற்றம் என்பதிலிருந்து வெகுதூரம் விலகி பதவி அதிகாரம் என்ற அச்சாணியிலேயே சுழல்கிறது. படவாய்ப்பு இல்லாதவர்கள் அரசியலில் குதிக்கிறார்கள், மக்களை இந்த மாயையிலிருந்து மீட்டெடுக்க

தீவிர களப்பணி தேவைப்படுகிறது. வாய் புளித்ததோ மாங்காய் புளித்ததோ என்று கேள்வி மட்டும் கேட்டு விட்டு வாளாவிருந்துவிட வேண்டாம். பொறுப்புள்ளவர் களாக நாம் செயல்பட வேண்டுமென்றால் களப்பணியில் முழு மூச்சாக இறங்கி சினிமாவையும் பதவி அரசியலையும் கட்டுடைக்க வேண்டிய அவசியமுள்ளது.

2. சன் டி.வி–யில் இந்துத்துவத்திற்கு தொண்ணூற்றி ஐந்து சதவிகித ஒதுக்கீடு உள்ளது. இதைப் பற்றி யாரும் கவலை கொள்வதில்லை. இந்நிலை மாற என்ன செய்ய வேண்டும்?

– ஜான், மதுரை.

இந்துத்துவம் இன்றைய வியாபாரச் சரக்கு. வாங்குபவர் களுக்கும் விற்பவர்களுக்குமான மலிவுச் சந்தை. சன் டி.வி. என்ன எல்லா சேனல்களுமே அப்படித்தான்! சிந்தனையற்ற சமூகத்தின் அழுகல் வெளிப்பாடுகள்! இந்துத்துவத்திற்கான மாற்றுச் சிந்தனைகள் ஆழமாக வேரூன்றினால்தான் நிலைமை மாறும்.

3. தலித் – பிற்படுத்தப்பட்டோர் ஒற்றுமையில் முனிமாவுக்கு அக்கறை இருப்பதாகத் தெரியவில்லை. காரணம்?

– மாயன், விழுப்புரம்.

சமத்துவமே ஒற்றுமையின் அடிப்படை என நம்புகிறோம். சாதியத்தையும் பார்ப்பனியத்தையும் விட்டு எப்போது பிற்படுத்தப்பட்டவர்கள் வெளியேறுகிறார்களோ அப்போதுதான் ஒற்றுமை ஏற்பட வழியுள்ளது. அதற்கான வழிகளைத்தான் இப்போது மேற்கொண்டு வருகிறோம்.

4. நான் இந்த நாட்டை மிகவும் நேசிக்கின்றேன். மதவாதம் – சாதியம் இந்நாட்டின் ஒற்றுமையை அச்சுறுத்துகிறது. இதனால் நான் பெரிதும் கலக்க மடைகின்றேன். தீர்வு என்ன?

– ஜெயப்பிராஷ், சென்னை.

தீவிரவாதம் என்ற பெயரில் பெரும்பான்மையிலுள்ள இந்துத்துவம் இந்நாட்டின் பன்முகத்தன்மையை சீர் குலைத்துள்ளது. சிறுபான்மை யினரும் தலித்துகளும் ஒடுக்கப்படுகின்றனர். இந்துத்துவம் சாதியின்வேர். இந்துத்துவத்தைக் கருவறுப்போம் என்றவர்கள் பார்ப்பனர்களை

விரட்டிவிட்டு ஆட்சியைப் பிடித்து இந்துத்துவத்தை ஆழமாக வேரூன்றச் செய்துள்ளார்கள் தலித்துகளை முதன்மைப் படுத்தும் மக்கள் இயக்கமே மதவாதம் – சாதியம் ஒழிந்து சமத்துவமும் சகோதரத்துவமும் வளர வாய்ப்பளிக்கும். அப்படிப்பட்ட மக்கள் இயக்கத்தோடு உங்களை பிணைத்துக் கொள்ளுங்கள்.

5. பக்தி மணம் கமழும் விசுவின் அரட்டை யரங்கத்தை சன் டி.வி. வெகு விமரிசையாகப் படையல் வைக்கிறது. நீங்கள் விசுவின் அரட்டை அரங்கத்தைப் பார்த்ததுண்டா?

–வீரன், செங்கை.

ஒரு சில சந்தர்ப்பங்களில் பார்க்க நேர்ந்தது. அப்போது காக்கை எச்சம் விழுந்தது போல் உணர நேரிட்டது. இந்துத்துவ துர்நாற்றத்தை பக்தி மணம் என்றுரைக்கும் உங்கள் கிண்டல் புரிகிறது. ஆழமற்ற, மேம்போக்கான, அதே நேரத்தில் வியாபாரத்தில் குறிவைத்த விசுவின் போக்கு ஏற்கனவே சினிமாவில் அரைத்த மாவுதானே!

6. சோனியா இந்நாட்டின் மருமகள். மருமகளிடம் சாவிக்கொத்தை ஒப்படைக்க வேண்டிய நேரம் வந்து விட்டது என்று பா.ம.க. ராம்தாஸ் கூறியிருப்பது சரிதானா?

– கௌரி, நெல்லை.

கொடுக்கல் – வாங்கல் தான் அரசியல் என்கிறாரோ? ஆமாம், சோனியா மருமகளிடம் வரதட்சணை ஏதும் வாங்கிவிட்டாரா? தகவல் தெரிந்தால் சொல்லுங்களேன்!

7. காஷ்மீர் முதல் கன்னியாகுமரி வரை இந்துத்துவம் என்பதை நமது ஒற்றுமையின் அறிகுறியாக பார்க்க வேண்டாமா?

– மணி, ராணிப்பேட்டை.

காஷ்மீர் முதல் கன்னியாகுமரி வரை வறுமையும்தான் பரவியிருக்கிறது.

8. ஒற்றுமை என்பது ஒடுக்குமுறையற்ற சமத்துவமும் பன்மைத் தன்மைகளைப் புரிந்து அனுசரிப்பதும் தலித்தல்லாதார் தலித்துகளைப் பற்றி எழுதுவதும் தலித் இலக்கியம்தான், அதை தலித் இலக்கியமாக அங்கீகரிக்க வேண்டும் என்ற கோரிக்கை எதனால் எழுகிறது?

– ராஜதுரை, மாயவரம்.

திராவிட அரசியல் அதிகாரத்தைக் கேள்வி முறையின்றி இந்த ஐம்பது வருட காலம் ஏற்றுக் கொண்டதைப் போல, பெரியாரிஸ்டுகளின் சாதி ஒழிப்பு பம்மாத்தை இதுவரை நம்பியது போல, தலித்தல்லாதார் பெரிய மனது பண்ணி தலித்துகள் மீது கொண்டுள்ள இரக்கத்தைப் பதிவு செய்யும் காகிதக் கறைகளையும் தலித் இலக்கியம் என அங்கீகரிக்கக் கோரிக்கைகள் வைக்கிறார்கள். அதையும் வசமாக மாட்டிக் கொண்ட தலித்துகள் மூலமாக வைக்கிறார்கள்.

சகமனிதன் மீது கொள்ளும் கழிவிரக்கமும், கையாலாகாத்தனத்தால் வழியும் கண்ணீருமே படைப்பாற்றலென்றால், அதைக் காசாக்கும் அதிகாரமாக்கிக் கொள்ளும் அவசரம் ஏன்? அவர்களது கோரிக்கை அதிகாரம் பாற்பட்டது.

9. அனுபவம்தான் படைப்பா? செத்தால் தான் சுடுகாடு தெரியும் என்கிறார்கள் – அப்படியானால் செத்தால் தான் சுடுகாட்டைப் பற்றி எழுத முடியும் என்பீர்களா?

– பாலு, சேலம் ஐயா.

நீங்கள் சாகாமலே சுடுகாடு செல்ல விரும்பினால், பாடைக்கு ஆர்டர் கொடுத்து விடலாம். சாகாமலே சுடுகாட்டில் இருப்பவர் வெட்டியான் ஒருவர்தான். அவருக்குத்தான் சுடுகாட்டைப் பற்றிப் பூராவும் தெரிந்திருக்கும். அவர் எழுதட்டும். அல்லது அவர் சொல்லச் சொல்ல நீங்கள் எழுதுங்களேன், அப்படியே வரி பிசகாமல்!

அது சரி, அந்தப் பழமொழிக்கு நீங்கள் சொல்லும் அர்த்தம் அதுதானா? பிறப்பும் இறப்பும் ரகசியம். அறிந்தவர் யாருமில்லை. இதைத்தான் கவித்துவமான பழமொழியில் சொல்லியிருக்கிறார்கள் என்று நான் நினைக்கிறேன். தெரியாததைப் பற்றி எழுதுவதெல்லாம் கற்பனையே. பசி கற்பனையல்ல. கற்பனையை கற்பனையாக முன்வைப்போம். கற்பனையும் உண்மையும் சந்திக்கும் புள்ளிகளை நோக்கி பயணம் செய்வோம். நமது அனுபவங்களோடு நின்று போவதல்ல படைப்பு. மாறாக, அனுபவ வெளியில் காரண காரியங்களை ஆய்வு செய்து தான் உட்பட அனைத்தையும் கேள்விக்குட்படுத்துவதே படைப்பு.

10. தலித்துகள் தான் தலித்துகளைப் பற்றி எழுத வேண்டும் அல்லது பெண்கள் தான் பெண்களைப் பற்றி எழுதவேண்டும் என்றால் மானுடந் தழுவியது இலக்கியம் என்பது சாத்தியமில்லையே? அப்படியென்றால் அந்தந்தச் சாதியைச் சேர்ந்தவர்கள் அந்தந்தச் சாதி இலக்கியம் படைக்க வேண்டுமா?

–அழகன், பாளையங்கோட்டை.

பெண்ணிய எழுத்துக்கள் ஆணாதிக்க சமூகத்தை கேள்விக்குட் படுத்துகின்றன. ஆயிரக்கணக்கான ஆண்டுகள் அடிமை நிலைக்குத் தள்ளப்பட்ட பெண்கள் தங்கள் அனுபவங்களோடு படைப்புகளை முன்வைக்கும் போது ஆணதிகாரம் தகர்க்கப்படுகின்றது. அதே போல் தலித்துகள் சாதிய சமூகத்தைக் கேள்விக்குட்படுத்துகிறார்கள். இவ்வெழுத்துக்கள் சமூக சமத்துவத்தை நோக்கமாகக் கொண்டவை. இவை மானுடந்தழுவியவை. அந்தந்தச் சாதியைச் சேர்ந்தவர்கள் சாதி விழுமியங்களையும் முன்னோர் பெருமைகளையும் எழுதிக் குவித்த குப்பைகளை மீறி, தன் சாதியின் இருப்பு எவ்வாறு தலித்துகள் மீதும் பெண்கள் மீதும் ஒடுக்குமுறையையும் வன்முறையையும் கட்டவிழ்த்துள்ளது என்பதைப் படைக்க முன்வந்தால் அது மானுடந்தழுவியதாக இருக்கும்.

11. அந்தக்கால சிரிப்பு நடிகர் சோவுடன், அரசியல் ஆன்மீக கிச்சடி செய்ய, இந்தக் கால சிரிப்பு நடிகர் எஸ்.வி. சேகர் கைகோர்த்துக் கொண்டுள்ளார். இருவரும் பிராமணர்கள் என்பதுதான் இதற்குக் காரணமா?

– தேவன், தோப்பூர்.

பொருளற்ற அவர்களின் பிதற்றலுக்கு வெடிச்சிரிப்பு சிரிக்கும் சினிமா ரசிகர்கோஷ்டி குறைந்து விட்டது. அதனால் அரசியல் ஆன்மீக இரட்டைக் கோமாளிகளாக வலம் வருகிறார்கள். தலையிலடித்துக் கொண்டே சிரித்து வையுங்கள்.

12. சேரனின் ஆட்டோகிராப் பார்த்தீர்களா? நான் சமீபத்தில் பார்த்த நல்ல படம் இது!

– ஜெயலட்சுமி, சென்னை.

நல்ல படம்....ம்.. வெல்லம் போட்டுருக்காக்கும்! நல்ல படம் நல்ல படம்னு உங்களை மாதிரி சிலர் சொல்லி

அந்தப் படம் பார்க்கப் போனேன். ஆமாம், இந்தச் சேரனைக் காதலித்த பாவத்திற்காக ஒருத்தி எந்த அடையாளமுமில்லாம (கமலா), படிக்காம, சராசரியா இருக்கா. இன்னொருத்தி விதவையாயிடுறா! கிளி மாதிரி பொண்ணுக்கு வெள்ளைப் புடவையைக் கட்டி திருநீறு பூசி மீராக் கணக்கா கையில் வாத்தியத்தைக் கொடுத்து அழகு பாக்குறாரு. இதெல்லாங்கூட எங்கோ நூத்துல ஒண்ணுன்னு நம்பிடலாந்தான். ஆனா இதே ஆட்டோ கிராப் பாணியில, சேரன் இடத்தில ஒரு பொண்ணு ரெண்டு பேரை லவ் பண்ணிட்டு, பிறகு எந்த உறுத்தலு மில்லாம மூணாவதா ஒருத்தனைக் கல்யாணம் பண்ண முடிவு பண்ணி கல்யாண நோட்டீஸ் எடுத்துக்கிட்டு பழைய காதலர்களைத் தேடி டூர் போறதாவும், பிறகு ஜாம் ஜாம்மு கல்யாணம் பண்ணிக்கிற மாதிரியும் எடுக்க முன் வருவாரா?

மே 2004

1. தொடர்ந்து காங்கிரஸ் கட்சி நேரு குடும்பத்தையே பிரதானப்படுத்தி அரசியல் நடத்துவது சரிதானா?

– பாலன், தேனி.

காஷ்மீர் ரோஜா வண்ணமும், நீண்ட மூக்கும், கன்னங்குழியும் சிரிப்பும், தேர்தல் நேரங்களில் ஏழை பாழைகளைக் கட்டித் தழுவும் தந்திரமுமே நேரு குடும்பத்தின் அஸ்திரங்களாக பிரயோகிக்கப் படுகின்றன. இவற்றுக்குப் போட்டியாக பா.ஜ.க–வும் நடிக நடிகைய மைதா முகங்களையும் பிளாஸ்டிக் சிரிப்பையும், சதைத் தினவையும் முன்னிலைப்படுத்தத் தவறவில்லை. அடிமைகள் விழித்தெழுந்து போராடும் வரை இப்படிப்பட்ட நான்சென்சுகள் தொடர்வது நம் தலைவிதி!

2. தேர்தல் முடிவதற்கு முன்பாகவே, முதற்கட்ட வாக்குப் பதிவுகள் முடிந்ததையொட்டி பத்திரிக்கைகள் கருத்துக் கணிப்பு வெளியிடுவது சரிதானா?

– குமார், பம்மல்.

தலைமைத் தேர்தல் ஆணையம் இதைக் கண்டித் துள்ளது. ஆனால் என்ன ஒற்றுமை பாருங்கள், எல்லாப் பத்திரிகைகளும் போட்டி போட்டுக் கொண்டு முதற்கட்ட

வாக்குப் பதிவையொட்டி பாஜ.க. வெற்றி வாய்ப்பை உறுதிப்படுத்தியிருப்பதை! பத்திரிக்கைகள் யாவும் பார்ப்பனர் கையிலிருப்பதும், அவர்களது அபிலாஷையே அதில் வெளிப்பட்டிருப்பதும் தான் நாம் தெரிந்துகொள்ள வேண்டியது. தோற்கும் கட்சிகளுக்கு மக்கள் வாக்களிக்க விரும்ப மாட்டார்கள் என்பதையொட்டி இக்கருத்துக் கணிப்பு திணிக்கப்படுகிறது. ஆனால் பா.ஜ.க–வே நம்பிக்கையிழந்து, அறுதிப் பெரும்பான்மை எந்தக் கட்சிக்கும் கிடைக்காது, ஆகையால் நாங்கள் எந்தக் கட்சிகளுடனும் கூட்டணிக்குத் தயார் என்று அறிக்கை விட்டுக் கொண்டிருக்கும் போது பத்திரிக்கைகள் பா.ஜ.க–வுக்குப் பெரும்பான்மை கிடைக்கப் பாடுபடுவதை எப்படி எடுத்துக் கொள்வது?

3. இந்தியா டுடே ஆங்கிலப் பத்திரிக்கை முதல்வர்களில் மிகச்சிறந்த வராக ஒரிஸ்ஸா முதல்வரையும், மிக மோசமானவராக ஜெயலலிதாவையும் கூறியுள்ளனர். இது ஏற்கக் கூடியதா?

– ராமன், சென்னை.

ஜெயலலிதா பத்திரிக்கைக்காரர்களை, மதிப்பதில்லை என்பதும் அவர் மோசமானவர் என்பதற்கு காரணமாகக் கூறப்பட்டுள்ளது. ஒருவேளை பத்திரிகைகளுக்கு பசை போட்டுக்கொண்டிருந்தால் அவர்களது கணிப்பு மாறியிருக்கலாம் கூட. தலித் நோக்கில் சிறந்த முதல்வர் என்று யாரையும் கூறுவதற்கில்லை. இனி மேல் தான் உருவாக வேண்டும்.

4. தேர்தலில் போட்டியிடும் சில சுயேட்சை நபர்கள் டெபாசிட் தொகை யை ஒரு ரூபாய் சில்லறையாகக் கொண்டுவந்து கொட்டினார்கள் என்று சன் டி.வி. செய்தி வெளியிட்டது. இதிலிருந்து நீங்கள் புரிந்து கொண்டது என்ன?

– நெல்சன், சென்னை .

மக்கள் கவனத்தை ஈர்க்க சில்லறை புத்தியும் ஒரு யுத்தி என்று அவர்கள் கருதியிருப்பதுதான் அதில் வெளிப்பட்டுள்ளது.

5. தனக்கு ஆங்கிலம், ஹிந்தி, தமிழ் மற்றும் தெலுங்கு தெரியும், எனவே அனைத்து மொழிகளிலும் மக்களுடைய

கோரிக்கைகளை சட்ட மன்றத்தில் பேச முடியும் என்று நடிகை ரோஜா பிரச்சாரம் செய்து வருகிறார். மக்கள் நலனில் உள்ள ஈடுபாட்டின் காரணமாகத்தான் இம்மொழிகளைக் கற்றுக் கொண்டாரா?

– ராசாத்தி, செங்கல்பட்டு.

அகப்பை எவ்வளவு நேரம் குழம்பில் ஊறினாலும் அதற்கு குழம்பின் ருசி தெரியாது. முதலில் அவர் மக்களின் மொழியைக் கற்றுக் கொள்ளட்டும். எழுதிக் கொடுத்த வசனங்களைப் பேசுபவர்களும், தெரியாத மொழிக்கு வாயசைத்து நடிப்பவர்களும் சட்டமன்றங்கள் செல்வது அங்கு கால்ஷீட் ரேட்டைக் கூட்டிக் கொள்ளத்தான்

6. புதிய கோடாங்கி பரவலாக செல்கிறது என்பதை அறிந்து மகிழ்ச்சி கொண்டேன். என் நண்பர்களுக்கு புதிய கோடாங்கி கொடுத்து படிக்குமாறு ஊக்கப்படுத்தி வருகிறேன். பட்டி தொட்டிகளெல்லாம் புதிய கோடாங்கியை சென்று சேர்க்க என்ன முயற்சி செய்து வருகிறீர்கள்?

– பழனிச்சாமி, மதுரை

புதிய கோடாங்கியை எழுத்தாளர்கள், தலித் இலக்கிய வாசகர்கள் மற்றும் அம்பேத்கர் மன்ற சங்க உறுப்பினர்கள் என்ற எல்லையைத் தாண்டி எழுதப் படிக்கத் தெரிந்த அனைத்து தலித்துகளுக்கும் சென்று சேர்க்க முகாம்களும், பொதுக் கூட்டங்களும் உதவி புரிகின்றன. உங்கள் உதவிக்கு நன்றி.

7. ரஜினிகாந்த் என்ன செய்து கொண்டிருக்கிறார்?

– பாலன், விழுப்புரம்.

ம்... யார் நடிகர் ரஜினிகாந்தைத்தானே கேட்கிறீர்கள்? அவர் பாபா படத்தோடு சமாதியாயிட்டாரே! கோடையில் வடாம் போடவேண்டும் என்று லதா மாமி தன் ஆத்துக்காரருக்கும், ஒய்.ஜி.மகேந்திரன் தன் அத்திம்பேருக்கும் சொல்லிக் கொடுத்திருக்கலாம். அடைமழையில் வடாம் போட்டுவிட்டு, துணியில் பாதி கையில் பாதின்னு இச்சுக்கு பிச்சுக்குனு துடிக்கிறார்கள். ஊருக்கு பத்து ரசிகர்கள். ரஜினி பாவம், இமயமலைக்கு டிக்கட் கேட்டுக் கொண்டிருக்கிறார்.

8. தேர்தல் பிரச்சாரத்தில் தி.மு.க. கூட்டணி பி.ஜே.பி–யை தாக்குவதில் தடுமாறுவது கொள்கையின் அடிப்படையிலா?

– தாஸ், பாண்டிச்சேரி.

அடுப்பில் ஒன்றாக ருசி பார்க்கப்பட்ட பதார்த்தம் (இந்துத்துவம்) வெவ்வேறு சட்டிகளில் நிறைந்து கொண்டு வெவ்வேறு கொடிகளால் மூடிவைக்கப்பட்டுள்ளது. அத்தியைப் புட்டா அத்தனையும் சொத்த, இதுல யாரு யாரை மொத்த?

9. வாஜ்பேயி அடுத்த பிரதமராக வந்தாலும் உடனே அவர் விலக்கப்படுவார் என்று அவரே புலம்புவது காங்கிரஸ் கூட்டணிக்கு வெற்றி வாய்ப்பைத் தருமா?

– புண்ணியகோடி, திண்டிவனம்.

வாஜ்பேயி மீடியாக்களினால் தூக்கி நிறுத்தப்பட்ட கட் அவுட். இந்த மனிதர் என்ன தவறு செய்தார் என்று வாஜ்பேயி படத்தைப் போட்டு கேள்வியைக் கேட்டு பிறகு வாஜ்பேயி நல்லவர் என்ற கருத்தைத் தொடர்ந்து பதிவு செய்து அவரை பெரிய தியாகி போல் வர்ணித்து விட்டார்கள். இந்தக் கட்டவுட் விழுந்தால் இன்னொன்று விரைவில் தயாராகிவிடும். இந்துத்துவம் என்ற நச்சுப் பாம்பின் தலையாக வாஜ் பேயி இருக்கும் போது இது நல்லபாம்பு, கடிக்காது என்று சொல்வது எப்படி பொருத்தமாக இருக்கும். இந்த நல்ல பாம்புக்கு கருணாநிதியும் வைகோவும் ஏன் பாலூற்றினார்கள் என்பது, அவரோடு அதிகாரத்தைப் பங்குபோட விரும்பித்தானே அன்றி, அவர் நல்லவர் என்பதால் அல்ல. அந்த சமயத்தில் நல்லவர் என்ற கேடயம் அவர்களுக்குப் பயன்பட்டது போல் எதிர் காலத்தில் இன்னும் சிலருக்குப் பயன்படலாம்.

10. தலித்தல்லாதார் தலித்தியத்தின் ஆசான்களாக வலம் வந்தது தொடரவில்லையே, ஏன்?

– கோபாலன், மதுராந்தகம்.

நீலச்சாயம் வெளுத்துப் போச்சி டும் டும் ஆட்டம் பாட்டம் நின்னு போச்சி டும் டும்.

11. வைரமுத்து, பாரதிராஜா இவர்களுக்கு பிரசிடென்சி கிளப் என்ற பெயரில் பிரமலைக் கள்ளர்கள் பாராட்டுக் கூட்டம் நடத்த, அதில் பாரதிராஜா தான் கள்ளப்பயல் என்றும்,

கள்ளர்கள் கத்தி இல்லா விட்டாலும் குச்சியாவது வைத்துக் கொண்டு முரட்டுத்தனத்தைத் தக்கவைத்துக் கொள்ள வேண்டும் என்று சொல்லியிருக்கிறார். இது குறித்து உங்கள் கருத்து என்ன?

– வாணவன், காட்பாடி.

வைரமுத்து தான் கள்ளர் என்று சொன்னால் திமுக ஆதரவை இழந்து விடுவார். பாரதிராஜா கள்ளர் என்று சொல்வதன் மூலம் அதிமுக–வில் சீட்டு கேட்க முடியும்.

ஜூலை 2004

1. தலித் இலக்கியம் தேக்கநிலை அடைந்து விட்டதாக எனது நண்பர்கள் பேசிக்கொள்கிறார்கள். உண்மை நிலை என்ன?

– முகவர் சீனிவாசன், சென்னை

தமிழ் இலக்கிய வளர்ச்சியில் மறுக்க முடியாத முக்கிய மானக் கட்டம் 1990 முதல் தொடங்கி வேகமாக வளர்ந்து வரும் தலித் இலக்கியச் சூழல். தமிழ் மொழியின் தொன்மையை விவரித்தல், மேல்தட்டு வர்க்கங்களின் அக உலகம், வர்க்கப்பார்வை, மொழியாக்கப் பயிற்சிகள், மொழி விளையாட்டுக்கள் இவற்றை மீறி, பண்டை இலக்கியங்கள் தொடங்கி நவீன இலக்கியம் வரை ஊடுருவி வளர்ந்துள்ள சாதி நச்சுக் கொடியை அடையாளங்காணுதல், கட்டுடைத்தல், கடைசி மனிதன் பார்வையிலிருந்து வாழ்க்கையை நோக்குதல், சாதிக்கெதிரான போர்க் குரலை ஆழமாகப் பதித்தல், வர்க்கம் தாண்டி நிலவும் சாதி ஒடுக்கு முறையை எதிர்த்தல், சாதி மனிதனின் அக உலகத்தை விசாரணைக் குள்ளாக்குதல், ஒடுக்கு முறையின் உச்சபட்ச வடிவமான சாதி வெறித் தாக்குதல்களுக்கு காலங்காலமாக ஆளாகி வந்தவர்கள் தங்கள் சுதந்திர வேட்கையை வீரியத்தோடு முன் வைத்தல், இதுகாறும் பாதுகாத்து வைத்திருந்த இலக்கியப் பீடங்களைத் தகர்த்து இலக்கியத்தை சேரிக்கு எடுத்துச் சென்று பரவலாக்குதல் என்ற வகையில் தலித் இலக்கியம் மிக வேகமாக வளர்ந்து கொண்டு வருகிறது. இந்தப் பரவல் இன்னும் அதிகமான படைப்பாளிகளையும் இலக்கிய ஆர்வலர்களையும் போராட்ட களத்தில் சேர்க்கின்றது. 1990களில் விரல் விட்டு எண்ணக்கூடிய

அளவிலேயே தலித் படைப்பாளிகள் இருந்தனர். இன்றோ அவர்கள் எண்ணிக்கை நூறையும் தாண்டிவிட்டது.

தலித்துக்கள் தான் தலித் இலக்கியம் படைக்க முடியும் என்ற நிலைப்பாடு அதன் மேல் உரிமை கோரி வந்த பிறசாதியரை புறந்தள்ளியது. (காண்க – இவ்விதழில் வெளியாகியுள்ள அ.ராமசாமியின் கட்டுரையை). இந்நிலையில் தலித் அல்லாதார் பரப்பி வரும் துர்ப்பிரச்சாரமே இந்தத் தேக்கநிலை. தேங்கிக் கிடந்த தமிழ் இலக்கியத்தை பெருகிவரும் காட்டாற்று வெள்ளமென கட்டவிழ்த்து விட்டதே தலித் இலக்கியம்தான். இதன் வளர்ச்சியை சாதியற்ற சமுதாயம் ஒன்றே தடுக்க முடியும். சாதியால் ஒடுக்கப்படும் கடைசி மனிதன் இருக்கும் வரை தலித் இலக்கிய வளர்ச்சி தேக்கநிலை அடையாது.

எனவே தேங்கிக் கிடக்கும் சாதி இலக்கிய வட்டத்திலிருந்து வெளியே வந்து தலித் இலக்கிய வளர்ச்சியை அவதானியுங்கள். நண்பர்கள் வட்டத்தை மாற்றுங்கள்.

2. நான் பிறப்பால் தலித் கிடையாது. ஆனால் தொண்டு நிறுவனம் ஒன்றில் ஊழியராக சேர்ந்து தலித்துக்கள் மத்தியில் உழைத்து வருகின்றேன். நான் என்னை தலித்தாகவே நினைக்கின்றேன். என்னை தலித் ஆதரவாளர் என்று சொல்வதைக்கூட என்னால் தாங்கிக் கொள்ள முடியவில்லை. தலித் ஆதரவாளர் என்ற வார்த்தை என்னைத் தள்ளி வைத்து, என் சேவையை அங்கீகரிக்காத சூழலை ஏற்படுத்துகிறது. தலித்துகளோடு தலித்தாக கடந்த பத்தாண்டுகளுக்கும் மேலாக வேலை செய்து வரும் என்னை தலித் ஆதரவாளர் என்று சொல்வது சரியல்ல. இந்த தலித் ஆதரவாளர் என்ற பதம் தேவைதானா?

– ராமகிருஷ்ணன், செங்கல்பட்டு.

பெண்கள் முன்னேற்றத்திற்காகப் பாடுபடும் ஒரு ஆண் தன்னை ஒரு பெண் என்று கூறிக்கொள்வதில்லை. பார்வையற்றோர் இல்லத்தில் பல ஆண்டுகளாகப் பராமரிப்புச் செய்துவரும் காவலாளி தன்னைக் குருடர் என்று கூறிக்கொள்வதில்லை. அரவாணிகளுக்காக பாடுபட்டு வருவதினாலேயே ஒருவர் அரவாணியாகிவிட முடியாது. இப்படி பிறப்பினடிப்படையில் ஒடுக்கப்படும் சமுதாயத்திற்காக

பாடுபடுபவர் பல்வேறு இடர்பாடுகளை சந்தித்தாலும் அவர் தான் அதுவல்லாத நிலையிலிருந்துதான் எதிர்கொள்கிறார். உங்கள் உணர்வும் சேவையும் மதிக்கத்தக்கது. உண்மையான தொண்டுள்ளம் எப்போதும் அதனோடு தொடர்புடையவர்களால் மதிக்கப்படும். அப்படிப்பட்ட மதிப்புள்ள வார்த்தைதான் தலித் ஆதரவாளர் என்பதும். இதனால் நீங்கள் காயப்பட வேண்டிய அவசியமில்லை.

3. குட்டி சாமியார் தொல்லை தாங்க முடியவில்லையே!

– பாலன், நெல்லிக்குப்பம்.

குட்டிச் சாமியார்கள் வளர்ந்த சாமியார்களின் இமிடேஷன்கள். அது காஞ்சி சங்கராச்சாரியார் என்றாலும் சரி, கருப்பசாமி பூசாரிகள் என்றாலும் சரி குட்டிச் சாமியாரைச் சரியாகக் கையாள வேண்டும் என்றால் பெரியவாளையும் கையாள வேண்டியுள்ளது.

4. ராமதாஸ், பா.ம.க. கொடியை எல்லாக் காலனியிலும் பறக்கவிட வேண்டும் என்று செயற்குழு கூட்டத்தில் கூறியிருக்கிறார். இது எதனுடைய வெளிப்பாடு?

– மங்களம், நெல்லை.

ரஜினியின் கொடி பறக்குது பாரதிராஜா டைரக்ஷனில் படுதோல்வி. ராமதாஸ் இயக்கி நடிக்கவிருக்கும் பா.ம.க. செயற்குழு ரிலீஸ் காலனியில் கொடி பறக்குது என்ற அபத்த நாடகமும் படுதோல்வியடையும் என்பதில் காலனி மக்கள் தெளிவாக உள்ளனர்.

5. நடிகர் விஜய்காந்தும் ராமதாஸும் கோஷ்டிப் பூசல்களில் இறங்கியுள்ளனர். எது குறித்து இவர்களுக்குள் சண்டை ?

– மதியழகன், விழுப்புரம்

தேர்தல் முடிந்ததும் சிறிது காலம் அன்புமணி மத்திய அமைச்சரான செய்தியில் பா.ம.க. வண்டி ஓடிக்கொண்டிருந்தது. சாதிக் கட்சிகள் இப்படித்தான் நடிகர்களோடு சண்டை போட்டு, சினிமா பெட்டியைத் திருடிக்கொண்டு போய் கட்சி நடத்த வேண்டியுள்ளது. அந்தோ பரிதாபம்.

6. பிரதமர் எனும் பதவியை பெரிதாகக் கருதவில்லை. எனது கொள்ளுத் தாத்தா நேரு, எனது பாட்டி இந்திரா, எனது அப்பா

ராஜீவ்காந்தி எல்லோரும் பிரதம மந்திரியாக இருந்தவர்கள் தானே என்று சொல்லியிருக்கிறார் ராகுல் காந்தி. எவ்வளவு எளிமையானவராகத் தன்னைக் காட்டிக் கொள்கிறார் இந்த ராகுல்!

– விமலாநந்தன், சிதம்பரம்.

இது எளிமையல்ல. அகம்பாவம். நூறுகோடி மக்களின் நலனை முன்னிறுத்தும் பிரதமர் பதவி இவருடைய அம்மா, பாட்டி, கொள்ளுத்தாத்தா பிரதமராய் பதவி வகித்ததால் கிள்ளுக் கீரையாகி விடாது. வாரிசு அரசியலில் பிரதமர் கனவு காண்பவர்களுக்கு பிரதமர் பதவியைப் பற்றி என்ன தெரியும். தனது அறியாமையையும் அதிகாரத்தையும் வெளிப்படுத்தியுள்ளார் ராகுல்.

அக்டோபர் 2004

1. தென்னிந்திய தலித் எழுத்தாளர் பேரவை திட்டமிட்டபடி செயல்படுகிறதா?

– பழனிச்சாமி, சேலம்

வரும் அக்டோபர் 17–ந் தேதி திருவள்ளூரில், திருவள்ளூர் மாவட்ட பேரவைக் கிளையினை துவக்க இருக்கிறோம். சென்னை, விழுப்புரம், திருச்சி மற்றும் கடலூர் மாவட்டக் கிளைகள் அவ்வப்போது கருத்தரங்குகளும், மாணவர்களுக்கான பயிற்சி முகாம்களும் நடத்துகின்றன. புதுக்கோட்டையில் அருள் மேரி உலகநாதன் எனும் ஓய்வு பெற்ற தமிழாசிரியையும் தலித் முக்குலத்தின் அமைப்பாளரும், மாவட்டப் பொறுப்பை ஏற்றுக்கொண்டுள்ளார். தேனி மாவட்டத்தில் சிவபாலுவும் பேரா. ராஜ்குமாரும் பள்ளர், பறையர், அருந்ததியர் ஒற்றுமையை முன்னெடுத்து பிரச்சாரம் செய்து வருகின்றனர். கன்னியாகுமரி, – தூத்துக்குடி மாவட்டங்களில் பேரா. பிரபாகர், எழுத்தாளர் அபிமானி, தொழுவு – அன்பழகன் ஆகியோர் துடிப்புடன் செயல்படுகின்றனர். எனினும் இது போதாது. கோவை, சேலம் போன்ற மேற்கு மாவட்டங்கள் இன்னும் தங்கள் பணிகளை துவங்கவில்லை. பெண் எழுத்தாளர்கள், கலைஞர்கள் தலித் அடையாளத்துடன் இணைந்து செயல்பட முன்வரவில்லை

என்பதும் குறிப்பிடத்தக்கது. இதற்கான தனி முயற்சிகளை தென்னிந்திய தலித் எழுத்தாளர் மற்றும் கலைஞர் பேரவை மேற்கொள்ளும்.

2. புதிய கோடாங்கி பதிப்பகம் சிவகாமியின் 'அப்னா பஞ் சாயத்து' என்ற நூலை மட்டும் வெளியிட்டுள்ளது. வேறு ஏதாவது புத்தகங்கள் வெளியிடும் எண்ணம் உள்ளதா?

– சக்திவேல், பழனி.

தலித் எழுத்தாளர்கள் பதிப்பகச் செலவுளை பகிர்ந்துகொள்ள முன்வந்தால், பல புத்தகங்களை இப்பதிப்பகத்தின் மூலம் வெளிட முடியும். சன்னாவின் 'அல்லாதவர் அரசியல்' பற்றிய கட்டுரைத் தொகுப்பும், சிவகாமியின் உடல்மொழியும் இப்பதிப்பகத்தின் மூலம் டிசம்பர் இறுதிக்குள் வெளியிடும் திட்டமுள்ளது.

3. பெரியாரின் பிறந்தநாளை ஒட்டி பல பத்திரிக்கைகள் சிறப்பு இதழ்கள் கொண்டு வந்திருக்கின்றன. புதிய கோடாங்கி ஏதேனும் திட்டம் வைத்துள்ளதா?

– நெடுஞ்செழியன், மதுரை–2.

பெரியார் சிறப்பு இதழ்கள் கொண்டு வந்திருக்கின்ற பத்திரிக்கைகள் புதிய கோடாங்கி போன்ற தலித் இதழ்கள் பெரியார் மீது வைத்த விமரிசனங்களுக்கு பதில் தரவும், தலித்துகள் மீது சவாரி செய்ய பெரியார் இன்றும் தேவைப்படுகிறார் என்பதை வலியுறுத்தவும் சிரமப்பட்டி ருக்கின்றன. பாராட்டுகள். அம்பேத்கர் பிறந்தநாளை ஒட்டி சிறப்பு இதழ் களை அவர்கள் கொண்டுவரட்டும். அதில் அவர்கள் சொல்லப்போகும் செய்திகளையும் உள்வாங்கி விமரிசிக்கலாம்!?

4. சேது சமுத்திரம் திட்டம் பற்றி விளக்கிக் கூறுங்கள். எல்லா அரசியல் தலைவர்களும் அதற்காக பெருமை பாராட்டுகின் றார்கள். தலித்துகளுக்கு அதில் ஏதேனும் நன்மை உண்டா ?

– பக்கீர்முகம்மது, மண்டபம்.

தொடர்ந்து கப்பல்கள் கடல்வழி பயணம் செய்ய முடியாதபடி, இந்தியாவின் தென்பகுதியில் ராமேஸ் வரத்திற்கு அருகிலுள்ள பாம்பன் பகுதியில் மணற் திட்டு உள்ளது. இங்கு

கடலின் ஆழம் மூன்று மீட்டர் தான். இந்த மணற்திட்டு இலங்கையின் தலைமன்னார் பகுதி வரை உள்ளது. ஆகையால் தூத்துக்குடிக்கு வரும் போகும் கப்பல்கள் இலங்கைத் தீவைச் சுற்றி வட்ட மடித்து வருகின்றன. ஏறக்குறைய நூறு கடல் மைல்கள் (Nautical miles) சுற்ற வேண்டியுள்ளது. பயணம் 24 மணி நேரம் கூடுதலாகிறது.

ஆகவே இந்த மணற்திட்டைக் கரைத்து 35 அடி ஆழப்படுத்த வேண்டியுள்ளது. இதுவே சேது சமுத்திரத் திட்டமாகும். முதன் முதலாக 1980–இல் இத்திட்டம் மத்திய அரசில் விரிவாக விவாதிக்கப்பட்டது. தொடர்ந்து 1983, 1989, 1990 என்று விவாதிக்கப்பட்டு 1994–இல் தமிழக அரசு பல்லவன் கன்சல்டன்ஸி கமிட்டி மூலம் திட்டம் தயாரித்து மத்திய அரசுக்கு சமர்ப்பித்தது. அவ்வருடம் திட்ட மதிப்பீடு ரூ.1200 கோடியாக இருந்தது. 1996–ஆம் வருட திட்ட மதிப்பீடு ரூ.1448 கோடியாக உயர்ந்தது. 1980– இல்தான் இத்திட்டம் விவாதத்துக்கு எடுத்துக்கொள்ளப் பட்டது என்றாலும் முதன் முதலாக 1860–ஆம் வருடமே கமான்டர் டெய்லர்தான் இத்திட்டத்தை வலியுறுத்தியவர் ஆவார்.

இத்திட்டத்தினால் கப்பல் வைத்திருப்பவர்களுக்கு ஒட்டுமொத்தமாக வருடத்திற்கு முப்பது கோடி மிச்சமாகும். அதிக கப்பல்கள் தூத்துக்குடி துறைமுகத்துக்கு வருவதன் மூலம் துறைமுக வருமானம் அதிகரிக்கும். வேலைவாய்ப்பு சிறிதளவு அதிகமாக வாய்ப்புள்ளது. தற்போது இத்திட்டத்திற்காக அறிவிக்கப்பட்ட முதலீடு ரூ.2000 கோடி.

பாதிப்பு என்றால் அது மீனவர்களுக்குத்தான். சுற்றுச் சூழல் பாதிக்கப்படலாம். தலித்துகளுக்கு இதனால் நன்மை எதுவும் இல்லை. இந்த மணற்திட்டு கரைக்கப்பட்டு ஆழப்படுத்தப்படும் சமயத்தில் கூலிகளாக சில பேருக்கு வேலை வாய்ப்பு கிடைக்கலாம். அவ்வளவுதான்!

இதற்குப் போய் அரசியல்வாதிகள் அலட்டிக் கொள்கிறார்கள். பெரிதாக சாதித்து விட்டதாக உதார் விட்டு தமிழக மக்களை ஏமாற்றுகிறார்கள். வரும் இதழ்களில் இதுபற்றிய விரிவான கட்டுரையை எதிர் பாருங்கள்.

5. சிறப்புக்கூறுத் திட்டம் எந்த வகையில் தலித்துகளுக்கு நன்மை செய்யும்?

– பெஞ்சமின், தரங்கம்பாடி

சிறப்புக்கூறுத் திட்டம் பற்றிய கையேடு ஒன்றை முறைப்படி அரசாங்கம் அச்சடித்து மக்களுக்கு வழங்கியிருக்க வேண்டும். அப்படி எதுவும் செய்யவில்லை. இத்திட்டப்படி தலித்துகளுக்கு ஒவ்வொரு வருடமும் 20 சதவிகிதம் மாநில பட்ஜெட்டிலிருந்து தனியாக ஒதுக்க வேண்டும். இவ்வருடம் ரூ.1700 கோடி ஒதுக்கீடு செய்திருக்க வேண்டும். ஆனால் ஒதுக்கப்பட்டது ரூ.350 கோடி தான். இத்தொகை முழுதாக ஒதுக்கப்படுவது மட்டுமல்லாமல், ஆதி – திராவிடர் நலத்துறை மூலம் ஒதுக்கீடு செய்யப்படவேண்டும். அத்துறை மூலம் தலித் மக்கள் தேவையறிந்து திட்டங்கள் தீட்டி, முறையாக செயல் பட்டால் தலித் மக்களின் வளர்ச்சிப் பாதையில் சிரமங்கள் இருக்காது.

6. தலித் எழுத்தாளர்கள் நூறுபேர் இருக்கிறார்கள் என்கிறீர்கள், ஏன் ஒவ்வொரு மாதமும் ஒரு எழுத்தாளரை சிறந்த முறையில் கோடாங்கி வாசகர்களுக்கு அறிமுகம் செய்யக்கூடாது?

– அறிவழகன், அரியலூர்.

அடுத்த இதழிலிருந்து துவங்கிவிட்டால் போகிறது!. கவிஞர் ப்ரதிபா ஜெயச்சந்திரன் அவர்கள் இவ்வேலையைத் தொடர்ந்து செய்ய முன்வந்துள்ளார்கள். எழுத்தாளரின் நிழற்படம், வாழ்க்கைக் குறிப்புகள், எழுதிய நூல்கள், சில தேர்ந்த கருத்துக்கள் என்ற வகையில் பதிவுகள் அமையும்.

7. கணவனும் மனைவியும் ஒருவருக்கொருவர் துணையா கவும், நட்பாகவும் பழகுவது தற்போதைய சமூக அமைப்பில் சாத்தியமா?

– மாலதி, தென்காசி.

இல்லறம் என்பது இனியதாக இதை சாத்தியமாக்க வேண்டும். ஆனால் ஆடவனான எசமானும், அடிமையான பெண்ணும், தங்கள் உறவுகளை என்ன பெயர்சொல்லி அழைத்துக் கொண்டாலும், ஒரு பெண் ஆணுக்கிணையான கல்வி அறிவும், அதிகாரமும் பெறும்போதுதான் கணவன் மனைவி நண்பர்களாகப் பழக முடியும்.

8. தமிழக அரசியலில் ராமதாஸும் திருமாவளவனும் இணைவது புரட்சி என்று நான் நிச்சயமாகச் சொல்வேன்!

– லோகநாதன், காட்பாடி.

இரண்டு கட்சிகளும் நட்புப் பாராட்டுவது சிறப்புக்குரியது. இருவருக்குமான கூட்டு நடவடிக்கையில் தலித்துகளுக்கான திட்டங்கள் யாவை?

நவம்பர் 2004

1. அப்னா பஞ்சாயத்து என்று தனிக் கோரிக்கை வைப்பதற்கான அவசியம் என்ன?

–ஜார்ஜ், தாம்பரம்

அப்னா என்றால் நமது, பஞ்சாயத்து என்றால் ஊராட்சி. நாமே நம்மை ஆளவேண்டும் என்பதுதான் இதன் அடிப்படை. நாகரிகமடைந்த எந்த சமுதாயமும் கடைப்பிடிக்க வேண்டிய நடைமுறை.

'நாம்' என்று ஈ.வெ. ராமசாமி பேசியபோதெல்லாம் தலித்துகளைத் தவிர்த்துவிட்டார். ஊர் என்பது சேரியிலிருந்து வேறுபட்டது. சேரி என்பது ஊரா இல்லையா என்பது நம் கேள்வி. உ.பி. மாநிலத்தில் 1965–இல் 250 ஜனத்தொகைக் கொண்ட கிராமங்கள் தனி ஊராட்சிகளாக இருந்துள்ளன. ஊர் என்பதற்கு நிலப்பகுதி, மக்கள் தொகை தான் அடிப்படை என்றால், சேரி ஒரு தனி நிலப்பகுதியாக, 250 அல்லது 500 ஜனத்தொகையாகக் கொண்டிருந்தால் அது ஏன் தனி ஊராட்சியாக மாறமுடியாது? அவர்களே அவர்கள் முன்னேற்றத்தை ஏன் தீர்மானிக்கக்கூடாது அல்லது செயல்படுத்தக் கூடாது? ஆகவே, அப்னா பஞ் சாயத்தின் அடிப்படை இதுதான். சேரிகள் தனி ஊராட்சிகளாக வேண்டும். மேலும் விபரங்களுக்கு சிவகாமியின் அப்னா பஞ் சாயத்து நூலைப் படியுங்கள்.

2. தலித் என்றால் கல்வி, பொருளாதாரம், சாதி, பால் ஆகிய அனைத்து நிலைகளிலும் ஒடுக்கப்பட்டவர்களைக் குறிக்கும். ஆனால் தாங்கள் சாதியை மட்டும் மையப்படுத்தி ஒடுக்கப்பட்டவர்களைக் கட்டமைப்பது ஏன்?

– மைக்கேல் பாரடே, சென்னை கிறித்துவக் கல்லூரி

எல்லாத் தளங்களிலும் ஒடுக்கப்பட்டவர்கள் உள்ளார்கள் என்பது உண்மை எனினும் நாங்கள் பொருளாதார ரீதியாக ஒடுக்கப்படுகிறோம் என்று குரல் கொடுக்கின்ற பிற்பட்ட சமூகத்தினர், அவர்தம் பெண்கள், சாதியினால் பெறப்படும் அரசியல், சமூக அதிகாரங்களை விட்டுக்கொடுக்கத் தயங்குவதோடு, தலித்துகள் வாயில் மலம் திணிப்பவர்களாக, சிறுநீர் கழிக்கும் ஒடுக்குமுறையாளர்களாக உள்ளார்கள். ஆகையால் சாதியை மய்யப்படுத்த வேண்டிய அவசியம் உள்ளது.

3. தலித் மக்கள் வளர்ச்சிக்காக எவ்விதமான களப் பணிகளை மேற்கொள்கின்றீர்கள்?

– அருள்மொழி, சென்னை கிறித்துவக் கல்லூரி

கல்வி அறிவில்லாத எந்த சமூகமும் முன்னேற முடியாது. கல்வி என்பது வேலை வாய்ப்பற்ற அல்லது வேலை வாய்ப்புக்கான பள்ளி, கல்லூரிப் படிப்பு மட்டுமல்ல. ஏன் தனது சமூகம் தாழ்த்தப்பட்டுள்ளது, கல்வி பொருளாதார நிலையில் பின்தங்கியுள்ளது என்பது குறித்த விழிப்புணர்வுதான் அம்பேத்கரின் ‘கற்பி’ எனும் பதத்தில் அடங்கியுள்ளது. ஆகவே அத்தகைய விழிப்புணர்வை கிராமப்புற மக்களுக்கு ஊட்டும் மிக முக்கியமான பணியை மேற்கொண்டுள்ளது புதிய கோடாங்கி. பல்வேறு அரசியல் கட்சிகளும், இயக்கங்களும் இன்று தலித் அரசியல் பேசிவரும் சூழலில் எம்மாதிரியான இயக்கம் அவர் கள் முன்னேற்றத்தை அடிப்படையாகக் கொண்டுள்ளது அல்லது மக்கள் எவ்வாறு இயக்கத்தை வழிநடத்தவேண்டும் போன்ற விவாதங்களும் நடை பெறுகின்றன.

தற்காலிகமாக, அவர்களது பிரச்சினைகளுக்கு (நிலப்பட்டா, வீட்டு மனை, கல்வி உதவி, வேலை வாய்ப்பு) அரசு நிறுவனங்களுடன் தொடர்பும் ஏற்படுத்தித் தரப்படுகிறது. இதுவன்றி தலித்துகளுக்கு வேலைவாய்ப்பு குறித்த செய்திகள், வழிகாட்டுதலுக்கான சில அமைப்புகள் ஏற்படுத்த எதிர்காலத் திட்டம் உள்ளது.

4. தமிழக அரசு நடத்தும் தொழிற்படிப்பான மருத்துவம், பொறியியல் போன்ற பிரிவுகளில் 69% இட ஒதுக்கீடு அமல் படுத்தப்படுகிறது. மீதமுள்ள 31% பொது பிரிவாக அறிவிக்

கப்படுகிறது. Merit–இல் தேறிவரும் தாழ்த்தப்பட்ட மாணவர்கள் பொதுப்பிரிவான 31% – இல் சேர்க்கப்படு கிறார்களா? அல்லது SC பிரிவில் சேர்க்கப்படுகிறார்களா? இதில் அரசு பின்பற்றும் நிலை என்ன?

– கெங்காதரன், அரண்வாயல், திருவள்ளூர்

ஒதுக்கீடு விதிகள்படி (General Rules 22-A) Merit – இல் வரும் தாழ்த்தப்பட்ட மாணவர்களை 31 சதவிகிதத்தில் தான் சேர்க்க வேண்டுமேயன்றி, தாழ்த்தப் பட்ட மாணவர்களுக்கான 18 சதவிகிதத்தில் (69% சதவிகிதத்தில் அடக்கம்) சேர்க்கக்கூடாது. இது அரசின் நிலைப் பாடு. எனினும் கல்வி நிறுவனங்கள் இம்முறையைப் பின்பற்றுகின்றனவா என்பது தெரியவில்லை. அரசுத் துறையினர் எங்களுக்கு இது பற்றி புகார் வந்தால் நடவடிக்கை எடுப்போம் என்கிறார்கள். புகார்களை எதிர்பார்க்காது அரசு கல்வி நிறுவனங்களைக் கண்காணிக்க வேண்டும்.

5. வன்கொடுமை தடுப்பு சட்டம் ஏற்படுத்தி இன்றுவரை லட்சக் கணக்கான புகார் மனுக்கள் பதிவு செய்யப்பட்டும் தீர்ப்புகள் தலித்துகளுக்குச் சாதகமாக இல்லையே. ஏன்?

– ந.வகுளா பர்ணன், தேர்வாய், திருவள்ளூர்.

இப்புகார் மனுக்களை விசாரிக்கவும், சட்டத்தை அமல்படுத்தவும் கூடுதல் டி.ஜி.பி. அளவில் உயரதிகாரி ஒருவர் உள்ளார். அவரது தலைமையில் ஒரு தனிப் போலீஸ் படையே உள்ளது. இச்சட்டத்தின் கீழ் குற்றங்களை விசாரிக்க ஆறு மாவட்டங்களில் தனி நீதி மன்றங்கள் இயங்குகின்றன. எனினும் இச்சட்டத்தின் கீழ் தண்டனை பெற்றவர்கள் விகிதாச்சாரம் ஏழு சதவிகிதம்தான்.

இதற்குக் காரணங்கள் பல. அவற்றில் முதன்மையானது,

- தலித் மக்கள் நிலமற்றவர்களாக இருப்பதுதான். நிலமற்ற, வறுமையிலுள்ள கூலி விவசாயிகள் தான் வன்முறைக்கு அதிகம் உள்ளாக்கப்படுகிறார்கள் என்று ஆய்வு கூறுகிறது. அவர்கள் வழக்கை எப்படி நடத்த முடியும்? வழக்கை நடத்திக் கொண்டே, எவன் உதைத்தானோ அவனிடம் வேலைக்குச் செல்ல வேண்டியுள்ளதே! ஆகவே

தலித்துகள் நிலத்தை கெட்டியாகப் பிடித்துக் கொள்ள வேண்டியுள்ளது. வன்கொடுமை தடுப்பு என்பது பஞ்சமி நிலப் போராட்டத்தோடும், நிலப்பங்கீடு முறைமையோடும் தொடர்புடையது என்பதை நாம் முதற்கட்டமாகப் புரிந்துகொள்ள வேண்டியுள்ளது.

- வழக்கறிஞர்கள் சமுதாயமாகட்டும், போலீஸாகட்டும், நீதிமன்றமாகட்டும் – பணமில்லாது இயங்காது. மேலும் இந்த நிறுவனங்களில் சாதியம் உள்ளது. ஆகையால் இத்துறையில் பணிபுரியும் அனைத்துத் தரப்பினருக்கும் சமூகப் புரிதல் ஏற்படவும், ஆரோக்கியமான விவாதங்களில் ஈடுபடவும் பயிற்சி தர வேண்டிய அவசியமுள்ளது.
- வன்கொடுமை தடுப்பு சட்டத்தை அமல் படுத்தவும், வன்கொடுமைகளை தடுக்கவும் மேற்கண்ட செயல்பாடுகளில் தலித் இயக்கங்கள் தங்களை முழுமூச்சாக அர்ப்பணித்துக்கொள்ள வேண்டிய அவசியமுள்ளது.

6. அதிகாரத்திலிருந்து கொண்டிருப்பவர்களால் இலக்கியம் படைக்க முடியுமா? –

–பாரதி, சென்னை.

உடுத்திக்கொள்ள வெள்ளை வேட்டி, நல்ல வேலை, ஒரு காதலி – இதில் ஏதேனும் ஒன்று இடை கிடைத்தாலும் பல தமிழ் எழுத்தாளர்கள் எழுதுவதை நிறுத்தி விடுவார்கள் என்று எங்கோ படித்தது ஞாபகம் வருகிறது. இலக்கியம் பிச்சைக்காரர்களின் மடமோ, அல்லது வசதிபடைத்தவர்களின் கேளிக்கை மண்டபமோ அல்ல. எழுதுபவர்கள் வரையும் வாழ்க்கைப் பதிவுகள் அவை. எழுத்தாளர்கள் அரூபமானவர்கள் இல்லை. எனவே அவரவர்களின் வாழ் சூழல், சமூகப் புரிதல், அனுபவம் இவை சார்ந்து படைப்புக்கள் வருகின்றன. யார், யாருக்காக, எதற்காக, ஏன், எப்படி ஒரு விஷயத்தை கையாளுகிறார்கள் என்பதைப் பொறுத்து எழுதுபவர்களின் அரசியலும் வெளிப்படுகிறது. ஒரு கலைப்படைப்பு என்பது சக மனிதனுடனான சமூக உறவை முன்னிறுத்தி சகலத்தையும் கேள்விக்குள்ளாக்க வேண்டும். அதிகாரத்திலிருப்பவர்களின் செயல்பாடுகளையும், அவர்களின் படைப்புகளையும்

முன்னிறுத்தி அவர்களது எழுத்து அரசியலைக் கட்டுடைக்க வேண்டிய அவசியமுள்ளது.

டிசம்பர் 2004

1. ஜெயேந்திரர் கைது பற்றி என்ன நினைக்கிறீர்கள்?

– ராமதுரை, சித்தூர்.

ஜெயேந்திரரைக் கைது செய்ய ஆம்புலன்சுகளோடு வெள்ளைத் துரையும், விஜயகுமாரும் அனுப்பப்பட்டிருந்தால் என்னவாயிருக்கும் என்று நினைத்துக் கொண்டிருக்கிறேன்.

2. நீங்கள் இவ்வுலகை எவ்வாறு காண்கிறீர்கள்?

– மாரிமுத்து, நெகமம்.

நான் சார்ந்துள்ள உலகம் தலித் மற்றும் தலித்தல்லாதார் என்ற வகையில் இயங்குவதாகத் தோன்றுகிறது.

3. புதிய கோடாங்கியில் இலக்கியப் படைப்புகள் குறைந்து கொண்டு வருகின்றனவே?

– ஜீவரத்தினம், சிவகங்கை

எழுத்தாளர்கள் பலரும் போராளிகளாகவும் இருப்பதன் குறியீடு. இரண்டும் ஒன்றையொன்று செழுமைப்படுத்தும் வாய்ப்புள்ளதாக நம்புகிறோம்.

4. தலித்துகளுக்கு தனி ஊராட்சி சாத்தியமா?

– பாலன், மாத்தூர்.

போராடாமல் எதுவுமே சாத்தியமில்லை. தனி ஊராட்சி தேவை என்று உணர்ந்திருக்கும் தலித்துகள் அதை நோக்கிப் போராடும் போது சாத்தியமாகும்.

5. தலித்துகளின் நிலவுரிமை பஞ்சமி நிலத்தை மீட்டெடுப்பதா?

– கோபால், பாளையங்கோட்டை.

பஞ்சமி நிலம் என்பது ஆங்கிலேயர் தலித்துகளுக்கு அளித்த கொடை அது குறைவானது. அதுவும் இப்போது தலித்தல்லாதோரின் பிடியில். அதை மீட்டெடுப்பது தலித்துகளின்

நிலவுரிமையில் ஒரு அம்சம் மட்டுமே. நிலமில்லாத தலித்துகளுக்கு நில உச்சவரம்புச் சட்டத்தை அமல்படுத்தி, கிடைக்கப்பெறும் உபரி நிலங்களை பகிர்ந்தளிப்பது அதன் முக்கியமான மற்றொரு அம்சம்.

6. தற்போது தாட்கோவில் தலித்துகளுக்கு நிலம் வழங்கும் திட்டம் உள்ளதே. இதில் தலித்துகள் பயனடைய முடியாதா?

– இலக்குவன், சென்னை .

தற்போதுள்ள திட்டத்தில் ஏழை தலித்துகள் ஒரு லட்சம் வரை கடன் வாங்கித்தான் நிலம் பெறமுடியும் என்ற விதியுள்ளது. ஆனால் முதன் முதலாக ஆங்கிலேயரிடம் செட்டில்மென்ட் நிலம் பெற்ற எந்த சாதி இந்துவும் பணம் கொடுத்து வாங்கவில்லை. சாதி இந்துவுக்கு பணமில்லாமல் நிலம். ஆனால் தலித்துகள் மட்டும் ஒரு லட்ச ரூபாய் கடன் வாங்கி நிலம் பெற வேண்டுமா? இது எப்படி சாத்தியம்?

7. தலித் பெண்கள் கல்வி முன்னேற்றத்திற்கு என்ன வழி?

– பாரதி, சென்னை.

முதலில் பெண் விடுதலைக் கல்வி குறித்து விழிப்புணர்வு பெறவேண்டும். எல்லா தலித் பெண்களும் குறைந்தபட்சம் பள்ளி கல்வித்தகுதி பெறவேண்டும் என்று முடிவெடுக்க வேண்டும். தலித்துகளுக்கு தனி யார் பள்ளிகளை, கல்லூரிகளை நிறுவ அரசு முன்வர வேண்டும். இன்று அரசு உதவி பெறும் பல கல்வி நிறுவனங்கள் செட்டியார், நாடார், வைஷ்ணவர், இந்து, நாயுடு என்ற சாதி அடைமொழியுடன் கல்வியை வியாபாரமாக்கி வருகின்றன. இந்தப் பெயர்களும், அதன் பின்னணியில் உள்ள சாதிகளும் அரசுக்கு இது உறுத்தலை உண்டாக்கவில்லையென்றால் தலித்துகளுக்கான தனியார் துறை கல்வி நிறுவனங்களை வளர்த்தெடுக்க அரசு முன்வர வேண்டும். இதுகுறித்த விரிவான கட்டுரையை வரும் இதழ்களில் எதிர்பார்க்கலாம்.

8. மலைவாழ் மக்களின் சாதிச்சான்று குறித்த மேல் நடவடிக்கை என்ன?

– பிரகாசம், உதகை.

சாதிச்சான்று குறித்து சென்ற மாதம் நடைபெற்ற கூட்டத்தைத் தொடர்ந்து, விரைவில் பிரபா. கல்விமணி மற்றும் புதிய கோடாங்கிக் குழுவினர், மலைவாழ் மக்கள் பிரதிநிதிகள், அமைச்சர் அதிகாரிகளைச் சந்தித்து சாதிச்சான்று குறித்த பேச்சுவார்த்தை நடத்தவிருக்கிறார்கள்.

9. நீங்கள் தற்போது என்ன புத்தகம் படித்துக் கொண்டிருக்கிறீர்கள்?

– எலிசபத், பாண்டி

வில் ட்யூராண்டின் பட்ங் The Story of Philosophy என்ற புத்தகம்.

10. தலித் பெண்கள் தனியாக அரசியல் இயக்கம் துவங்குவது குறித்து உங்கள் கருத்து என்ன?

– சாந்தி சம்பத், அரக்கோணம்.

இப்போதுள்ள தலித் அரசியல் இயக்கங்களுக்கும் அது உதவியானதாக இருக்கும். தலித் பெண்கள் வாழ்வுரிமைகளைப் பாதுகாக்க அது அவசியமான ஒன்று.

ஜனவரி 2005

1. இரட்டை வாக்குரிமை கோரிக்கையை தலித்துகள் வலியுறுத்திப் போராடினால் அது சாத்தியமாகும் என்ற நம்பிக்கை உங்களுக்கு உள்ளதா?

– ஜே. சங்கர், அரும்பாவூர்

தலித்துகளின் உண்மையான பிரதிநிதி இப்போதுள்ள தேர்தல் ஜனநாயகத்தில் தோன்ற வாய்ப்பில்லை என்பது உறுதியாகிவிட்டது. தலித்துகள் இருபத்தைந்து சதவிகிதமே உள்ள நிலையில், பெரும்பான்மையினரின் வாக்குகளைப் பெற்றே ஒரு தலித் சட்டமன்றத்தில் நுழைய முடியும். இந்தப் பெரும்பான்மை வாக்குகளும், செலவு செய்யும் சக்தியுள்ள அரசியல் கட்சியின் பிரமுகராவதாலேயே பெறமுடியும். தலித் இயக்கங்கள் தவிர பிற கட்சிகள்யாவும் சாதி ஒழிப்பில் அக்கறை காட்டாத சூழ்நிலையில் அக்கட்சித் தலைமையின் அரக்கப் பிடிக்குள் சிக்கியிருக்கும் தலித் பிரதிநிதியால்

என்ன பெரிதாக செய்துவிட முடியும்? இதை உணர்ந்த அம்பேத்கர் இரட்டை வாக்குரிமையை முன்வைக்கின்றார். இதன்படி தலித்துகள் தங்கள் பிரதிநிதியோடு பொது பிரதிநிதியையும் தேர்ந்தெடுப்பார்கள். இரண்டு வாக்குகளைப் பயன்படுத்தி இரண்டு பிரதிநிதிகளை தேர்ந்தெடுக்கும் உரிமை பெற்றவர்களாவர். தலித் விடுதலை இதன் மூலம் சாத்தியமாகும். மேலும் தலித் பிரதிநிதிகள் வாக்களிக்காமல் சட்டமன்றத்தில் எந்த ஒரு முடிவும் எடுக்க முடியாத சூழலும் உருவாகும். இதை தலித்தல்லாத பிறர் விரும்புவார்களா?

ஆனால் தலித்துகளுக்கு தனி ஊராட்சி என்பது சாத்தியமாகலாம். தலித் விடுதலைக்கு காலப்போக்கில் இது வழி வகுக்கும் என்ற நம்பிக்கை உள்ளது. (பார்க்க: அப்னா பஞ்சாயத் by சிவகாமி அவர்கள்)

2. ஜெயேந்திரர், அப்பு, ரவி சுப்ரமண்யம் என்று சுழன்று கொண்டிருக்கும் காற்று மு.க. ஸ்டாலின் மீது மய்யம் கொள்ளுமா?

– சேகரன், பேர்ணாம்பட்டு

விரைவிலே அது நடக்கும் என நாமறிந்த வட்டாரங்கள் தெரிவிக்கின்றன.

3. எம். எஸ். சுப்புலஷ்மி மறைவு தேசத்திற்கு பெரிய இழப்புத்தான், இல்லையா?

– பிரமிளா, சென்னை

புல்லின் இசையும், புலர்காலை புள்ளிசையும், களை வெட்டுப் பெண்களின் ஒப்பாரியும், ஏற்றப்பாட்டின் உழைப்பிசையும் கேட்டு வளர்ந்தவர்கள் நாம்! நமக்கேது இழப்பு! இன்னும் மக்கள் பயன்பாட்டிற்கு வந்து சேர்ந்திராத கணக்கு சூத்திரங்கள் ஏராளம் உண்டென கணிதமேதை குடியரசன் தெரிவித்தார். மக்களை நோக்கி வரட்டும் கர்நாடக இசை!

4. 2005–இல் புதிய கோடாங்கியில் ஏதேனும் மாற்றம் எதிர்பார்க்கலாமா?

– பிரகாசம், விழுப்புரம்

2005 ஏப்ரல் முதல் புதிய கோடாங்கி மாதம் இருமுறை வரலாம் என ஆசிரியர் நம்பிக்கையுடன் கூறினார். விலையும் குறைக்கப்படலாம் என்கின்றார். நல்லதே நடக்கட்டும்.

5. தலித் மாணவிகளுக்கான பயிற்சி முகாம் புதுக் கோட்டையில் டிசம்பர் 11, 12 தேதிகளில் நடக்கப்போவதாக அறிவித்திருந்தார் கள். எப்படி நடந்தது?

– குமாரவள்ளி, பனைப்பட்டு

பல் மருத்துவர் ஜெயராமன் மிகக் கடுமையாக உழைத்து பல்வேறு தலித் அமைப்புகளை ஒருங்கிணைத்து மிகச்சிறப்பாக நடத்தினார். அது குறித்த பதிவுகளை அவரே செய்யவேண்டும் என்ற வேண்டு கோள் வைக்கப்பட்டது. அடுத்த இதழில் எதிர் பாருங்கள்.

6. மின் ஆட்சி என்றால் என்ன? அதில் பெண்கள் எவ்வாறு பங்குகொள்ள முடியும்?

– ரமா, துறைமுகம்

ஆங்கிலத்தில் e- govermance என்று சொல்கிறார்கள். e என்பது electronic (மின்) எனப் பொருள்படும். அரசு நிர்வாகத்தை மின் மயமாக்குவதன் மூலம் சிறப்பாக செயல்பட வைக்க முடியும். உதாரணமாக, இந்தியாவில் திருவாரூர் மாவட்ட நிர்வாகம்தான் முதன் முதலில் ஓரளவு மின்மயமானது. இதன்மூலம் நிலப்பட்டாவை மக்கள் எளிதாகப் பெறமுடிந்தது. அரசு தேர்வுத்துறை மின்மயமானதன் மூலம் தேர்ச்சி பெற்ற மாணவர்கள் தங்கள் மதிப்பெண்களை உடனே பெறமுடிந்தது. திருவாரூர் மாவட்ட நிர்வாகத்தை மின்மயமாக்கியது யார் தெரியுமா? அந்தப் பெருமைக்குரியவர் உமாசங்கர், இ.ஆ.ப. என்பவர். இவர் தலித் சமூகத்தைச் சேர்ந்தவர். மின் ஆட்சி என்பது நிர்வாகத்தை மின்மயமாக்குவதன் மூலம் பிரச்சினைகளுக்கு உடனடி தீர்வு காணுதல், எளிமை, ஊழலின்மை, பொதுமை, பன்மைத்தன்மை, அதிகாரப் பகிர்வு சாத்தியம் முதலியவைகளை உள்ளடக்கியது. மின் ஆட்சியில் பெண்கள் எவ்வாறு பங்குபெற முடியும் என்பது குறித்து சிதம்பரம் அண்ணாமலை பல்கலைக் கழகத்தில் கடந்த டிசம்பர் 20, 21 தேதிகளில் கருத்தரங்கு நடந்தது. அதில் சிலவற்றை மொழியாக்கம் செய்து புதிய கோடாங்கியில் வெளியிட

வாய்ப்பு உள்ளது. இக்கருத்தரங்கை அனித்ரா ட்ரஸ்ட் என்ற தலித் தொண்டு நிறுவனமும் (ஹரி குமாரி, இன்பக்குமார்), தலித் பன்னாட்டுக் கல்வி மய்யமும் இணைந்து நடத்தின.

7. தலித் பட்ஜெட் குறித்த முன்விவாதத்திற்கு நிதியமைச்சர் பொன்னையன் அவர்கள் ஜனவரி 25– இல் தலித் பிரதிநிதி களை அழைத்துப் பேசுவார் என சென்ற புதிய கோடாங்கி தலையங்கத்தில் படித்தறிந்தேன். என்னைப் போன்றவர்களும் கலந்து கொள்ளலாமா?

– கோவிந்தன், தேனி

இது மத்திய அமைச்சர் ப. சிதம்பரம் அவர்கள் கலந்து கொண்ட பொதுக்கூட்டம் அல்ல. இதுவரை தலித்துகளுக்கு தனி பட்ஜெட் தேவை என்று பதிவு செய்து விவாதித்தவர்களும், தலித் சிந்தனையாளர்கள், தலித் இயக்கப் பிரதிநிதிகள் மட்டுமே அழைக்கப் பெறுவர். ஆனால் அதற்கு முன்னோடியாக டிசம்பர் 23 அன்று சென்னை எழும்பூர் ICSA– வில் சுமார் அறுபது பேர் கலந்து கொண்ட தலித் பட்ஜெட் முன்விவாதக் கூட்டம் ஒன்று நடத்தப்பட்டது. அமைச்சரை சந்திக்குமுன் ஒருமித்த கருத்து உருவாக்க இக்கூட்டம் நடத்தப்பட்டது. சிவகாமி, கிறித்துதாசு காந்தி, அருட்தந்தை மனு, அனித்ரா ட்ரஸ்ட் இன்பக்குமார், வாணிதாசன், அயன்புரம் ராஜேந்திரன், பேரா. கல்விமணி, தய். கந்தசாமி, சன்னா, வை.ஜெயராமன், சி.நிக்கோலஸ், சக்கிலியர் பேரவைத் தலைவர் காளிமுத்து போன்ற பலர் கலந்து கொண்டு கருத்துத் தெரிவித்தனர்.

8. தாட்கோ மூலம் நிலமில்லாத தலித்துகளுக்கு இரண்டு லட்சம் ரூபாய் செலவில் நிலம் வழங்கப்படுவதாக அறிகிறேன். இதில் ஒரு லட்சம் ரூபாயை வங்கிக் கடனாகப் பெறவேண்டும் என்று உள்ளது. இதனால் பலர் பயன்பெற முடியாமல் உள்ளனர். இத்திட்டத்தை மாற்றியமைக்க வழி உண்டா?

– ராஜேந்திரன், கல்பாக்கம்

முதன் முதலில் தென்னாற்காடு மாவட்டத்தைப் பொறுத்தவரையில் ஆயிரத்து எட்டு நூறுகளில் அதாவது ஏறக்குறைய 175 ஆண்டுகளுக்கு முன்பாக ஆற்காடு நவாப்புகளிடமிருந்து பிரிட்டிஷ்காரர்களுக்கு ஆட்சி

கைமாறியபோது, பிரிட்டிஷ்காரர்கள் ஜமீந்தாரி முறையைப் பின்பற்றித்தான் நிர்வாகம் நடத்தி வந்தனர். பிறகு மூன்றாண்டுகளுக்கு ஒருமுறை நிலங்களைக் குத்தகைக்கு விடுக்கும் வழக்கமே இருந்து வந்திருக்கின்றது. 1812–இல் உழவர்களுக்கு (உழவு வாரி) நிலம் அளிக்கும் திட்டம் அறிவிக்கப்பட்டு பிறகு படிப்படியாக நிலம் பிரித்தளிக்கப் பட்டது. It was now ordered that the ryots were everywhere to be freely allowed to take up or give up lands as they thought fit at the time of the jamabandhi every year. The settlement was to be made in all cause with persons who had a 'hereditary prescriptive right to enter into direct engagement with the Government, and wherever there was over assessment, it was to be lowered (pg. 399-400 Gazetteer of India, South Arcot, Publis: by Government of Madras 1962, compiled by Dr. B.S. Bali, : B.A. (Hons) Ph.D. (Lond.) Curator, Madras Record Office) தென்னாற்காடு மாவட்ட கெஸட்டியரில் காணப்படுவது யாதெனில், ஒவ்வொரு வருடமும் ஜமாபந்தி காலங்களில் உழவர்களின் வேண்டுகோள் கவனிக்கப்பட்டு, அவர்களுக்கு பாரம்பரியமாக இருந்து வந்த நிலவுரிமையின் அடிப்படையில் வரி குறைக்கப்பட்டு, நிலம் தானமாக வழங்கப்பட்டது என்பதாகும்.

யாருமே நிலம் சொந்தமாகக் கொண்டாட முடியாத காலத்தில், நிலத்தை பிரிட்டிஷாரிடமிருந்து ஓசியாகப் பிறர் பெற்றுக்கொண்டார்கள். ஆனால் இன்று ஏழை தலித்துகள் ஒரு லட்சம் கடன்பட்டு நிலம் வாங்க வேண்டுமாம். ஒரு கண்ணுக்கு வெண்ணெய், இன்னொரு கண்ணுக்கு சுண்ணாம்பா? வரலாறு எதனால் மறைக்கப்படுகிறது என்பதை இப்போதாவது புரிந்துகொள்ளுங்கள். நிலமில்லாத தலித்துக்கள் ஆதி–திராவிடர்கள் என்ற பாரம்பரிய உரிமையின் அடிப்படையிலும், ஆதிவாசிகள் – பழங்குடிகள் காட்டுக்கும் மலைக்கும் சொந்தக்காரர்கள் என்ற அடிப்படையிலும் நிலத்தை தானமாகப் பெற எல்லா வகையிலும் தகுதி பெற்றவர்கள். ஆகையால் நிலவுரிமை கோரி அவர்கள் போராடவேண்டிய அவசியம் உள்ளது.

பிப்ரவரி 2005

1. இரட்டை வாக்குரிமையை இன்று பரவலாக அனைத்து தலித் இயக்கங்களும் வலியுறுத்தி வருகின்றன. இதனால் தலித் கிறித்தவர்களுக்கு என்ன பயன்?

– பிரான்சிஸ், மதுரை

புதிய கோடாங்கியின் 2–ஆவது மாநில மாநாட்டில் மதம் மாறிய தலித்துகளின் இன்றைய நிலை குறித்து கட்டுரை வாசித்த பேரா. லெனின், தலித் கிறித்துவர்கள் இரட்டை வாக்குரிமை மூலம் பயன் பெறமுடியாது எனக் கருத்துத் தெரிவித்திருக்கிறார். தனி வாக்காளர் தொகுதி என்ற கோரிக்கை இரண்டாவது வட்டமேஜை மாநாட்டின் போது முன்வைக்கப் பட்டது. காந்தியின் சாகும்வரை உண்ணாவிரதம் மூலம் இது முறியடிக்கப்பட்டது. பின்னர் ஒருபோதும் தனிவாக்காளர் தொகுதி பற்றி அம்பேத்கர் விவாதிக்கவில்லை. அரசியலமைப்புச் சட்டத்தில் தலித்துகளின் கல்வி, அரசில் வேலைவாய்ப்பு, வயது வந்தோர் வாக்குரிமை இவற்றுக்கு வழிவகுத்த அவர், தலித்துகளின் பொருளாதார முன்னேற்றத்தை மாநில அரசுகளின் பொறுப்பாக்கினார். இச்சலுகைகள் எதுவும் தலித் கிறித்துவர்களுக்குக் கிடையாது. பொருளாதாரத்திலும் கல்வியிலும் பின்தங்கியுள்ள பிறசாதியினரின் ஒதுக்கீட்டுக்கு அரசியலமைப்புச் சட்டத்தில் வழி செய்துள்ளார். அதன் மூலம் தலித் கிறித்தவர்கள் பயனடைகின்றனர். எனவே இப்போதைய சூழ்நிலையில், தலித் கிறித்தவர்கள் – இரட்டை வாக்குரிமை மூலம் (அமலாக்கம் பெறும் பட்சத்தில்) பயன்பெற வாய்ப்பில்லை.

2. திராவிட இயக்கம் வலுப்பெற்று வந்தபோது பிராமணர் களைக் கடுமையாக விமரிசித்த எழுத்துக்கள் தடைசெய்யப்பட்ட சூழல் நிலவியது. ஆனால் இன்றோ தலித்துகள் மேல்சாதி என்று சொல்லப் படுகின்றவர்களை தாராளமான வசவுகள் மூலம் கடுமையாக விமரிசனம் செய்தாலும், அவ்வகை எழுத்துக்கள் தலித்தல்லாத வர்களால் பிரசுரிக்கப்படுவதுடன், பாராட்டும் பரிசும் குவிகின்றன. காரணம் என்னவாயிருக்கும்?

– முனைவர் க. பஞ்சாங்கம்

(புதிய கோடாங்கியின் 2–ஆவது மாநாட்டின் போது எழுந்த கேள்வி)

பிராமணர்களை எதிர்க்கவில்லை, பிராமணியத்தையே எதிர்க்கிறோம் நாங்கள். ஆனால் அவர்களோ பிராமணர் களை எதிர்க்கிறார்கள், பிராமணியத்தை அல்ல. என்று பிராமணரல்லாதோர் இயக்கம் குறித்து அம்பேத்கர் கூறினார் இக்கூற்று திராவிட இயக்கங்களுக்கு முற்றிலும் பொருந்தும். பிராமணர்கள் சிறுபான்மையினர்; எனவே அவர்களுக்கெதிரான கருத்துப் பிரச்சாரத்தைக் கண்டு வெகுவாக அச்சமடைந்திருந்தனர். எனவே அவ்வகை எழுத்துக்களை தடைசெய்ய வேண்டிய அவசியமேற்பட்டது. ஆனால் தலித்தல்லாதோர் எண்ணிக்கையில் தலித்துகளை விட அதிகமானவர்கள். தலித்துகள் தங்கள் விருப்பம் போல் எழுதிக்கொள்ளட்டும், அவர்களால் என்ன செய்து விட முடியும் என்று நினைக்கிறார்கள் போலும். தங்கள் அதிகாரம் பறிபோய்விடாது என்ற நம்பிக்கையிலிருக்கிறார்கள்!!

3. தலித்துகள் மதம் மாறுவது அவசியமா?

– கோபாலன், பாண்டிச்சேரி.

அம்பேத்கர் தலித்துகளின் வரலாற்றை ஆய்வு செய்கையில் அவர்கள் சுட்டிக் காட்டக்கூடிய எந்த மதத்தினராகவும் இருந்ததில்லை என்கின்றார். பௌத்த நெறியாளர்களாக தலித்துகள் இருந்திருக்கலாம் என்பதற்கு, பௌத்தர்களும் சமணர்களும் கழுவிலேற்றப்பட்டு அந்நெறியாளர்கள் அழித்தொழிக்கப்பட்ட அதே கால கட்டத்தில்தான் தீண்டாமையின் தோற்றமும் என்பதை சோழர்கால இலக்கியங்கள், பக்தி இலக்கியங்கள் வெளிப்படுத்துகின்றன. இந்து மதம் சாதியை அடிப்படையாகக் கொண்டது. பௌத்தர்களோ சாதிக்கு அப்பாற் பட்டவர்கள். தலித்துகளும் சாதிமுறைமைக்கு வெளியே நிறுத்தப் பட்டவர்கள். எனவே தலித்துகள் பௌத்த நெறியாளர்கள் என்ற முடிவுக்கு வரவேண்டியுள்ளது. இக்கருத்து அம்பேத்கரால் வலுவூட்டப் பட்டுள்ளது. இதைப்பற்றிய விரிவான கட்டுரை அவசியமானது. எனினும் மதமாற்ற நிலையும் சாத்தியம் எனும்போது, ஏன் அதை நாம் கைக்கொள்ளக் கூடாது?

4. லோன் மேளா என்று ப. சிதம்பரம் ஊர் ஊராக வங்கிக் கடனை வழங்கி வருகிறார். தலித்துகள் இதனால் பயனடை கின்றனரா?

– வீரன், உளுந்தூர்பேட்டை.

தலித்துகளுக்கு கடன் வழங்குவதில் வங்கிகள் தயக்கம் காட்டுகின்றன. அவர்கள் கூறும் காரணம் கடனை திரும்ப வசூல் செய்ய முடியாது என்பதே. ஆனால் திரும்பி வராத கடன்களில் தலித்துகளின் பங்கு எத்தனை சதவீதம் என்று அறிந்தாலே போதும் திருப்பித் தராதவர்கள் தலித்தல்லாதவர்களே என்பதைப் புரிந்து கொள்ள. தலித்துகளுக்கு வங்கிக் கடன் வழங்காததற்கு முக்கிய காரணம் இங்கு நிலவும் கடுமையான சாதியமே. ப. சிதம்பரம் என்ன செய்யப் போகிறார் வங்கி ஊழியர்களின் சாதியத்தைப் போக்க?

5. ஜார்ஜ் புஷ் மீண்டும் அமெரிக்க ஜனாதிபதியாக தேர்வு செய்யப்பட்டுள்ளார். இது எதைக் குறிக்கிறது?

– சொக்கநாதன், மதுராகுளம்.

அமெரிக்க மக்கள் புஷ்ஷை உறிஞ்சு குழலாக்கி தொடர்ந்து பெட்ரோலுடன் ரத்தத்தையும் குடிக்கத் தயாராகிவிட்டார்கள். இதுவரை உள்ள புஷ்ஷின் நடவடிக்கைகள் அனைத்திற்கும் ஒப்புதல் வழங்கிவிட்டார்கள். தீவிரவாதம் என்ற பெயரில் போர் தொடுக்கவும், உதவும் கரங்கள் என்ற பெயரில் பொருளாதார அடிமை நாடுகளை கபளீகரம் செய்யவும் ஒப்புதல் வழங்கிவிட்டார்கள்.

6. உள்ளூரில் ராமதாஸ் திருமாவளவனையும் பீகாரில் பிற்படுத்தப்பட்ட சாதியைச் சேர்ந்த லாலு பிரசாத் யாதவையும் ஆதரிக்கும் இரட்டைக் குணம் உள்ளவராக இருக்கிறார். இதை எப்படி சகித்துக் கொள்கிறார்கள்?

– லலிதா, செங்கல்பட்டு.

திருமாவளவன் தலித் என்ற அடிப்படையில் அல்லாது தமிழர் என்ற அடிப்படையில்தானே ராமதாசுடன் உறவு கொண்டாடுகிறார். ஆகையால் முரண் எங்கே வந்தது? ராமதாசுக்கு எப்போதும் ஒரே குணம் தான் – அதன் பெயர் பார்ப்பனியம்.

7. தனியார் துறையில் ஒதுக்கீடு எனச் சட்டம் வருமானால் அந்நிய முதலீடு கணிசமாகக் குறையும் எனச் சொல்லப்படுகிறது. நீங்கள் அதை எவ்வாறு கணிக்கிறீர்கள்?

– பாலகிருஷ்ணன், சென்னை .

மேலைக் கிறித்துவம் இந்தியாவில் முதலில் தலித்துகளையே அரவணைத்தது. பின்னர், தலித்துகள் காரணமாக பிறசாதியினர் கிறித்துவத்துள் நுழைய தயக்கம் காட்டியதினால், சாதியை ஏற்றுக் கொண்டு கிறித்துவம் பிறசாதியினரை உச்சாணிக் கொம்பில் வைத்துக் கொண்டாடியது. தலித்துகள் மீது வெறுப்பு காரணமாக இல்லாவிட்டாலும் பிறசாதியினர் குறித்த அச்சம் காரணமாக கிறித்துவம் சாதியத்தை ஏற்றுக் கொண்டது. அதைப்போல அந்நிய முதலீடுகள் பிற சாதியினர் குறித்த அச்சம் காரணமாக குறைய வாய்ப்பிருக்கிறது. அவ்வளவு வல்லமை பெற்றது சாதியம்.

மார்ச் 2005

1. வரும் தேர்தலில் மூன்றாவது அணி உருவாகும் வாய்ப்புகள் இருக்கிறது என பேச்சு அடிபடுகிறது. அப்படி அமைந்தால் அதன் வெற்றி வாய்ப்பு எப்படி இருக்கும்?

– பாண்டியன், பண்ருட்டி.

மூப்பனார் தலைமையில் த.ம.கா. மூன்றாவது அணியை உருவாக்க முயற்சி செய்து, அதுவே இப்போது வாசன், சிதம்பரம், இளங்கோவன் என்று மூன்றாகப் பிரிந்து நிற்கிறது. பாமக –வின் நிரந்தரக் கொள்கை சந்தர்ப்பவாதம். ஆகையால் சொல்லக்கூடிய அளவில் மூன்றாவது அணி என்று தற்போது எதுவும் இல்லை. பாட்டாளி மக்கள் கட்சி தனது பேரம் பேசும் நிலையைத்தான் உயர்த்திக் கொண்டுள்ளது. மூன்றாவது அணிக்கான விதையே ஊன்றப்படவில்லை.

2. தலித் விடுதலை என்றால் என்ன என்று எவரும் வரையறுத்துச் சொல்ல முடியாது என்று மகஇக–வினர் பேசி வருகின்றனரே.

– பிரான்சிஸ், மதுரை

சாதியை திட்டவட்டமாக வரையறுத்து, சாதியற்ற தலித்துகளுக்கு சாதி இந்துக்கள் தான் தலைமையேற்பார்கள் என்று வரையறுத்து, அந்தக் கட்டங்களுக்குள் காய் நகர்த்துபவர்களுக்கு தலித் விடுதலையை வரையறுப்பது அல்லது அடையாளப்படுத்துவது சிரமம்தான். ஒப்புக்கொள்கிறோம்.

3. தேர்தலில் பங்கெடுக்கும் தலித் இயக்கங்கள் அனைத்தும் சாதி இந்துக்களின் கோரிக்கைகளையே தங்கள் கோரிக்கைகளாக முன்வைக்கிறார்களே. ஏன்?

– மாடசாமி, கிள்ளைப்புத்தூர்.

தேர்தலில் சாதி இந்துக்களின் ஓட்டுக்களைப் பெறுவதற்காக தங்கள் கோரிக்கைகளையே மாற்ற வேண்டிய அவசியம் வந்துவிட்டது.

4. பெரியார் பற்றிய விமர்சனத்துக்கு சரியான பதில் தலித்தல்லாதவர் தரப்பிலிருந்து வரவில்லை. மாறாக பெரியார் பற்றி அவதூறை கிளப்புவதாக சொல்கிறார்கள். நீங்கள் இது குறித்து என்ன செய்யப் போகிறீர்கள்?

– ராஜதுரை, செங்கல்பட்டு,

பெரியார் தலித்துகளுக்கு வேண்டிய நன்மைகளை செய்துவிட்டார் என்கின்றனர் தலித்தல்லாதார். எங்களுக்கு எந்தப் பலனும் வந்து சேரவில்லை என்கின்றனர் தலித்துகள். தலித்துகள் பயனடைந்தார்களா இல்லையா என்பதைக்கூட தலித்துகள் சொல்லக் கூடாது என்கிறார்கள். அதையும் பெரியார் என்பவரின் பெயர்மீது ஆணையிட்டுச் சொல்கிறார்கள் ஆகையால் முன்னைவிட வேகமாக இந்தப் பெரியார் என்பவர் யார் என்ற கேள்வி அவசியமாகிறது.

5. மக்கள் பிரச்சினைகளை முன்வைக்கும் போது தலித் இயக்கங்களுக்கு மக்கள் ஆதரவு உள்ளது. ஆனால் அவையே அரசியல் கட்சிகளாக உருவாகும் போது மட்டும் மக்கள் அவற்றிலிருந்து அந்நியப்படுவது ஏன்?

– வெள்ளையன், பாண்டிச்சேரி

அரசியல் கட்சிகளாக உருவானபின் மக்கள் பிரச்சினைகளைப் புறந்தள்ளி வெற்றுகோஷங்களை முன் வைப்பதாலும் இருக்கலாம்.

6. விடுதலை ராசேந்திரன் நடத்தும் பெரியார் முழக்கம் என்ற பத்திரிக்கையில் கொளத்தூர் மணி பேசியதாக நிகழ்வு ஒன்று பிரசுரிக்கப்பட்டுள்ளது. அதில் ஒரு தகவல் தரப்பட்டுள்ளது. அதாவது பெரியார், ஆறு கோடி தலித் மக்களின் வாழ்க்கையை பணயம் வைத்து காந்தியின் உயிரைக் காப்பாற்ற வேண்டாம் என்று ஒரு தந்தியை அனுப்பியதாகவும், அதை மீறி அம்பேத்கர் தவறு செய்துவிட்டார் என்று கொளத்தூர் மணி பேசியிருக்கிறார். இத்தகவல் உண்மையானதுதானா?

– சுப்பையன், மேப்பூர்.

தமிழ்நாட்டில், கீழ்வெண்மணியில் நாற்பத்தி நான்கு திராவிட தலித்துகள் உயிரோடு கொளுத்தப் பட்டபோது எந்தக் கண்டனமும் செய்யாத பெரியார், ஆறு கோடி தலித்துகளுக்காக காந்தியின் சாகும் வரை உண்ணாவிரதப் போராட்டத்தில் நாடே கொந்தளித்துப் போயிருந்த சூழ்நிலையில் வெளிநாட்டுக்குப் போய்விட்டு அங்கேயிருந்து ஆத்தமாட்டாமல் தந்தி கொடுத்தார் என்று சொல்வது நம்புவதற்குக் கடினமாக உள்ளது. அம்பேத்கர் எழுதிய அல்லது அவர் குறித்த ஆவணங்களிலும் இந்தத் தந்தி குறித்து எந்தப் பதிவுமில்லை.

7. மனுவாதி சங்கரராமனா? அவனைக் கொன்றதாக குற்றஞ் சாட்டப்பட்ட சங்கராச்சாரியா? யார் பக்கம் தலித்துகள்?

– ரங்கசாமி, ஏற்காடு.

காந்தியா? கோட்சேவா? யார் பக்கம்? நீங்கள் கேட்ட கேள்விக்கும் இந்தப் பதிலில் உள்ள கேள்விகளுக்கும் எப்படி பொருத்தம்!!!

8. மீண்டும் ஜெயலலிதாவா?

– பிரேம்குமார், சொக்கையம்பட்டி

மீண்டும் ஜெயலலிதாவா என்ற கேள்வியில் உள்ள உங்கள் நடுக்கம் நியாயமானதே. எனினும் விலை போகக்கூடிய சில அரசியல் கட்சிகள் உங்களின் இந்த நடுக்கத்தால் அதிக பேரத்திற்குத் தயாராகிறார்கள் என்பதே உண்மை.

9. பஞ்சமி நிலம் கிடைக்காததற்குக் காரணம் ஆதிக்க சாதியா? அரசு அதிகாரிகளா?

– குலோத்துங்கன், கலவை.

இரண்டுக்கும் வேறுபாடு இருக்கிறதா என்ன?

10. தலித் இலக்கியத்தை தலித்துகள்தான் எழுத முடியும் என்பதை பிறர் ஏற்றுக் கொண்டு விட்டார்களா?

– பாண்டித்துரை, செங்கல்பட்டு

ஆம். ஏற்றுக்கொண்டு விட்டார்கள்.

ஜூன் 2005

1. கும்மிடிப்பூண்டி, காஞ்சிபுரம் இடைத்தேர்தல்கள் தலித்துகளுக்குக் கற்றுக் கொடுக்கும் பாடம் என்ன?

– திலகம், மதுராந்தகம்.

தேர்தல் என்பது ஆண்டைகளுக்கான விளையாட்டு. தலித்துகள் பகடைகள். இஷ்டத்துக்கும் உருட்டி விடுவார்கள். வாக்குறுதிகள், திட்டங்கள், கட்சி செயல்பாடு, ஊழல் எதைப் பற்றியும் தலித்துகளுக்கு கவலை கிடையாது அன்றையப் பாடு என்ன? இதுதான் அவர்களது கவலை. அன்றாடங் காய்ச்சிகளுக்கு இதைவிட பெரிதாக சிந்தனை வளர வாய்ப்பில்லை. வாக்குப் போடுவது மிக எளிதான வேலை. இந்த சுலபமான எளிதான வேலைக்கு அதிகமாகவே கூலி கிடைக்கிறது. வரப்போகின்ற தேர்தலுக்குள் பெரும்பாலான பாமர தலித்துகளின் நிலையும் எதிர்பார்ப்பும் மாறிவிடும் வாய்ப்பு உள்ளதா என்ன?

2. பிரதமர் மன்மோகன்சிங் மாவட்ட ஆட்சித் தலைவர்களுக்கான கூட்டத்தின்போது மாவட்ட ஆட்சித் தலைவர்கள் தலித்துகளின் நலனுக்காக பாடுபட வேண்டும் என்று கூறியிருக்கிறார். எவ்வளவு கரிசனமும், அக்கறையும் இருந்தால் இவ்வாறு கூறுவார்?

– நாதமுத்து, வாடிப்பட்டி

சிறப்புக் கூறு திட்டத்தை மாநில அரசுகள் எவ்வாறு செயல்படுத்துக்கின்றன என்பதைப் பற்றி அக்கறையில்லை. வன்கொடுமை தடுப்புச் சட்டம் முறையாக அமல்படுத்தப் படவில்லை. இதைப் பற்றியும் பிரதமருக்கு கவலையில்லை. வறுமைக் கோட்டிற்குக் கீழ் வாழும் தலித்து களுக்கு நிலம்

பகிர்ந்தளிக்கப்பட வேண்டும் என்று எந்தத் திட்டத்தையும் முன்மொழியவில்லை. தலித்துகள் வறுமைக் கோட்டிற்குக் கீழ் வாழும் நிலைக்கு, மாவட்ட ஆட்சித்தலைவர் பொறுப்பாக்கப்படவில்லை. எந்த ஐ.ஏ.எஸ். அதிகாரியும் தண்டனை பெற்றதில்லை. எதைப் பற்றியும் பிரதமர் கேள்வி எழுப்பவில்லை.

3. வாய் புளித்ததோ மாங்காய் புளித்ததோ என்று பிரதமர் பேசியதற்கே இவ்வளவு மகிழ்ச்சியா உங்களுக்கு? காத்திருப்புப் பட்டியலில் ஆறு மாதங்கள் இருந்த காந்திக்கும், ஒன்றரை மாதம் இருந்த சிவகாமிக்கும் பணியிடம் ஒதுக்கப்பட்ட தகவலை பத்திரிகைகள் பார்த்து அறிந்து கொண்டேன். மேலும் தலித்துகளின் போராட்டங்கள், உண்ணா விரதங்கள் இவற்றிற்கு அடி பணிந்துதான் அரசு அவர்களுக்கு பணியிடம் ஒதுக்கியதாக பல பத்திரிகைகள் எழுதியிருக்கின்றன. உண்மை என்ன?

– ரமேசு, ஊட்டி

அரசு சில அதிகாரிகளை ஒரு வருடத்திற்குக் கூட காத்திருப்பு பட்டியலில் வைத்திருந்து, பின்னர் பணியிடம் ஒதுக்கியிருக்கிறது. காந்தி கூட ஆறு மாத காலம் எந்தப் பணியிடமும் இல்லாமல் வீட்டில் இருந்தார். இவ்வாறு காத்திருப்பு என்ற தண்டனையற்ற தண்டனை முறையை யாரும் கேள்விக்குட்படுத்தவில்லை. முதல் முறையாக எஸ்.ஸி., எஸ்.டி. ஊழியர் சங்கங்களே இதற்கு எதிர்ப்பு தெரிவித்தன. இதனால் ஊக்கம் பெற்று காந்தியும் கோர்ட்டுக்குப் போனார். தமிழகமெங்கும் பரவலாக நடந்த சுவரொட்டி யுத்தமும், உண்ணாவிரதப் போராட்டமுமே அரசை துரித நடவடிக்கை எடுக்கத் தூண்டியது என்பதில் என்ன சந்தேகம்?

4. நிலவுரிமைப் போராட்டம் எந்த அளவில் உள்ளது?

– காளிமுத்து, ஆம்பூர்

மார்ச் 27, 2005 அன்று மாநில அளவில் மாநாடு நடந்தது. தொடர்ந்து ஏப்ரல் 15, 16–இல் சென்னையைத் தலைமையிடமாகக் கொண்டு ஒரு பயிற்சிப் பட்டறையும், மே 7–8–இல் விருதுநகர், அருப்புக் கோட்டையில் ஒரு பயிற்சி வகுப்பும் நடைபெற்றது. ஜுன் மாத இறுதியில் மதுரையில் ஒரு பயிற்சிப் பட்டறை நடத்த வழக்கறிஞர்

பாஸ்கரன் முன்வந்துள்ளார். திருவள்ளுவன் (முன்னாள் விடுதலைச் சிறுத்தைகள்) பெண்ணாடத்தில் ஒரு கருத்தரங்குக்கு ஏற்பாடு செய்தார். தொடர்ந்து கடலூர் மாவட்டத்தில் மாவட்ட அளவிலான கருத்தரங்கை நடத்தவிருக்கிறார். புதிய கோடாங்கி குழு, கரூர் மாவட்டத்தில் இந்த மாதம் பிரச்சாரம் மேற்கொண்டது. திருவள்ளூர் மாவட்டத்தில் போராளி இன்பக்குமார் கிராம அளவிலான குழுக்கள் இருப்பதை உருவாக்கியிருக்கிறார். திருச்சி சண்முகசுந்தரம் திருச்சி மாவட்டத்தில் பிரச்சாரக்குழு அமைத்து பணி செய்து வருகிறார். எஸ்ஸி/எஸ்டி ஊழியர் சங்கத் தலைவர் கருப்பையா விருதுநகர் மாவட்டத்தில் இருபத்தைந்து பேர் அடங்கிய மாவட்ட நிலவுரிமைக் குழுவை அமைத்து கிராம அளவில் பிரச்சாரம் செய்து வருகிறார். சிவகாமி அதேகாம் பின்னகம் லலிதாவின் உதவி கொண்டு விழுப்புரம் மாவட்டத்தில் களமிறங்கி உள்ளார். இதற்கிடையில் விழுப்புரம் நிக்கோலஸ் அவர்களின் மண்ணுரிமை கூட்டமைப்பு, நில உரிமையை மையப்படுத்தி பெரிய கூட்டம் நடத்தியுள்ளது. அடுத்த மாதம் மாநில நிலவுரிமைக் குழு கூடி நிலவுரிமைப் பணிகளை ஆய்வு செய்து தொடர் நடவடிக்கைகளைத் திட்டமிடும்.

5. திருமாவளவனின் விடுதலைச்சிறுத்தைகள் கும்மிடிப்பூண்டி மற்றும் காஞ்சிபுரத்தில் இரண்டாயிரம் வாக்குகள் மட்டுமே பெற்றுள்ளது. இப்படுதோல்விக்கு யார் பொறுப்பு?

– பாண்டியம்மா, மேலூர்

ஊர் ஊருக்கு உள்ள விடுதலைச் சிறுத்தைகளின் உறுப்பினர்கள் வாக்களித்திருந்தாலே அதிக வாக்குகள் பெற்றிருக்க முடியும். விடுதலைச் சிறுத்தைகளின் சர்வமுமாக செயல்பட்டு வரும் திருமாவளவனைத்தான் கேட்கவேண்டும்.

6. தென்னிந்திய தலித் எழுத்தாளர் பேரவை எப்படி நடக்கிறது?

– கந்தசாமி, கும்பகோணம்

சமீபத்தில் பேரவை சார்பாக அதன் செயலாளர் இதய வேந்தன் ஒரு கடிதம் எழுதியிருந்தார். கிறித்துதாசு காந்தி, சிவகாமி இவர்கள் மீது அரசு நடத்திய தாக்குதலை எதிர்த்து

போராட்டம் நடத்தப் போவதாக அதில் செய்தி வந்திருக்கிறது. இப்போதுதான் புதியவர்கள் பொறுப்பேற்றிருக்கிறார்கள். திறமையாகச் செயல்படுவார்கள் என்று நம்பலாம்.

7. பாஸ்வான் கட்சி இரண்டாக உடைந்தது என்றார்கள். பிறகு அது மறுக்கப்பட்டது. என்ன நடக்கிறது?

– ஜெயா, துறையூர்

பாஸ்வான் கட்சி இரண்டாக உடைய வேண்டும் என்பது தலித்தல்லாதவர்களின் விருப்பமாக இருந்தது. அதற்கு அவர்கள் பத்திரிகைகளும் தொலைக்காட்சிகளும் உடந்தையாக இருந்தன. இத்திட்டமிடப்பட்ட சதி கவனமாக முறியடிக்கப்பட்டுவிட்டது. இதை பீகாரில் நடக்கவிருக்கும் சட்டமன்றத் தேர்தல் வெளிப்படுத்தும்.

8. ரவிக்குமார் ஆசிரியராக உள்ள போதி இதழ் கிடைத்ததா?

– செவந்தி, காரைக்கால்

தூத்துக்குடி சென்றபோது அபிமானி கொண்டு வந்து கொடுத்தார். இனி மேல்தான் படிக்க வேண்டும். தொடர்ந்து படித்தவர்களுக்கு மத்தியிலேயே சுழன்று கொண்டிருக்கிறோம் என்றார் அவர். தலித் வரலாற்றைப் பரவலாக்குவது அவசியமான பணி. அறைக்குள்ளே சுழன்று கொண்டிருக்கும் காற்றை ஆரோக்கியமான முறையில் வெளியில் எடுத்துச் செல்வது ஒரு சவால்!

9. தங்கர்பச்சான் கதாநாயகனாகிறார் முழு நீளக் காமெடி படமொன்றில், கேள்விப்பட்டீர்களா?

– தனராஜ், பரமக்குடி

திருச்சி மொழிப் போர் மாநாட்டைத் தொடர்ந்து முழு நீள காமெடி. சில போக்குகள் ஏற்கனவே தீர்மானிக்கப்பட்டவைதான்.

10. ஆர்னால்டு சுவிட்சநிக்கருக்கும், சில்வஸ்டர் ஸ்டாலோனுக்கும் இடையில் நடக்கும் நிழல் யுத்தம் பற்றி டி.வி.யில் பார்த்தேன். பணத்துக்கும் புகழுக்கும் போட்டிகள் ஆயிரம்!

– தியோடர் ஸ்டாலின், சேலம்

மேல்நாட்டில், உடற்கட்டும் நடிப்பும் இணைந்த பிரபலங்களின் போட்டி கிடக்கட்டும். உள்ளூரில் அஜித்தும், விஜய்யும் தங்கள் கல்லா நிரம்புவதற்காக தமிழ் ரசிகப் பெருமக்களுக்கு குல்லா போட்டு வருகிறார்களே!

ஜூலை 2005

1. நுழைவுத் தேர்வை ரத்து செய்து அரசு ஆணை வெளியிட்டது என் போன்ற தலித் மாணவர்களுக்கு மிகவும் சந்தோஷத்தை அளித்தது. ஆனால் கோர்ட் அந்த ஆணையைத் தடை செய்து விட்டது. ஏனிப்படி நடக்கிறது எனத் தெரிந்து கொள்ள விரும்புகிறேன்.

– மணியன், கரிவலம்வந்தநல்லூர்.

நுழைவுத் தேர்வை அறிமுகப்படுத்தியதற்குக் காரணம், கட்சி சிபாரிசுகள் மூலம் தொழில் நுட்பம் மற்றும் மருத்துவத் துறைகளில் மாணவர் சேர்க்கை நடை பெறுவதைத் தவிர்க்கத்தான். பள்ளி கல்வி +2 வகுப்பு வரை வெவ்வேறு முறைகளில் இருப்பதால், +2 மதிப் பெண்களைக் கொண்டு மாணவர் தகுதியைத் தீர்மானிக்க முடியாதென்பதும் ஒரு காரணம்.

இதைச் சரி செய்ய, கிரமப்புற மாணவர்கள் மற்றவர்களுக்கு நிகரான வாய்ப்புக்களைப் பெற ஒரு குழு அமைத்து, இதுவரை உள்ள பிரச்சினைகளை ஆய்வு செய்து, அவற்றிற்குத் தீர்வு காண வழிவகை செய்ய வேண்டியது அவசியமான ஒன்று. கிராமப்புற மாணவர்களுக்கு அல்லது சி.பி.எஸ்.இ. மூலம் தேர்வு எழுதும் மாணவர்களுக்கு ஒதுக்கீடு செய்யலாம். அல்லது எல்லோரும் ஒரே வகையான தேர்வு முறையை அனுசரிக்க வழிவகை செய்யலாம். அல்லது கிராமப்புறங்களில் பள்ளிக் கல்வித் தரத்தை உயர்த்தி வழி செய்யலாம். அல்லது ஆய்வின் முடிவு நுழைவுத் தேர்வை ரத்து செய்வதுதான் சரி என்றால் அப்படியும் செய்யலாம். ஆனால் நுழைவுத் தேர்வை எழுதவும் அனுமதித்து விட்டு, அதன் முடிவுகளும் அறிவிக்கப்பட்ட பின்பு நுழைவுத் தேர்வை ரத்து செய்தது என்பது வரப்போகின்ற தேர்தலை குறி வைத்துத்தான் என எண்ணத் தோன்றுகிறது. நீதிமன்ற

வழக்கில் அரசு தரப்பில் தயாரிக்கப்பட்ட தர்க்கங்களும் ஏனோதானோ என்ற அடிப்படையில் இருப்பது நமது சந்தேகத்தை வலுப்படுத்துகிறது.

எதையும் முறையாக, உரிய காலத்தில் செய்தால் தான் நீதிமன்றமும் ஆதரவாகச் செயல்பட முடியும் என்பது என் கருத்து.

2. சேது சமுத்திரத் திட்ட துவக்க விழாவில் தமிழக முதல்வர் கலந்து கொள்ளப் போவதில்லையாமே?

–ராமு, தூத்துக்குடி.

2300 கோடியில் நிறைவேற்றப்படவிருக்கும் இத்திட்டத்தினால் விளையும் நன்மைகள் யாருக்குப் போய்ச் சேர்கின்றன? முதற்கட்டமாக அல்லது உடனடியாக பயன்பெற இருப்பவர் ஏறக்குறைய நாற்பது

கப்பல் அதிபர்கள். அதாவது கோடீஸ்வரர்கள். இதன் மூலம் அடுத்த கட்டமான தொழில் அபிவிருத்தியில் பயன் பெறப் போகிறவர்கள் மிகக் குறைந்த அளவிலான வசதி படைத்த வணிகர்கள். வறுமைக்கோட்டிற்குக்கீழ் வாழும் மிக அதிகமான தலித் மக்களுக்கும் இந்தத் திட்டத்திற்கும் சம்பந்தமில்லை. இந்த இரண்டாயிரத்து முன்னூறு கோடியில் மத்திய அரசு விளைநிலங்களை வாங்கி தலித் மக்களுக்கு அளிக்குமேயானால், அதனால் கிடைக்கும் நன்மைகள் பலப்பல. இப்படித்தான் நமக்கு எண்ணத் தோன்றுகிறது. நம்முடைய எண்ணங்கள் இவ்வாறாயிருக்கும் பட்சத்தில் விழாவில் யார் கலந்து கொண்டால் என்ன, அல்லது கலந்து கொள்ளாவிட்டால்தான் என்ன? தமிழக அரசு பட்ஜெட்டில் தலித் மக்களுக்கு சேர வேண்டிய 1800 கோடியை தனியே ஒதுக்குமாறு கேட்பதிலேயே நமது கவனம் இருக்கிறது. என்ன செய்ய?

3. இறுதியாக பாஸ்வான் கட்சி இரண்டாக உடைந்து விட்டது என்று செய்தித்தாளில் பார்த்தேன். தமிழக அளவில் இதன் விளைவுகள் என்ன?

– இராமலிங்கம், குத்தாலம்.

தேர்தல் அரசியல் என்பது லாட்டரி மாதிரி. கோடி கோடியாக டிக்கட்டுகள் விற்பனை செய்யப்பட்டாலும் அதிர்ஷ்டம் உள்ளவர்களுக்குத்தான் பரிசு. தனி நபர் லாபம்தான் தேர்தல் அரசியலில் உண்டு என்பதை இச்செய்தி அறிவிக்கிறது. எனினும் பொறுத்திருந்து பார்ப்போம்.

4. தலித் ஒற்றுமை என்று நீங்கள் பலவிதமாகப் பேசியும் எழுதியும் வருகிறீர்கள். என்னைப் பொறுத்தவரையில் தலித் ஒற்றுமை சாத்தியமே இல்லை. பல காலமாக தலித் இயக்கங்களைப் பார்த்து கற்ற அனுபவத்தில் தேர்ந்த பாடம் இது. உங்கள் கருத்து என்ன?

– பிரிட்டோ, சென்னை.

மூத்த பிள்ளை படிக்காமல் ஊர் சுற்றி பெயிலாகி விட்டதால் உங்கள் இளைய பிள்ளையை படிக்க விடாமல் நிறுத்தி விட்டீர்களா? சில ஆண்களும் பெண்களும் விவாகரத்து கேட்பதால், உங்கள் பிள்ளைக்கு திருமணமே வேண்டாம் என்று முடிவு செய்து விட்டீர்களா? சொந்த விஷயத்தில் எவ்வளவு அக்கறையுடனும், கனிவுடனும், நம்பிக்கையுடனும் இருக்கிறீர்கள்! ஆனால் பொது விஷயம் என்று வந்துவிட்டால் மட்டும் எவ்வளவு சுலபமாக கைகழுவி விடுகிறீர்கள் நீங்கள்? இப்படி நம்பிக்கை இல்லாமல் இருப்பதற்கு பொறுப்பின்மையே காரணம். ஆகையால் நம்பிக்கையை இழக்காமல் தொடர்ந்து திட்டமிட்டு உறுதியுடன் செயல்படுவோம். வெற்றி நிச்சயம்.

5. எங்கள் ஊர் திருச்சி மாவட்டத்தைச் சேர்ந்த கருட மங்கலம். நாங்கள் தலித்துக்கள். இங்குள்ள சாலை குண்டு குழியுமாக இருப்பதினாலும், கலெக்ஷன் இல்லை என்பதனாலும் எங்கள் ஊருக்கு வந்த பஸ்ஸை நிறுத்தி விட்டார்கள். நாங்கள் ஊர் மக்களுடன் சேர்ந்து சுமார் இருநூறு பேர் சென்ற மாதம் மாவட்ட ஆட்சித் தலைவர் அலுவலகம் சென்று முறையிட்டோம். ஆனால் எவ்விதப் பலனுமில்லை. எங்கள் ஊருக்கு பஸ் வர என்ன செய்யலாம்?

– ராணி, கருடமங்கலம்.

சாலையைச் செப்பனிடக் கோரி பஞ்சாயத்துத் தலைவரையும், தொகுதி சட்டமன்ற உறுப்பினரையும் அணுகலாம். நீங்களே மினி பஸ் இயக்க அனுமதி வாங்கலாம். அல்லது

பள்ளிக்கருகிலேயே விடுதி கட்ட திட்ட மிடலாம். சைக்கிள் போன்ற வாகனங்களைப் பயன்படுத்தலாம் – பஸ் வசதி வரும் வரை, விடுதி கட்டும் வரை அல்லது சாலை செப்பனிடும் வரை. தொடர்ந்து முயற்சிகள் மேற்கொள்ளலாம். இவ்வாறு பல வழிகள் உள்ளன. ஆனால் உங்கள் ஊரில் நாற்பது ஏக்கர் பஞ்சமி நிலங்கள் இருப்பதாக திருச்சி சண்முகசுந்தரம் (பஞ்சமி நில மீட்பு இயக்கம்) மூலம் அறியப் பெற்றோம். ஊருடன் சேர்ந்து பஸ்ஸக்காகப் போராடும் நீங்கள் இந்தப் பஞ்சமி நிலத்தைத் திருப்பித் தருவதை ஊருடன் சேர்ந்து போராடுவதற்கு முன் நிபந்தனையாக வைக்க முடியுமா என்று சிந்தியுங்கள். வாழ்வாதாரமான நிலத்தைப் பறிகொடுத்து விட்டு நிற்கும் நீங்கள் இதைப் பற்றியும் சிந்திக்க வேண்டிய அவசிய முள்ளது.

6. வழக்கறிஞர் கௌதம சன்னா அயோத்திதாஸர் பற்றிய அரிய வரலாற்றுக் குறிப்புகளை எழுதியுள்ளார். மிகவும் வரவேற்கப்படுகிறது அவரது எழுத்து. தயவு செய்து அயோத்திதாஸர் வாழ்க்கையையும், வரலாறையும் தொடராக எழுதச் சொல்லுங்கள் அவரை.

– தேவன், சென்னை.

சாகித்ய அகாதமிக்காக பண்டிதர் அயோத்திதாஸரின் வாழ்க்கை வரலாறை எழுதிக்கொண்டிருக்கிறார் சன்னா இன்னும் ஓரிரு மாதங்களில் முடித்து விடுவார். சாகித்ய அகாதமி அதைப் புத்தகமாக வெளியிட இருக்கிறது.

7. மதுராந்தகம் அருகிலுள்ள தச்சூரில் தலித் கிறிஸ்தவர்களின் போராட்டத்தை தலித் முரசு பத்திரிக்கையில் படித்து அறிந்தேன். புதிய கோடாங்கி பத்திரிக்கையில் அதைப் பற்றிய செய்தி ஏதுமில்லை. ஏன்?

– குமரேசன், மங்களாபுரம்.

புதிய கோடாங்கி தச்சூர் போராட்டத்தை வீடியோவில் பதிவு செய்து குறும்படமாக வெளியிட உள்ளது. குறும்படம் தயாரித்து உலக கத்தோலிக்கச் சங்கத்தின் தலைமையிடமாகிய ரோமில் திரையிட ஏற்பாடுகள் நடந்து வருகின்றன. ஏனெனில் தச்சூரில் உள்ளது கத்தோலிக்க தேவாலயம். உலகக் கத்தோலிக்கர்கள், இங்குள்ள கத்தோலிக்கரிடம் உள்ள சாதி ஆதிக்கத்தைத் தெரிந்து

கொண்டு வெட்கப்படட்டும், கண்டனம் செய்யட்டும் அல்லது நடவடிக்கை எடுக்கட்டும்.

8. மக்கள் அறியாத அம்பேத்கர் தொடர் சிறப்பாக வந்து கொண்டு இருக்கிறது. முடிந்தவுடன் புத்தகமாக வெளியிட ஏற்பாடு செய்யுங்கள்.

– பூபாலன், செங்கல்பட்டு.

உங்கள் ஆலோசனை ஏற்கப்படுகிறது.

9. சுனாமி பாதிப்பிற்காக பல்வகை தொண்டு நிறுவனங்கள் ஏராளமான நிதி உதவி பெற்றும் மெத்தனமாகச் செயல் படுகின்றன. பாதிக்கப்பட்டவர்கள் வறுமையிலும் வேலை யில்லாத் திண்டாட்டத்திலும் வாடுகிறார்கள். வழி என்ன?

– குப்பன், நாகப்பட்டிணம்.

தொண்டு நிறுவனங்கள் பெற்ற நிதியை பகிரங்க அறிவிப்புச் செய்ய வேண்டும். அதேபோல் நிவாரணப் பணி, நீண்டகாலப் பணி ஆகியவற்றையும் மக்கள் குழுவில் வைத்து அவர்களின் ஒப்புதல் பெற்று செயல் படுத்தட்டும். அப்போதுதான் பெறப்பட்ட நிதி பாதிக்கப்பட்டவர்களைச் சென்று சேரும்.

10. பஞ்சமி நில மீட்பு தேர்தல் அறிக்கையாக வரப்பெறும் என்று குமுதம் ரிப்போர்டர் செய்தி படித்தேன். மாநில நிலவுரிமைக் குழுப் போராட்டத்திற்கு கிடைத்த வெற்றி இது. வாழ்த்துக்கள்.

– கார்த்திகேயன், சென்னை.

அவசரப்பட வேண்டாம். தேர்தல் அறிக்கை இன்னும் வெளியிடப் படவில்லை. தலித்துகளுக்கான ஆறாயிரம் பின்னடைவு இடங்கள் நிரப்பப்படும் என்று கூறியது சென்ற தேர்தல் அறிக்கை. இருந்தும் ஒரு பின்னடைவு இடம் கூட நிரப்பப்படவில்லை என்பதை தலித்துகள் கவனத்தில் கொள்ள வேண்டியுள்ளது. வரும் தேர்தலில் பஞ்சமி நில மீட்பு தேர்தல் அறிக்கையில் சேர்க்கப்பட்டாலும் ஒரு ஏக்கர் நிலம் கூட மீட்கப் படாமல் போவதற்கு வாய்ப்பு உள்ளது. ஆகையால் முன்பை

விட பஞ்சமி நிலத்தை மீட்கும் வழிகளை ஆராய்ந்து அனைத்து தலித் இயக்கங்களும் மிகக் கடுமையாக உழைத்தாலன்றி மீட்டெடுப்பு சாத்திய மாகாது. கிராம அளவில் தலித்துகள் ஒன்று சேர்ந்து குழுவாக விழிப்புடன் செயல்படாவிடில் இத்திட்டம் அறிவிக்கப்பட்டாலும் நிறைவேறாது என்பதைக் கவனத்தில் கொள்ள வேண்டும். பஞ்சமி நிலம் மட்டுமல் லாது, நிலச்சீர்திருத்தத்தை அமல்படுத்தவும், தரிசு நிலங்களை தலித்துகளுக்கு வழங்கவும் கடுமையான முயற்சிகள் மேற்கொள்ள வேண்டியுள்ளது.

ஆகஸ்ட் 2005

1. **விமரிசிக்கக் கூடாத நீதித்துறையை விமரிசியுங்கள் என்று அனுமதி தந்துள்ளார் உயர் நீதிமன்ற தலைமை நீதிபதி கட்ஜு. இதை எல்லா செய்தித்தாள்களும் கொட்டை எழுத்தில் வெளியிட்டுள்ளன. புதிய கோடாங்கியும் விமரிசிக்கலாம்தானே?**

–சராமு, மதுரை.

சமுதாயப் பிணிகளை இனங்கண்டறிந்து, ஆய்வுக் குட்படுத்தி, விமரிசனம் செய்ய புதிய கோடாங்கி எப்போதும் தயங்கியதில்லை. இனியும் தயங்காது.

2. லால்குடி ஆர்.டி.ஓ. அலுவலகம் முன்பு திரு. கருப்பன் இ.ஆ.ப. (ஓய்வு) தலைமையில் இரண்டாயிரம் மக்கள் வாழையூர் பஞ்சமி நிலங்களை மீட்க ஆர்ப்பாட்டம் நடத்தினார்கள். விளைவு என்ன?

– முத்துராமன், திருச்சி.

இன்னும் ஒரு மாதத்திற்குள் நடவடிக்கை எடுப்பதாக லால்குடி ஆர்.டி.ஓ. வாக்களித்திருப்பதாக அறிகிறோம். பொறுத்திருந்து பார்க்கலாம்.

3. பழங்குடி மக்களின் நிலவுரிமை குறித்த ஆய்வுக் கட்டுரையை புதிய கோடாங்கியில் எதிர்பார்க்கிறோம். எப்போது வரும்?

–இ.பா. சங்கர், கடலூர்.

ஜூலை 27–ஆம் தேதி இருளர் பாதுகாப்பு சங்கம் பழங்குடி மக்களின் நிலவுரிமையை வலியுறுத்தி கருத்தரங்கம் நடத்துகின்றது. கருத்தரங்கில் பிரதிபலிக்கப்பட்ட கருத்துக்களையும், தீர்மானங்களையும் சேர்த்து கட்டுரை வெளிவரும். அநேகமாக செப்டம்பர் அல்லது அக்டோபரில் எதிர்பாருங்கள்.

4. புதிய கோடாங்கியில் வெளிவந்த கட்டுரை ஒன்றில் நிலமில்லாத தலித் குடும்பம் ஒன்றுக்கு தலா 5 ஏக்கர் வழங்குமளவுக்கு போதிய நிலம் இருப்பதாக எழுதப்பட்டிருந்தது. அது சரி, பிறருக்கும் அம்மாதிரி 5 ஏக்கர் வழங்க போதுமான நிலம் உள்ளதா?

– ஆர். முத்தையன், திண்டுக்கல்.

தமிழகத்தின் மொத்த நிலப்பரப்பில் விளைநிலங்களை மட்டும் கணக்கிட்டால் விவசாயத்தில் ஈடுபட்டுள்ள அனைவருக்கும் தலா மூன்று ஏக்கர்தான் தேறும் என்று சொல்கிறார்கள். விவசாயத்தை மட்டுமே நம்பியுள்ளவர்கள் மற்றும் நேரடி விவசாயத்தில் உள்ளவர்கள் என்று மட்டும் கணக்கிடுவது அவசியமானது. இதைப்பற்றி விரிவான புள்ளி விவரங்களுடன் பின்னர் பார்க்கலாம்.

5. உலக நாடுகளில் பல அணு ஆயுதங்களைச் சேகரிப்பதில் அக்கறை காட்டுகின்றன. இந்தியா பல அணு குண்டு வெடிப்புகளை நிகழ்த்தி சோதனைகளைச் செய்கிறது. இதையெல்லாம் பார்த்தால், விஞ்ஞானிகள் அதிகார வர்க்கத்தின் பிடியில் இருக்கிறார்களோ என்று எண்ணத் தோன்றுகிறது. உங்கள் கருத்தென்ன?

– ப. குப்புசாமி, மாமல்லபுரம்

வேட்டையாடவும், காட்டை அழித்து விவசாயம் செய்யவும் தான் ஆயுதங்கள் தயாரிக்கப்பட்டன முதலில். அவ்வாறே விவசாயம் அபிவிருத்தி அடைய மக்கள் வாழ்க்கை மேம்பட்டது. ஆனால் அவையே கொலைக் கருவிகளாகவும் பயன்பட்டன. ஆகையால் விஞ்ஞானக் கண்டுபிடிப்புகள் மனிதகுல மேம்பாட்டிற்காக மட்டும் பயன்படுத்தப்பட வேண்டும் என்ற உடன்படிக்கையையும், அதை மீறாதிருக்கும் வழிகளையும் நோக்கித்தான் போக வேண்டுமே தவிர,

விஞ்ஞானிகளைக் குறை கூறுவது சரியாகாது. இந்த உடன்படிக்கையை யாரொருவர் மீறினாலும் மனித குலத்துக்கே ஆபத்து என்பதால் இதைக் கட்டுப்படுத்தும் வேலைகள் non-proliferation of nuclear armsஎன்ற பெயரில் நடக்கிறது. இதில் என்ன விசேஷமென்றால் அணு ஆயுதங்களைக் குவித்து அதன் மேலேறி அமர்ந்துகொண்டு இதைக் கட்டுப்படுத்துவதைப் பற்றி அமெரிக்கா பேசுவதுதான்.

6. கும்மிடிப்பூண்டி, காஞ்சிபுரம் இடைத் தேர்தலுக்குப் பிறகு அரசியல் கணக்குகள் மாறி வருகின்றனவா?

– முனுசாமி, அரக்கோணம்.

ராமதாஸ் மத்திய அரசில் தனது ஆட்களை அமர்த்தியதுபோல் மாநில அரசிலும் ஆட்களை அமர்த்தப் பார்க்கிறார். இந்தக் கணக்குகளுக்குத் தோதாக திருமாவளவனை தனது பக்கத்தில் பூஜ்யமாக இருத்திக் கொள்கிறார். பூஜ்யங்களை சாதாரணமாக எடை போடுவதில்லை கணக்குத் தெரிந்தவர்கள். மதிப்பைக் கூட்டவும் குறைக்கவும் வல்லது. பெரிய்ய கட்சிகளுடன் பேரம் பேசியவாறிருக்கிறார்.

7. சமீபத்தில் நீங்கள் படித்த புத்தகம் ஏதாவது?

– பிரிட்டோ, சென்னை .

டான் பிரவுன் எழுதிய டாவின்சி கோட் என்கிற புதினம் படித்தேன். யேசு, மேரி மதலேனாவைத் திருமணம் செய்து கொண்டிருந்தார். அவரது குழந்தையை வயிற்றில் சுமந்திருந்த மதலேனாவை யேசு சிலுவையில் அறையப்பட்டதும் ஒளித்து வைக்கின்றனர். மதலேனா விஷயம் வெளியில் வந்தால் யேசு பற்றிய புனிதம் கெட்டு விடும் என்று மதலேனா மறைவிடங்களில் வாழ்ந்து இறக்கிறார். அவரது கல்லறை, யேசுவின் ரத்த வழி வாரிசுகள் இன்றும் வாழ்வதாக, இவையெல்லாம் பரம ரகசியமாக இருப்பதாக Holy Grail என்ற பெயரில் வழி வழியாக கதைகள் வழங்கிக்கொண்டு வருகின்றன. இந்நிலையில் யேசுவின் வாரிசாக ஒரு பெண், அவர் தான் யேசுவின் வாரிசு என அறிந்து கொள்வதுதான் இக்கதையின் கரு. தொடர்ச்சியாக, படுவேகத்துடன், நிற்காத ஓட்டத்துடன் உள்ளது புதினம். அங்கங்கே வரலாற்றுக் குறிப்புகள், தத்துவத் தெறிப்புகள் என்று எழுதப்பட்டுள்ள புதினம் Best Seller

வரிசையில் இடம் பிடித்ததில் ஆச்சரியமொன்றும் இல்லை. அது சரி, இந்தப் புதினத்துக்கு இப்படி ஒரு தலைப்பு ஏன்? லியா னார்டோ டாவின்சி என்னும் ஓவியர் Holy Grail மதலேனா கல்லறையின் ரகசியத்தைத் தெரிந்தவர். அதனால் தான் Last Supper என்ற உலகப் புகழ் பெற்ற தனது ஓவியத்தில் யேசுவுக்கு இடப்புறத்தில் அமர்ந்திருப்பவர் மதலேனா என்று சுட்டிக்காட்டும் வகையில் மார்பக வளைவுகள் எடுப்பாகத் தெரியும் வண்ணம் வரைந்திருக்கிறார். மேலும் அவரின் அப்படம் அந்த நாவலில் பொதிந்துள்ள ரகசியம் பாதுகாக்கும் இடமாக இடம் பெற்றுள்ளது என்பதாலும் இத்தலைப்பு.

8. தமிழகத்தில் பழங்குடிகளின் நிலப்போராட்டம் ஒன்றும் புதிதல்லவே. இனிமேல் தான் அது நடைபெறப் போகிறது என்பது போன்ற அறிவிப்புகள் சரிதானா?

– இருளப்பூ, இருளர் இனத் தலைவர், கடலூர்.

தமிழ்நாட்டில், கோயம்புத்தூர் மாவட்டத்தில் தூவைப்பதி என்னும் நிலப்பகுதியை, கோவையைச் சேர்ந்த தொழிலதிபர் வளைத்துப் போட்டு அங்கு சுற்றுலாவாசிகளுக்கான விலங்குகள் சரணாலயம் அமைக்க முயற்சி செய்தார். அது தங்களது நிலம் என்று பெரிய போராட்டம் நடத்தினார்கள் அப்பகுதி இருளர்கள். பூ=

இரண்டு வருடங்களுக்கு முன்பாக அவர்கள் சிறையிலடைக்கப்பட்டனர். பிறகு கேரளாவின் இ.ஓ. ஜானு தலைமையில் தொடர்ந்து போராட்டம் நடந்து வருகிறது. இன்னும் இழுபறியிலுள்ளது பிரச்சினை.

அதேபோல், கொடைக்கானலைச் சேர்ந்த பலியர்கள், ஆதிவாசிகள் சங்கம் மூலமாக திண்டுக்கல் ஜேஸி நாடார் வளைத்துப் போட்டிருந்த பழங்குடி நிலங்களை மீட்கப் போராடி வருகின்றனர்.

மேலும் கன்னியாகுமரி மற்றும் திருநெல்வேலி மாவட்டத்தைச் சேர்ந்த காணிக்காரர் எனும் பழங்குடியினர் தங்கள் வனப்பகுதியை மீட்கப் போராடிய போது கடுமையாக ஒடுக்கப்பட்டனர்.

மலையாளி மக்கள் வேலூர், சேலம் மாவட்டங்களில் தங்கள் நிலங்களை பிறர் அபகரிக்கக்கூடாது என்பதற்காக கொல்லி மலையில் வெளியார் நிலம் வாங்க தடை செய்யுமாறு நடத்திய போராட்டத்தில் வெற்றி கண்டனர். ஏலகிரி மலையிலும் இதே போன்ற முயற்சிகளில் ஈடுபட்டுள்ளனர்.

இந்நிலையில் சிதறி வாழும் எல்லாப் பழங்குடியினருக்கும் குடும்பம் ஒன்றுக்கு ஐந்து ஏக்கர் நிலம் வழங்குமாறு இருளர் பாதுகாப்பு சங்கம் போராட்டத்தை முன்னெடுத்துள்ளது புதிய முயற்சிதான். ஆனால் இப்போராட்டங்கள் யாவும் ஒருங்கிணைக்கப்பட்ட பெரிய போராட்டமாக உருவெடுக்க வில்லை என்பதையும் நாம் கவனிக்க வேண்டியுள்ளது.

9. ஹுண்டாய் நிறுவனத்தில் வேலை நிறுத்தத்தில் ஈடுபட்டு தொழிலாளர்கள் போராடியபோது தடியடி நிகழ்த்தப்பட்டது. தனியார் துறையில், அதுவும் பன்னாட்டுக் கம்பெனிகளில் வேலை செய்வோர் இம்மாதிரி வேலை நிறுத்தம் செய்யும் போது, அரசு நிர்வாகம் கடுமையாக நடந்து கொள்கிறது என்று சொல்லலாமா?

– சாரதா, பூவிருந்தவல்லி.

எல்லாத் தொழிலாளர் வேலை நிறுத்தங்களும் இதே வகையில் எதிர்கொள்ளப்படுகின்றன. கீழ்வெண்மணியில் தனியாருடன், நிர்வாகமும் கூட்டு வைத்ததினால் தான் மிகப்பெரிய இனப்படுகொலை நடந்தது. ஹுண்டாய் தொழிலாளர்கள் எனும் போது அதிகப் படியான பப்ளிசிட்டி கிடைத்திருக்கிறது – எல்லாம் காரணமாகத்தான்!

10. வயது, அனுபவம் காரணமாக தான் பக்குவம் அடைந்து விட்டதாகவும், கூட்டணிக்கு தான் தயார் என்றும் தமிழக முதல்வர் அறிவித்துள்ளார். அதுவும் டெல்லியில். ஏனிப்படி?

– ஜெயப்பிராஷ், பம்மல்.

தேர்தல் நெருங்கி வர வர ஒரு மாதிரியாக பக்குவம் வருவது அரசியல்வாதிகளுக்கு இயல்பு. ஆனால் யார் யார் எப்படி என்ற பக்குவம் மக்களுக்கு வரவில்லையே, என்ன செய்யலாம்?

செப்டம்பர் 2005

1. இப்போதுள்ள அரசியல் தலைவர்களில் யாரை உங்களுக்குப் பிடிக்கும்?

– இன்பமேரி, ராயக்குளம்.

மக்கள் தலைவர்கள் அனைவரும் சூழல்களினால் வளர்த்தெடுக்கப் பட்டவர்கள்தான். இதுவன்றி தன்னலமற்ற மக்கள் சேவை, விடா முயற்சி, தன்னம்பிக்கை, அர்ப்பணிப்பு, தெளிந்த சிந்தனை, எந்த நிலையிலும் மக்களின் நலனுக்கு எதிராக சமரசம் செய்து கொள்ளாத மன உறுதி என்ற பல குணநலன்கள் ஒருங்கே அமையப் பெற்றவர்களே சிறந்த தலைவர்கள். இத்தகையவர்களைக் காண்பதரிது. எனினும் இக்குணங்களில் ஒரு சிலவற்றைப் பெற்று, தமிழகச் சூழலில் சமூக மாற்றம் உருவாகக் காரணமாக இருப்பவர்களில் சிறப்பானவராக திருமாவளவனைக் கூற முடியும். சமூகத்தின் அடித்தளமாக, உழைப்பின் உயிர் நாடியாக விளங்கும் தலித் மக்களுக்கு போராடுவதற்கான உந்து சக்தியைக் கொடுத்தவர் என்ற முறையில் அவரைப் போற்றுதலே முறையாகும். ஆனால், என்றும் என் மனதில் நிலைத்து நிற்பவர் எல்லாத் தலைவர்களும் ஒருசேரப் போற்றி வணங்குபவரும், தலைவருக்குள்ள எல்லாக் குணங்களும் அமையப்பெற்றவரும், அடிமை மக்களின் வாழ்க்கையை மாற்றியமைத்தவரும், இந்தியாவின் சமத்துவம் – சகோதரத்துவம் அடிப்படையிலான சுதந்திரத்திற்காக வாழ் நாள் முழுதும் போராடிய தலைவருக்கெல்லாம் தலைவராக விளங்குபவருமான அண்ணல் அம்பேத்கரே.

2. உயர் பதவிகளிலுள்ள தலித் அதிகாரிகளில் பெரும் பான்மையினர் ஏன் தாங்கள் தலித்துகள் என்று வெளிப் படையாக அடையாளம் காட்டிக் கொள்ளத் தயங்குகிறார்கள்?

– சிவசாமி, சென்னை .

தனிப்பட்ட முறையில் சங்கரன் கோவிலுக்கு வருகை புரிந்த இந்தியாவின் தலைமைத் தேர்தல் ஆணையர் திரு கோபால்சாமி அவர்கள் கோவில் முகப்பில் நின்று, நெற்றியிலிட்ட நாமத்துடன், சுழற்சி முறையில் தனித்தொகுதிகள் மாற்றியமைக்கப்படும் என தொலைக்காட்சிக்கும் பத்திரிக்கைகளுக்கும் பேட்டி

அளித்துள்ளார். சாதி அடையாளம் உள்ளிட்ட மத அடையாளத்துடன், அவரால் அரசு காரியங்களை செவ்வனே ஆற்ற முடிகிறது!! அவர்களால் மார்கழி மாதங்களில் சபாக்களில் ஓசி டிக்கட்டில், வியாபாரமாக்கப்பட்ட கர்நாட சங்கீதம், நாட்டியம் என்று அனுபவித்து தங்கள் சாதியாளர்களுடன் உல்லாசமாகக் குலாவ முடிகிறது. நான் சுத்த சைவம் என்றும், தனது குடும்பப் பின்னணி என்றும் சாதி சார்ந்த விஷயங்களை வெளிப்படுத்த முடிகிறது. ஹிந்து, இந்தியன் எக்ஸ்பிரஸ் என்ற பல பத்திரிக்கைகள் தொடர்ந்து சாதனையாளர்கள் என்று தங்கள் இனத்தைச் சேர்ந்தவர்களை நிழற்படங்களுடன் வெளியிட்டு சாதி அரசியல் நடத்த முடிகிறது. இப்படி அதிகாரிகள், கலைஞர்கள், பத்திரிக்கையாளர்கள் என்று சாதி கூட்டணி அரசியல் நடக்கிறது.

சாதி, மதம், அரசியல் இவற்றைக் கடந்து மக்களுக்குப் பணியாற்ற வேண்டிய, தாழ்த்தப்பட்டோர் நலன்களுக்கு பாடுபட வேண்டிய அதிகாரிகள் சாதி அடையாளங்களுடன் வெளிப்படுகின்றார்கள். ஆனால் தலித் அதிகாரிகள் தாங்கள் அடையாளப்பட்டால் அனுபவிக்கும் கொஞ்ச நஞ்சம் வாய்ப்புகளும் பறிக்கப் பட்டுவிடும் என அஞ்சுகின்றார்கள். அந்தோ, அவர்கள் நிலை பரிதாபத்திலும் பரிதாபம்!

3. தி.மு.க. தலைவர் கருணாநிதி மகளிர்க்கு 33 சதவிகித ஒதுக்கீடு முதலில் கிடைக்கட்டும், அதில் வகுப்பு வாரியான ஒதுக்கீட்டை பிறகு பார்த்துக் கொள்ளலாம் என்கின்றார். இதன் பின்னணி என்ன?

– சாந்தா, பெண்ணாடம்.

போனால் போகிறதென்று பரிதி இளம்வழுதிக்கும், ராஜாவுக்கும் இடமளித்து தலித் பெண்களுக்கு நெஞ்சில் நீங்காத இடத்தைக் கொடுத்திருக்கிறார். இனி தலித் பெண்ணுக்கும் ஒரு இடமாவது கொடுக்க வேண்டும் என்றால், அவரது நெஞ்சமே பிளந்து விடும்! தி.மு.க. என்ற கட்சி உடைந்தாலும் பரவாயில்லை, தனது குடும்பத்தாருக்கு பதவிகள் கிடைத்தால் போதும் என்று நினைக்கும் கருணாநிதி தன் குடும்பத்துப் பெண்களுக்கு 33 சதவிகிதத்தில் இடம் பிடித்து விடுவார். அவருக்கு பிறரைப் பற்றி ஏது கவலை? இவரது கருத்து

பிஜேபியின் கருத்தியலை அடிப்படையாகக் கொண்டது என்று தமிழக மக்கள் உணர்ந்தவர்களே!

4. ஆகஸ்ட் 15 அன்று முதல்வர் கோட்டையில் கொடியேற்றி, விவசாயிகளுக்கு 250 கோடி ரூபாய் சலுகைகளை அறிவித்து இனிப்பு வழங்கியுள்ளார். தங்கள் கருத்து?

– இருசப்பன், விருதாச்சலம்.

முதற்கட்டமாக அ.தி.மு.க. ஏஜன்ட்டை அணுகி இந்த விவசாயிகள் குழுவின் மெம்பராகுங்கள். அடுத்த கட்டமாக நேர்மைக்கு பெயர்போன வருவாய்த்துறை அலுவலர்களை அணுகி நீங்கள் குறு, சிறு விவசாயி என்று சான்று வாங்குங்கள். மூன்றாவது கட்டமாக, வரப்போகின்ற தேர்தலில் அ.தி.மு.க.வுக்கு வோட்டளியுங்கள். இவையெல்லாம் முடிந்தவுடன் நீங்கள் செலவழித்த தொகையுடன் பெறப்போகின்ற சலுகைகளைக் கூட்டிக் கழித்துப் பாருங்கள். கணக்கு சரியாக வரும்!

5. இளையபெருமாள் அவர்கள் காட்டுமன்னார் கோவில் பகுதிகளில் தலித்துக்கள் யாரும் பறையடிக்கக்கூடாது என்று முன்பு பிரச்சாரம் செய்ததினால், தலித் மக்கள் பறையடிப்பதை நிறத்திவிட்டார்கள். ஆனால் கலை வழியாக தலித் விடுதலை என்று பேசுபவர்கள், பறையை முழக்குவோம், அதை விடுதலைக் கருவியாக்குவோம் என்கின்றார்கள். உங்களின் கருத்து என்னவோ?

– பிருதிவிராஜன், செங்கல்பட்டு.

பறை உள்ளிட்ட எல்லா மேளங்களிலும் மாட்டுத்தோல், அதிலும் குறிப்பாக கன்றின் தோலே பயன்படுத்தப்பட்டு வருகின்றது. இசை என்பதே காற்றுத்தான் என்கிறார் இளையராஜா. இழிவு என்பது கருவியிலல்ல. அதை உபயோகப்படுத்தும் மனிதர்களைப் பற்றியது. உபயோகிக்கப் படும் விதத்திலிருக்கிறது.

பறை எழுப்புகின்ற ஒலி அற்புதமானது. அதை மதிப்புமிக்கதாக்கச் செய்வதே அதன் மீதான இழிவைப் போக்குவதற்கான வழி. பறையை இசைக்காமல் இருந்தால், அம்மக்களின் மீது சுமத்தப்பட்ட இழிவு நீங்கிவிடும் என்பது

அடிமைக் கருத்தியல். இதுபற்றிய விரிவான கட்டுரை விரைவில் வெளிவரும்.

6. பீகார் கவர்னர் பூட்டா சிங் அவர்கள் தலித் அதிகாரி ஒருவரின் மாறுதலுக்கு சிபாரிசு செய்த விஷயம் லல்லு பிரசாத் யாதவ் அவர்களால் கடுமையாக விமரிசிக்கப் பட்டுள்ளது. இப்படி பொறுப்புள்ள கவர்னர் பதவியை வகிப்பவர் பொறுப்பில்லாமல் நடந்து கொள்ளலாமா?

– சுந்தர், கீழக்கரை.

முதலில் லல்லு தன் பெயரின் பின்னால் உள்ள யாதவ் என்ற சாதிப் பெயரை நீக்கி பொறுப்புள்ள பதவியை வகிக்க தன்னைத் தகுதியாக்கிக் கொள்ளட்டும். அந்தத் துணிவு வந்தால், சிபாரிசுக்கே இடமிருக்காது ரயில்வே நிர்வாகத்தில்!

7. கூட்டணிக்கு அ.தி.மு.க. ஆலாய்ப் பறக்கிறது. கேட்கவே பரிதாபமாக இருக்கிறது.

– பிரளயன், போளூர்.

அ.தி.மு.க. தேர்தல் பக்குவத்தில் வெந்து கொண்டிருக்கிறது. அலகு குத்திக்கொண்டு, வோட்டுப் பிச்சைக்கு வந்தாலும் ஆச்சரியப்படுவதற்கில்லை. தேர்தல் நேரத்தில் மக்கள் பரிதாபப்பட்டால், பிறகு தீ மிதியில் அவர்கள் தள்ளப்படுவார்கள் என்பதை உணர வேண்டும்.

8. நானாவதி அறிக்கையின் காரணமாக மத்திய அமைச்சர் ஒருவர் பதவி விலக நேர்ந்துள்ளது எதைக் குறிக்கிறது?

– குமார், பம்மல்.

பாராட்டுக்குரியது சீக்கியரின் விழிப்புணர்வு. நாடெங்கும் உறுதிப்படுத்தப்பட்ட தலித் படுகொலைகளுக்கு பிரதமர் மன்மோகன் சிங் பொது மன்னிப்பு கேட்பாரா?

அக்டோபர் 2005

1. ஏன் சூறாவளிகளுக்கு கத்ரீனா, ரீட்டா என்று பெண்கள் பெயரையே வைத்திருக்கிறார்கள்?

– மங்கை, சின்னசெம்மேடு.

உலகத்தையே பெண் என்று பெயர் சூட்டியதால் இருக்குமோ? ஆமாம், சூரியனை ஏன் ஆண் பாலால் அழைக்கிறார்கள்? சூரியனைச் சுற்றி வருவதால் பூமியைப் பெண் என்று அழைக்கிறார்களோ? இந்தப் பெயரிடல்களில் பெண்கள் சம்பந்தப்படவில்லை என்பதையே இவை காட்டுகின்றன.

2. அண்ணா பல்கலைக் கழகம் மாணவிகள் மேற்கத்திய உடைகளை அணிந்து வர தடை விதித்திருப்பது எந்த வகையில் நியாயம்?

– ஆர்லின், சென்னை.

சமீபத்தில் ஒரு வாரப்பத்திரிக்கை திரிஷா, ஜோதிகா, நயன்தாரா போன்ற நடிகைகளிடம் இதுபற்றி கருத்து கேட்டபோது ஏறக்குறைய எல்லா நடிகைகளும் பல்கலைக்கழக வளாகத்தில் புடவை அணிவதுதான் சிறப்பு என்று கருத்து கூறியிருக்கிறார்கள். சானியா மிர்ஸா கவர்ச்சியான உடையணிந்து டென்னிஸ் விளையாடுவதற்கு முஸ்லிம் வகுப்பில் சில பிரிவினர் எதிர்ப்பு தெரிவித்திருக்கின்றனர். அவரவர்க்கு வசதியான, விருப்பமான உடைகளை அணிந்து படிப்பிலும் விளையாட்டிலும் ஈடுபடும் பெண்களை, அவர்கள் அணிந்திருக்கும் உடைகளிலேயே நிலைத்திருக்கச் செய்து திசை திருப்புகிறது இவர்களின் நடவடிக்கைகள். உடைகள் வெறும் உடைகளல்ல. அவைகளையும் பெண்களைக் கட்டுப்படுத்தும் ஆயுதங்களாக மாற்ற நினைக்கிறது ஆணாதிக்க உலகம்.

3. பெண்களுக்கு 33% ஒதுக்கீடு முதலில் வரட்டும்; தலித் பெண்களுக்கு அதில் உள் ஒதுக்கீடு என்பது படிப்படியாக கிடைக்க வேண்டிய விஷயம் என்று சில புரட்சி பெண்கவிஞர்கள் பேசுகிறார்கள். அதில் உண்மை இருக்கத்தானே செய்கிறது!

– கோவிந்தன், செங்கை.

ஆமாம். எவ்வளவோ உண்மைகள் இருக்கின்றன! அப்பெண்கள், தலித் பெண்கள் படிப்படியாக வளர்ச்சி பெறுவதற்காக ஏகப்பட்ட திட்டங்களைத் தீட்டி காத்திருக்கிறார்கள்; இந்த 33 சதவீத ஒதுக்கீடு வருவது மட்டும் தான் குறை!

எவ்விதத் திட்டங்களும், முன்னேற்பாடுகளும் அல்லது குறைந்த பட்ச சிந்தனையும் இல்லாத சுயநலவாதிகள் தங்கள்

மடியை நிரப்பிக் கொள்வதற்காக, நடக்கவேண்டியது தானே நடந்தேறும் என்று பேசுவார்கள்! வெட்கமில்லாதவர்கள். அவ்வரிசையில் கவிஞர்கள் என்று சொல்லிக் கொள்பவர்களும் சேர்ந்து விட்டார்கள். பெண்களெல்லோரும் தலித்துக்கள்தான் என்று அத்தகையவர்கள் சொல்லி வந்ததின் அர்த்தம் இப்போது புரிந்ததா?

4. தேர்தலை நோக்கிய தலித் அரசியல் எப்படியிருக்கிறது?

– ஜெயப்பிராஷ், பம்மல்.

அய்யோ பாவம், சட்டமன்ற உறுப்பினர் பதவிகளுக்காக சீட்டு கேட்டு லோலோவென்று அலையும்படி ஆகிவிட்டது அவர்கள் நிலைமை. சிலர் ஒரு சீட்டு மட்டுமே கிடைத்தால் போதுமானது என்று தங்கள் அளவில் பேரம் பேசிக்கொண்டிருக்க, சிலர் பத்து சீட்டு கிடைத்தால் போதுமானது என்று தாங்கள் சேர்த்து வைத்திருக்கும் கூட்டத்திற்கேற்ப பேரம் பேசிக் கொண்டிருக்கிறார்கள். பத்து சீட்டு கிடைத்து வெற்றி பெற்று சட்டமன்றம் புகுந்தால் மாற்றங்கள் வந்துவிடும் என்று அவர் களும் நம்பவில்லை. மக்களும் நம்பவில்லை. தலித் மக்களின் எதிர்காலம் குறித்து எந்த தெளிவான நிலைப்பாடும், செயல் திட்டமும் இல்லாமல் பேரம் பேசிக் கொண்டிருப்பவர்களுக்கு தலித் மக்கள் தகுந்த பதிலடி கொடுப்பார்கள் இந்தத் தேர்தலில்

5. மக்கள் முகத்தில் புன்னகைதவழ நான் காரணமாக இருக்க வேண்டும் என்று குடியரசு தலைவர் கலாம் கூறியிருப்பது குறித்து ?

– இளங்சோவன், பெண்ணாடம்.

இப்படிக் கூறியிருப்பதைப் பார்த்து அப்பாவி மக்களும் வாய்விட்டு சிரிக்கத்தான் செய்வார்கள்!

6. சூறாவளியால் ஆட்டங்கண்டுள்ள அமெரிக்காவிடமிருந்து படிப்பினைகள் ஏதாவது உண்டா ?

– கார்த்திக், திருப்பூர்.

செப்டம்பர் 11 தாக்குதல் நடந்தபோது தனது எதிரியை அழிக்க கங்கணம் கட்டிய அமெரிக்கா, ஆப்கானிஸ்தான் ஈராக் போன்ற நாடுகளை சூறாவளி போல் தாக்கி அழித்தது. தனது விஞ்ஞான முன்னேற்றங்கள் அனைத்தையும் தன்னை உலகத்தின்

போலீஸாக காட்டிக் கொள்வதிலேயே செலவழித்தது. ஆனால் இயற்கைச் சீற்றங்களின் முன்னால் பாதுகாப்பற்ற நாடாகவே அமெரிக்கா விளங்கி வருகிறது என்பது அடுத்தடுத்த சூறாவளிகளால் அம்பலமாகியுள்ளது. ஆகையால் விஞ்ஞான முன்னேற்றங்களை உலக நாடுகளோடு பகிர்ந்து கொண்டு தன்னையும் பிறரையும் உய்விக்கும் முயற்சியில் இனியாவது இறங்க வேண்டும் அமெரிக்கா. இந்தப் படிப்பினையை அமெரிக்க மக்களும், அவர்கள் தேர்ந்தெடுத்த அதிபர் புஷ்ஷும் விளங்கிக் கொண்டால் சரி.

7. தனது ஆட்சியில் சொந்த மச்சான்கள் அடித்த கொட்டத்தை அடக்க வேண்டிய லல்லு பிரசாத் யாதவ், அவர்கள் பவர் சென்டர் என்றால் நான் தெர்மல் ஸ்டேஷன், வேண்டும் போது ஸ்விட்ச் ஆஃப் செய்து விடுவேன் என்று கூறியிருக்கிறாரே, இது எந்த வகையில் தவறை சரிப்படுத்தும்?

– குமாரவள்ளி, பாளையங்கோட்டை

இங்கே மட்டும் என்ன வாழுதாம்? மகன் அன்புமணி பவர் சென்டர் என்றால், அவரது அப்பா தெர்மல் ஸ்டேஷன்! மகன் ஸ்டாலினும், பேரன் தயாநிதியும் பவர் சென்டர் என்றால், கருணாநிதி தெர்மல் ஸ்டேஷன்! சசிகலா அன்ட் கோ பவர் சென்டர் என்றால், ஜெயலலிதா தெர்மல் ஸ்டேஷன்! பவர் சென்டர்கள் தவறிழைத்தால் தெர்மல் ஸ்டேஷனை ஸ்விட்ச் ஆ*ப் செய்து விடுவேன் என்று லல்லு கூறினாலும், உண்மையில் என்ன நடக்கிறது? பவர் சென்டர்கள் குறித்து விமரிசனம் எழும்போதெல்லாம், தெர்மல் ஸ்டேஷன்கள் அவைகளுக்கு மேலும் உயிரூட்டுகின்றன. மாறாக அவர்களை கண்டித்ததாக சரித்திரமே இல்லை.

8. விஜயகாந்த் பதவிக்கு வந்தால் நல்லது நடக்கும் என்று நாங்கள் நம்புகின்றோம்.

– ராஜமன்னார், விழுப்புரம்.

ஆமாம். நாயக்கர்களின் பொற்கால சகாப்தம் துவக்கம் பெறும்!

ஏ.. தாழ்ந்த தமிழகமே என்று ஒப்பாரி வைக்கும் நிலைக்குச் செல்வார்கள் மக்கள். தேவர் ஆட்சி, வன்னியர் அரசியல்

இவற்றிற்கு ஈடுகொடுக்கும் வகையில் நாயக்கர் எழுச்சி பெற்றிருக்கிறார்கள் என்பதைத்தான் விஜயகாந்த் என்னும் புதுச்சரக்கு வெளிப்படுத்துகிறது. விரைவில் கவுண்டர்களும் தங்கள் சாதி உணர்வை வெளிப்படுத்துவார்கள்.

9. அயோத்திதாசர், ரெட்டமலை சீனிவாசன், எம்.சி. ராஜா போன்றவர்களுக்குப் பிறகு தலித் அரசியலில் வெற்றிடம் ஏற்பட்டது எதனால்?

– புல்லையன், ஆரணி.

இதற்கு மிக முக்கியமான காரணங்கள் இரண்டு. முதல் காரணம், திராவிட இயக்கம் என்ற பிற்பட்ட சாதிகளின் கூட்டியக்கம். இது தலித் இயக்கங்களின் கருத்துக்களைத் தனதாக்கிக் கொண்டு அவர்களை இருட்டடிப்பு செய்தது.

இரண்டாவது, கல்வி ஆளுமை, சீரிய சிந்தனை என்ற தளங்களிலிருந்து நழுவி, தேர்தல் பாதையைத் தேர்ந்தெடுத்து தமது மக்களையே சுரண்ட ஆரம்பித்த தலைவர்கள்.

நவம்பர் 2005

1. பொதுவாக வணிகப் பத்திரிக்கைகளில் எழுதுபவர்களும், சிறு பத்திரிக்கைகளில் எழுதிக்கொண்டு வணிகப் பத்திரிகைகளில் பேட்டி கொடுக்கும் எழுத்தாளர்கள் என்பவர்களும் தலித் எழுத்தாளர்கள் பற்றி என்ன கருத்துக்களைக் கொண்டிருக்கிறார்கள்?

– ரவீந்திரன், சென்னை.

தனி வாழ்க்கையில் நேர்மையுடனும் கடமையுணர்வுடனும் செயல்படுபவர்கள் கூட, சாதி என்று வரும்போது தங்கள் கொடூர முகங்களைக் காட்டுகிறார்கள் தலித் போராளிகளை சாதியவாதிகள் என்று சித்தரிக்கிறார்கள். இவர்கள் மிகவும் ஆபத்தானவர்கள். ஏழ்மையில் இருக்கும் தலித்துக்கு படிப்புக்கு உதவி செய்கிறேன் என்று பணம் கொடுத்துவிட்டு, சாதி இந்துக்கள் நல்லவர்கள் என்ற மாயையை ஏற்படுத்துவது போல, தனிப்பட்ட முறையில் சில தலித் எழுத்தாளர்களுடன் நட்புடன் பழகி தான் பொதுவானவன் என்ற பிம்பத்தை ஏற்படுத்திக்கொண்டு தலித்

இதழ்களை சாதிய இதழ்கள் என்று பேட்டி கொடுக்கிறார்கள். இவர்களின் மோசடியை அம்பலப்படுத்தும் எழுத்தாளர்களை சாதி சார்ந்து எழுதுகிறார்கள் என்று கூறுகிறார்கள். இவர்கள் சாதியவாதிகளிலும் மோசமானவர்கள். தலித்துகள் இவர்களைக் குறித்து மிகமிக எச்சரிக்கையுடன் இருக்க வேண்டும்.

2. ஆனந்த விகடன் எனும் பேசும்படம் உண்மையிலேயே சினிமா நடிகைகளை த்ரீ டி-யில் காட்டுகிறது. இத்தனைக் களேபரங்களுக்கு நடுவில் சர்வ அலங்காரங்கள்/செட் அப்பில் கருவாச்சி காவியம் எனும் தொடரை வைரமுத்து எழுதுகிறார்! கருவாச்சி (+கூட்டல்) காவியமா, அல்லது கருவாச்சி (– கழித்தல்) காவியமா? கருவாச்சியின் காவியமா அல்லது கருவாச்சிக்குக் காவியமா (ஜொள்ளா)? தான் எழுதுவது தமிழின் காப்பிய வரிசையில் வைத்துப் பார்க்கப்பட வேண்டும் என்பதால் அதற்கு கருவாச்சி காவியம் என்று பெயர் சூட்டியிருக் கிறாரா? எனக்கு ஒன்றுமே புரியவில்லை. நான் ஒரு தமிழ் மாணவன். விளக்குங்கள்!

– ஜேம்ஸ், மதுரை.

ஐயா மாணவரே, இப்போதுதான் கருவாச்சியின் பொடனியில் ஈருவல்லியைக் கொடுத்து ஈர்களை உருவி சொடக்குப் போட்டிருக்கிறார். மேற்கொண்டு என்ன செய்கிறார் என்று பொறுத்திருந்துதான் பாருங்களேன். எப்படியாவது அது காவியமானால் சரி!

3. குஷ்பு–தங்கர் பச்சான் விவகாரத்தில் விடுதலை சிறுத்தைகள் நுழைந்தது சரிதானா?

– மாடசாமி, பாபநாசம்.

பாவம் பூனைகள், தங்களுக்கான அப்பங்களை சரிக்குச் சரி எனப் பங்கிட்டுக்கொள்ள முயற்சிக்கின்றன. இதில் கற்பு – சிவப்பு என்று தராசுகளைத் தூக்கிக் கொண்டு குரங்குகள் நுழைந்தது பழைய கதை. ஆனால் தலித் பெண்கள் என்ன பாவம் செய்தார்கள் – விடுதலைச் சிறுத்தைகளுக்கு? ஆணாதிக்கம் எப்படியெல்லாம் பெண்களைப் பயன்படுத்துகிறது என்பதற்கு இது ஒரு சிறந்த எடுத்துக்காட்டு. குஷ்பு –தங்கர்பச்சான் கிளப்பி விட்ட தூசு அடங்கட்டும். பெண் விடுதலையைப் பற்றி தனியாக விவாதிப்போம். இவ்விதழில் வந்துள்ள

ரூத் மனோரமா பேட்டியைப் படியுங்கள். நமது பிரச்சினை எவ்வளவு ஆழமானது, எவ்வாறெல்லாம் அவற்றை அணுக வேண்டியுள்ளது என்பது தெரியும்.

4. விஜயகாந்த் மாநாடு – என்ற படம் நூறு நாள்கூட ஓடாது என்கிறார்களே, நிசம்தானா?

– மோகன், அரக்கோணம்.

இவையெல்லாம் சில்லறை விவகாரம். சில்லறையை இறைத்து எவ்வளவு நாளுக்கு படம் ஓட்டுவார்கள்? தேர்தல் எனும் 70ம்ம் திரைப்படம் மே மாதம் ரிலீசாகும். அதுவரை பொறுத்திருங்கள்.

5. இரவு பத்து மணிக்கு மேல் பட்டாசு வெடிக்கக் கூடாது என்று கோர்ட் உத்தரவிட்டதைத் தொடர்ந்து மாநகரில் போலீஸ் பட்டாளம் கண்காணிக்கப் போகிறதாம். இது தேவையா?

– கலைவாணன், சென்னை.

தலித்துகள் வன்கொடுமைக்கு ஆளாவதையும் இப்படிப் பட்டாளம் போட்டு கவனித்தால் பரவாயில்லை.

6. தமிழ் செம்மொழி என்று அறிவித்ததினால் தமிழர்களுக்கு பயனேதும் உண்டா ?

– பிரபாகரன், திருத்தணி

தமிழ் செம்மொழி என அரங்கேறிய இவ்வேளையில் ஆதித்தமிழர்கள் ரயில்வே தண்டவாளங்களில் கையால் மலம் அள்ளுகிறார்கள். (ஆதித்தமிழரின் போராட்ட அறிவிப்பைக் கவனியுங்கள்)

7. சென்ற இதழில் பெர்னார்டு பாத்திமாவின் பேட்டி படித்தேன். மிகச் சிறப்பாக வந்துள்ளது. ஆண்கள் அவரது போராட்டங்களுக்கு எவ்வகையில் உறுதுணையாக இருக்க முடியும் என்று கூறியிருந்தால் சிறப்பாக இருந்திருக்குமே?

– மாசானம், திருத்தணி.

தனிக் கட்டுரையே எழுதப்படும் அளவுக்கு ஆழமான சிந்தனைக்குரியது உங்கள் கேள்வி. அவரது பேட்டியில் ஆண்கள் புறக்கணிக்கப்பட்டதாக உணர்த்தியிருப்பது அதன் சிறப்பு. சிந்திப்போம். விவாதிப்போம்.

8. ஏழைகளுக்கு நிலம் பகிர்ந்தளிப்பதின் மூலம் இந்தியாவின் உணவுத் தேவையைப் பூர்த்தி செய்ய முடியுமா?

– யோகவள்ளி, செந்துரைப்பாக்கம்.

தற்போது ரேசன் மூலம் அரிசி வழங்க மத்திய அரசினால் ரூ.11,000 கோடி செலவு செய்யப்படுகிறது. விவசாயிகளிடமிருந்து நெல் வாங்கி, ஆலைகளில் அரைத்து மாதக் கணக்கில் சேமிப்புக் கிடங்கில் சேமித்து வைத்து, மருந்தடித்து, பாதுகாத்து, ரேசன் கடைகள் மூலமாக அட்டைதாரருக்குப் பகிர்ந்தளிப்பதற்கு இத்தொகை செலவிடப்படுகிறது. இதில் ரூபாய்க்கு 13 பைசா மட்டும்தான் தானியத்தின் விலை. மீதி கிடங்குகள், அரைவை ஆலைகள், போக்குவரத்து, அரசு ஊழியர்கள் சம்பளம் எனச் செலவிடப்படுகிறது. இத்தொகையை நிலத்தை பகிர்ந்தளிக்கவும், விவசாய அபிவிருத்திக்கும் செலவிட்டால் தற்போது விளைவிப்பதை விட அதிக அளவில் நெல் மட்டுமன்றி பலவகை தானிய உற்பத்தி செய்யலாம் என்பதில் என்ன கருத்து வேறுபாடு இருக்க முடியும்? பெரும்பாலான விவசாயக் கூலிகளை நிலத்திலிருந்து பிரிப்பதற்காகத்தான் இத்தொகை தற்போது செலவிடப்படுகிறது.

9. இந்தியாவில் நில உச்சவரம்பு சட்டத்தில் அதிக பட்சமாக 5 பேர் கொண்ட குடும்பம் 45 ஏக்கர் (15 தர ஏக்கர்) வைத்துக் கொள்ளலாம் என்று உள்ளது. நாற்பது வருடங்களுக்கு மேலாகி விட்டது இச்சட்டம் அமலுக்கு வந்து. இதற்குள் இந்த நிலம் குடும்பத்தினர் எண்ணிக்கை பெருகியதன் காரணமாக பலருக்குப் பிரித்தளிக்கப் பட்டிருக்கலாம். தற்போது தலித்துகளுக்கு நிலம் வழங்க உச்சவரம்பைக் குறைத்தாலும், போதிய நிலம் கிடைக்குமா என்பது சந்தேகமே. உங்கள் கருத்தென்ன?

– ஆரோக்கியமேரி, பெண்ணாடம்.

குடும்பத்தினர் எண்ணிக்கை மூன்று நான்கு தலை முறையில் விரிவடைந்திருக்கலாம் என்பது உண்மைதான். ஆனால் எல்லோரும் விவசாயத்தைத் தொடர்ந்து செய்து வருகிறார்கள் என்றோ அல்லது விவசாயத்தை நம்பித்தான் வாழ்க்கை நடத்துகிறார்கள் என்றோ சொல்லிவிட முடியாது. ஆகையால் நில உச்சவரம்பு என்பதை விவசாயத்தை

மட்டும் நம்பியிருப்பவர்களைக் கொண்டே தீர்மானிக்க வேண்டியுள்ளது. விவசாயத்தை மட்டும் நம்பியிருப்பவர்களே நிலத்தை சிறப்பாக பயன்படுத்த முடியும். தொடர்ந்து விவசாயம் செய்யாமல் தரிசாக போட்டு வைத்திருந்தால் தேசத்தின் வருவாய் குறையும். இதனடிப்படையிலும் இதைப் பரிசீலிக்க வேண்டியுள்ளது. மேலும் நில உச்சவரம்பு சட்டம் அறக்கட்டளை/கோவில் நிலங்களுக்கு தற்போது பொருந்தாது. இவற்றிற்கும் உச்சவரம்பை அமல்படுத்துவதன் மூலம் போதிய நிலங்கள் பெற முடியும். தலித்துகளில் எழுபது சதம் பேர் விவசாயத்தை – நிலத்தை நம்பி வாழ்க்கை நடத்தும்போது, நிலம் பற்றிய மறுபரிசீலனையைத் தவிர்க்கவே முடியாது.

10. அமெரிக்கா, ஜெர்மனி போன்ற நாடுகளில் விவசாயிகள் வேறு தொழில்களுக்கு ஈடாக வருமானம் பெறுவது பெரிய பெரிய பண்ணைகள் மூலமாகத்தானே. அப்படியிருக்கும் போது நிலத்தை இரண்டு ஏக்கர், ஐந்து ஏக்கர் எனத் துண்டு போட்டால் எப்படி கட்டுபடியாகும்?

– ரகமத்துல்லா, திருவண்ணாமலை.

அமெரிக்க நிலப்பரப்பு அதை அனுமதிக்கிறது. அமெரிக்கா மற்றும் ஜெர்மனியில் விவசாயப் பொருட்களின் அதிக உற்பத்தியும், அதன் விளைவான தானியங்களின் தேக்கமும் அவ்வரசுகளுக்கு வேறு விதமான பிரச்சினைகளைக் கிளப்பு கின்றன. நிலத்தை விவசாயம் செய்யாமல் சும்மா போட்டு வைத்திருக்கும் விவசாயிக்கு 'நீல விவசாயம்' என்ற பெயரில் சும்மாவே வைத்திருக்கச் சொல்லி மான்யம் வழங்குகிறார்கள். ஜப்பான் போன்ற நாடுகளில் நிலம் குறைவு. தனிநபர் நிலத்தின் அளவு வேறு நாடுகளைக் காட்டிலும் மிகமிகக் குறைவு. ஆனால் அந்நாடு உணவுத் தன்னிறைவு பெற்றுள்ளது. அங்குள்ள விவசாயிகளைப் பாதுகாக்கும் பொருட்டு அரிசி இறக்குமதியைத் தடை செய்திருக்கிறார்கள். ஆகவே நாட்டின் கொள்கையே நிலத்தையும் விவசாயத்தையும் தீர்மானிக்கிறது. நமது அரசுகளின் நிலக் கொள்கை என்பது தலித் விரோதக் கொள்கை உற்பத்தி, பங்கீடு இவற்றின் அடிப் படையில் நிலக்கொள்கை தீர்மானிக்கப்படவில்லை என்பதே உண்மை.

டிசம்பர் 2005

1. ஆட்டைக் கடித்து, மாட்டைக் கடித்து, இறுதியில் பெண்ணிய வாதிகளையும் விட்டு வைக்கவில்லையே திருமாவளவன்? குமுதம் ரிப்போர்ட்டர் படித்தீர்களா?

– ராமசுந்தரம், சென்னை.

பெண்ணியம் என்றால் பாலியல் சுதந்திரம் மட்டும்தான் என்று சில பெண்ணியலாளர்கள் புரிந்து கொள்வதுபோல் திருமாவளவனும் புரிந்து கொண்டுள்ளார். திருமாவளவனை அவர் கூறிய கருத்துக்காக எதிர்ப்பவர்கள் சாதி ஒடுக்குமுறைக் கெதிராகவும் அணிதிரள வேண்டியது அவசியம். புரட்சி வேசம் போடுபவர்கள் பெண்ணியம் என்று வந்தால் மனுவாதிகளாகவும், சாதி ஒடுக்குமுறையில் மனுவாதிகளாக இருப்பவர்கள் பெண்ணியம் என்றால் புரட்சி வேசம் கட்டுபவர்களாகவும் இருக்கிறார்கள். இவர்கள் இருவருமே ஆபத்தானவர்கள் தாம்!

2. கருத்துச் சுதந்திரம் என்று எதை வேண்டுமானாலும் கூறிவிட முடியுமா?

– கோபாலன், காட்டுமன்னார்குடி.

முதலில் கருத்துச்சுதந்திரம் என்பது யாருக்கு? எல்லோருக்கும் அந்த சுதந்திரம் இருந்தாலும், தீபாவளி பொங்கல் புடவை விளம்பரங்களிலிருந்து பெண்ணியம் வரைக்கும் கருத்துச் சொல்பவர்கள் பெரும்பாலும் சினிமா நடிகைகளாகத்தான் இருக்கிறார்கள். இதுவரை கருத்துச் சொன்னவர்களின் பின்புலத்தை ஆய்வு செய்தால், அவர்கள் சமூகத்திற் காற்றிய அரும் பெரும் தொண்டுகளின் விளைவாக கருத்துச் சொல்லும் அளவுக்கு உயர்ந்து விட்டார்கள் என்று கூற முடியாது. பணம், பதவி, குடும்பம் ஆகிய பின்னணிகளி லிருந்துதான் கருத்து சொல்கிறார்கள். இப்படி வசதி படைத்தவர்களின் கருத்துக்களை மறுத்துச் சொல்ல ஏழ்மை நிலையில் வாழ்பவர்களுக்கு வாய்ப்பு இல்லாமல் போய் விடுகிறது. ஆக அதிகாரத்தோடு பின்னப்பட்டவர்களின் கருத்துகள் அடிமட்டத்தில் வாழ்பவர்களுக்கு என்ன நன்மையைச் செய்துவிட முடியும்? மாறாக பிரபலங்களின் கருத்துக்களை

ஒட்டி தங்களைத் தகவமைத்துக் கொள்வார்கள். இது எவ்வளவு பெரிய வன்முறை? இந்த வன்முறையை நிகழ்த்திக் கொண்டு உச்சாணிக் கொம்பில் நிற்பவர்கள், தங்களுக்கு உள்ளது கருத்துச் சுதந்திரம் என மார்தட்டுகிறார்கள். இத்தகைய வன்முறையை நாம் எப்படி எதிர்கொள்வது?

3. வெள்ள நிவாரண உதவிக்கு ரூ.2000 வழங்கிய ஜெயா அவர்களை பாராட்டினால் என்ன?

– பிரிட்டோ, ராஜபாளையம்.

செத்த பிறகு மாலை போட்டால் எப்படி நன்றாக இருக்குமோ அப்படித்தான் இருக்கிறது உங்கள் கேள்வி. கொள்கைகளைப் பார்த்து ஓட்டுப் போடும் மக்களை விட சின்னத்தைப் பார்த்து ஓட்டுப் போடும் மக்கள் இருக்கிற வரைக்கும் 2000 கொடுத்தால் பாராட்டலாம்.

4. டிசம்பர் 12– க்கான ஏற்பாடு எப்படி இருக்கிறது?

– சுப்பிரமணி, செங்கல்பட்டு.

தலித் நிலவுரிமை நாளாக டிசம்பர் 12, ஒவ்வொரு மாவட்டத்திலும் அந்தந்த மாவட்ட ஆட்சியர் அலுவலகம் முன்பு ஆர்ப்பாட்டம் நடைபெற இருப்பதற்கான அனைத்து ஏற்பாடுகளும் முடுக்கிவிடப் பட்டுள்ளதோடு, வேகமும் பிடித்துள்ளது. இதுபோன்ற கேள்விகளை கேட்பதோடு மட்டும் நிறுத்திக்கொள்ளாமல், உங்கள் கிராமத்து மக்களைத் திரட்டி ஆர்ப்பாட்டத்திற்கு செல்லுங்கள். கேள்விக்கான பதிலை உங்கள் வெற்றியாக அங்கே தெரிந்து கொள்வீர்கள்.

5. அபு சலீம் கைதில் பல தீவிரவாதிகள் மாட்டுவார்கள் எனத் தெரிகிறதே. உங்கள் கருத்து என்ன?

– சீனிவாசன், விழுப்புரம்.

அபு சலீம் தீவிரவாதியா? அவன் ஒரு மா*பியா கும்பல் தலைவன். தீவிரவாதிகள் எல்லோரும் மா*பியாவா என்ன? ஒரு கோரிக்கையை வலியுறுத்தி வன்முறைப் பாதையை தேர்ந்தெடுத்தவர்கள், அந்த பாதையில் உடன்பாடு இல்லாமல் போகலாம். ஆனால் அவர்கள் கோரிக்கையில் இருக்கும் நியாயத்தை விவாதிக்கக்கூட யாரும் தயாராக இல்லை. இல்லையெனில் முஸ்லீம்களை தீவிரவாதிகளாகக் காட்டும்

அவலம் நடக்காது. அது சரி, ஒரு பணக்காரனும் தீவிரவாதியாக மாற வில்லையே. ஏன்?

அபு சலீமுக்கு தீவிரவாதிகள் தொடர்பு இருக்கிறதோ இல்லையோ, நம் அரசியல் புள்ளிகளுக்கு நிச்சயம் தொடர்பிருக்கும்.

6. மனிதக் கழிவை மனிதன் அள்ளும் அவலம் போராட்டம் நடத்தி விட்டால் தீருமா?

– பன்னாரி, ராமக்காபாளையம்.

போராட்டம் நடத்தும் அளவிற்கு மக்களைத் தள்ளியது அவர்களது கோரிக்கையின் நியாயம்தான். நவம்பர் 28ல் ஆதிதமிழர் பேரவை இப்பிரச்சினைக்காக ரயில் மறியல் போராட்டம் நடத்தியது. மனித கழிவை மனிதர் அகற்றினால் அப்பணி செய்யும் தலித்துகளை மனிதர்களாக மதிப்பதில்லை. அப்படிப்பட்டவர்கள் அந்த மலத்தை விட கேவலமானவர்கள். அதை நீக்க போராடாத அரசோ அதனிலும் கேவலமானது, அருவருப்பானது.

ஜனவரி 2006

1. வெள்ள நிவாரணம் வாங்கச் சென்றவர்களில் நெரிசலில் சிக்கி 42 பேர் உயிரிழந்துள்ளார்கள். இது அரசின் கவனமின்மையா அல்லது சிலரின் சதிச் செயலா?

– சுகுமார், சுங்குவார்சத்திரம்.

அரசு நிர்வாகம்தான் முற்றிலுமாகப் பொறுப்பேற்க வேண்டும். தலித்துகள் எங்கே கூட்டம் நடத்துகிறார்கள், யார் வருகிறார்கள், என்ன பேசுகிறார்கள் என்று கண்காணிக்க தனது ஒற்றர் படையை ஏவிவிடும் அரசு நிர்வாகம், ஏற்கனவே இதுபோன்ற சம்பவம் நடந்திருக்கும் சூழலில், அதைக் கணக்கில் கொண்டு, சதி என்றாலும் அதை முறியடிக்க கவனம் செலுத்தியிருக்க வேண்டாமா? நொண்டிச் சாக்குகளும், பிற்பாடு கட்டித்தழுவி ஆறுதல் அளிப்பதும் அரசு நிர்வாகம் சீர்கேடு அடைந்துள்ளதையே சுட்டிக் காட்டுகிறது.

2. பாராளுமன்றத்தில் மக்கள் பிரச்சனையைப் பேச லஞ்சம் வாங்கியது குறித்து எம்.பி.க்கள் பதவி பறிக்கப்பட்டுள்ளது. உங்கள் கருத்தென்ன?

— ராமசுப்பு, காங்கேயம்.

பாராளுமன்றத்திற்கு யாரைத் தேர்தலில் நிற்க வைக்க வேண்டும் என்பதிலிருந்து பணம் விளையாடத் துவங்கி விடுகிறது. பணம் வாங்கிக் கொண்டு சீட்டு ஒதுக்குகிறார்கள். பிறகு இழந்த பணத்தை எம்.பிக்கள் மீட்கும் வழியில் செயல்படுகிறார்கள். எம்.பிக்கள் மட்டுமல்ல, கட்சிகளும் தார்மீகப் பொறுப்பேற்க வேண்டும். மாறாக பதவிப் பறிப்பை எதிர்த்து வெளிநடப்பு செய்கிறார்கள்!

3. ஏரி, ஆறு, கால்வாய் ஆக்கிரமிப்புகளை அகற்றும் பணி தீவிரமாகத் தொடர்கிறது. இது நல்லது தானே?

— ரவிக்கண்ணன், சென்னை.

நல்லதுதான் எனினும், குடிசைவாழ் மக்களுக்கு அடையாள அட்டைகள் வழங்கி, நீர்ப்பிடிப்புக்கு பாதகம் ஏற்படாத வகையில் அவர்களுக்கு வீடுகள் வழங்குதலும், வேறு இடங்களுக்கு அவர்களை மாற்றும் பட்சத்தில் தகுந்த இழப்பீடு வழங்குதலும் அவசியம். அதோடு இப்பகுதிகள் தீவிரமாகக் கண்காணிக்கப்படவேண்டும். தனியார் கல்லூரிகள், அறக்கட்டளைகளுக்குள்ள வரம்பு மீறிய நிலங்களை கையகப்படுத்தி குடிசைவாழ் மக்களுக்கு வழங்குவதன் மூலம், எதிர்காலத்தில் வசதி படைத்தவர்களின் நில ஆக்கிரமிப்பு நடவடிக்கைகளை தடுக்கலாம்.

4. வெள்ள நிவாரண நிதி வழங்குவதில் 42 பேரின் உயிரை காவு வாங்கியதால் ஜெயலலிதா பதவி விலக வேண்டும் என்று கருணாநிதி கூறி வருகிறார். இது ஏற்புடையதா?

— குமாரி, செங்கல்பட்டு..

கறைபடாக் கரங்கள் கல்லெறியட்டும்!

5. திலகவதி அம்மையாருக்கு சாகித்ய அகாதமி விருது வழங் கியுள்ளார்களே?

— குபேரன், விழுப்புரம்.

ஆம் அவருக்கு விருது வழங்கியுள்ளார்கள்.

6. இவ்வருடம் பார்த்திப ஆண்டு என்பதால் மழை பெய்யும் என்று எல்லோரும் கூறி வந்தது மெய்யாகி விட்டதல்லவா?

– கல்யாணசுந்தரம். மேட்டுக்குப்பம்.

மழை பெய்யும், வெள்ளம் வரும், வெள்ளத்தைத் தொடர்ந்து மத்திய அரசு நிவாரணம் வரும், அதைத் தொடர்ந்து மரணம் வரும் என்று ஏன் அந்த எல்லோருக்கும் தெரியாமற் போனது? தெரிந்தும் மெத்தனமாக இருந்திருக்கிறார்களே! அது சரி, பார்த்திப ஆண்டு இந்தியாவுக்கு மட்டும்தானா?

7. கூட்டணி வலுவாக இருக்கிறது என்று தொடர்ந்து கருணாநிதி கூறி வருவதின் ரகசியம் என்ன?

– கோவேந்தன், கீழப்பாவூர்.

இருப்பதை இல்லாததாகவும், இல்லாததை இருக்கிறது என்றும் கூறுவது அரசியல்வாதிகளுக்கு கைவந்த கலை.

8. டிசம்பர் 12–ஆம் தேதி தலித் நில உரிமை இயக்கத்தில் பங்கு கொண்டவர்களில் நானும் ஒருத்தி. பெண்கள்தான் தேனி மாவட்டத்தில் அதிகமாகக் கலந்து கொண்டார்கள். ஏன்?

– பங்கஜம்மாள், தேனி.

பெண்கள் நிலத்தை தங்கள் வாழ்வியலாகப் பார்க்கிறார்கள். மேலும் அவர்கள் அரசியல் இயக்கங்களின் பகடைக்காய்களாக இல்லை. குழுவாக இயங்கும் போக்கு வளர்ந்திருக்கிறது. இவற்றை காரணமாகச் சொல்லலாம்.

9. டிசம்பர் 18, 19 தேசிய கருத்தரங்கம் சிறப்பாக நடந்தது. ஏன் வெளி மாநிலத்திலிருந்து வந்தவர்களில் தங்கராஜு IAS தவிர, யாரும் தலித் நில உரிமை பற்றிப் பேசவில்லை ?

– கோபாலன், அரக்கோணம்.

இதில் ஆச்சரியப்பட ஒன்றுமில்லை. சமீப காலமாக படித்தவர்கள் மத்தியில் உலா வருவது தனியார் துறையில் இட ஒதுக்கீடு கோரிக்கைதான். ஆனால் கோபால் குரு போன்றவர்கள் நில உரிமையை மறு ஆய்வு செய்து தலித்துகளுக்கு வழங்குவது அவசியமானது என்பதை உணர்ந்தே இருக்கின்றனர் இனி தேசிய அளவிலும் அதிகமாக இது பேசப்படும் பொருளாகும்.

10. எப்படி எழுத்தாளர் சிவகாமி அவர்களால் மட்டும் தொடர்ந்து இவ்வளவு சுற்றுப்பயணங்கள் மேற்கொள்ள முடிகிறது?

– காசிநாதன், திருவள்ளூர்.

மனம் உண்டானால் மார்க்கம் உண்டு.

மார்ச் 2006

1. தலித் நில உரிமை இயக்கத்தின் மூலம் நிலமற்ற தலித் கூலி விவசாயிகள் நிலம் பெறும் வாய்ப்புள்ளதா?

–இருசப்பன், விருதாச்சலம்

தலித்துகள் இந்நாட்டின் பூர்வகுடிகள், நிலம் பறிக்கப்பட்டதால் அடிமைநிலைக்குத் தள்ளப்பட்டார்கள் என்ற உண்மை பரவலானால் பாதி கிணறு தாண்டியதுபோல்தான். அவர்களது ஒருங்கிணைப்பு நிச்சயம் வெற்றியைத் தேடித்தரும். முயற்சி தன் மெய்வருத்தக் கூலி தரும்.

2. காதலர் தினத்தை ஆதரிக்கிறீர்களா?

–சாரதா, பூவிருந்தவல்லி.

சந்தேகமென்ன? மனித குலத்தின் ஆற்றல், பூமிக்குள் புதைக்கப்பட்டிருக்கும் விதையின் வீரியம் ஈரத்தில் வெளிப்படுவது போல, ஒவ்வொரு மனிதருள்ளும் வெளிப்படும் ஆற்றலே காதல். அதைக் கொண்டாடுவதில் மகிழ்ச்சிதான்! புதிய உலகைப் படைக்கும் இந்த ஆற்றலை சினிமாக்காரர்களும், வியாபாரிகளும் வியாபாரமாக்குகிறார்கள். நாம் புரட்சிக்கும் பயன்படுத்துவோம்! வாழ்க காதல்!

3. பகவான் புத்தருக்கு தருமபுரி மாவட்டம் அருர் அம்பேத்கர் நகரில் புத்த விஹார் இதய ஆலயம் நிர்மாணிக்கத்திட்டமிட்டுள்ளோம். இதை புதிய கோடாங்கியில் வெளியிட்டு நிதி திரட்ட உதவி செய்வீர்களா? நான் அம்பேத்கர் சொன்ன ஒரு வழியையாவது கடைப்பிடிக்கலாமென தீர்மானித்துள்ளேன். அதாவது பவுத்தத்துக்கு மாறுவதுடன் துறவு பூணவும் தயாராகி விட்டேன். உங்கள் கருத்து என்ன?

புத்த நேசன், எச்.பி. வைகுந்தம், வெண்மணி இல்லம்,
அம்பேத்கர் நகர்,அரூர், தருமபுரி மாவட்டம்.

ஐயா, என்னைப் பொறுத்தவரையில் துறவு என்பது புலன்களை அடக்கி ஆன்மாவில் நிலைப்பது அல்ல. மாறாக மக்கள் பணியே சிறந்த துறவறம் மகான் புத்தர் துறவு நிலையில் சங்கங்கள் அமைத்து மக்களுக்கு கல்வியையும், சமநீதியையும் போதித்தார். விழிப்புடன் அவர் மேற்கொண்ட சமுதாயப் பணி தொடர வேண்டுமானால், புத்த விஹார் என்பது ஒடுக்குமுறையை வேரறுக்கும் விடுதலைக் கல்வி மய்யமாக விளங்க வேண்டும். ஒடுக்கப்பட்ட மக்கள் பிரச்சினைகளின் மூலங்களைக் கண்டுணர்ந்து அவற்றிற்கான தீர்வுகளை நோக்கி செயல்படத் துவங்க வேண்டும். அம்பேத்கர் அப்படித்தான் செயல்பட்டார். நமது தமிழ் காப்பியங்களில் மாதவியும் மணிமேகலையும் அப்படித்தான் செயல்பட்டனர். புத்த விஹார் என்பது வழிபாட்டுத் தலமாக மட்டுமல்லாமல் வழி காட்டும் மய்யமாக இயங்க வேண்டும். வாழ்த்துக்கள்.

4. வைகோவை சிறையிலடைத்தது அவருடைய நன்மைக்காகத் தான் என்று பொருள்படும்படி கருத்துரைத்திருக்கிறார் காளிமுத்து. ஓய்வு ஒழிச்சலில்லாமல் அலைந்த வைகோ ஓய்வெடுக்கவும், கைப்பந்து விளையாடவும், புத்தகங்கள் படிக்கவும், புத்தகம் எழுதவும் முடிந்தது அவரைச் சிறையில் அடைத்ததால்தான் என்றும், அதனால் அதற்கு நன்றிக் கடனாக அதிமுகவில் இணைய வேண்டும் என அழைப்பு விடுத்திருக் கிறாரே, சரிதானா?

– இளங்கோவன், பெண்ணாடம்.

மக்கள், காளிமுத்து எழுதவிருக்கும் புத்தகத்தைப் படிக்க ஆவலாக உள்ளார்கள். அவர்கள் ஆசையை நிறைவேற்றி வைப்பாரா காளிமுத்து?

5. வரப்போகின்ற தேர்தலில் ஜெயிக்கப் போவது அதிமுகவா அல்லது திமுக கூட்டணியா?

– ஜெயப்பிராஷ், பம்மல்.

டென்னிஸ் வீராங்கனைகள் செரீனா வில்லியம்ஸ் அல்லது வீனஸ் வில்லியம்ஸ் ஆகிய இவர்களில் யார் ஜெயித்தாலும் அவர்கள் பெற்றோர்களான வில்லியம்ஸுகளுக்கு சந்தோசம் தான். திமுக கூட்டணி அல்லது அதிமுக என்று யார் ஜெயித்தாலும்

சாதி இந்துக்கள் மகிழ்வார்கள். தலித்துகளுக்கு இதனால் என்ன லாபம்? ஏன் நம்மைப் போட்டு வாட்டுகிறீர்?

6. விடுதலைச் சிறுத்தைகள் அமைப்பாளர் திருமாவளவன் பா.ம.க. விடம் பேரம் பேசி நான்கைந்து சீட்டுக்கள் பெற்று விட்டால் அது பெரிய வெற்றிதான் இல்லையா?

–ஜாதி, கீழ்பெரும்புதூர்.

திருமாவளவன் நான்கு அல்லது ஐந்து சீட்டுக்கள் பெற்று, கிடைத்த அனைத்துத் தொகுதியிலும் வெற்றி பெற்றாலும் அது வெற்றியாகாது. தலித்துகளுக்கு சாதகமாக மிகச் சிறிய தீர்மானங்களைக் கூட கொள்கை வடிவிலோ அல்லது சட்ட வடிவிலோ கொண்டு வர இயலாது. இம்மாதிரி கேள்விகளும் அதற்கு என்னுடைய பதில்களும் sheer waste of time! உருப்படியாக ஏதாவது பேசுவோமே!

7. மதுரை தலித் ஆதார மய்யம் வருகின்ற மார்ச் 19 ஆம் தேதி வழக்கம் போல மதுரையில் தலித் கலை விழா கொண்டாடு கிறார்கள். ஏதேனும் விசேஷம் உண்டா ?

–சுப்பையா, மதுரை.

ம்... உண்டு. இவ்வருடம் தலித் கலை விழாவின் மய்யக் கருத்து தலித் நில உரிமை. தலித் நில உரிமை குறித்த வெளியீடுகள், கலை நிகழ்ச்சிகள் நடத்தப் போகிறார்கள். தமிழகம் முழுவதிலிருந்தும் சுமார் ஒரு லட்சம் பேர் திரளுவார்கள் என எதிர்பார்க்கப்படுகிறது.

8. சமீபத்தில் நீங்கள் படித்த புத்தகம் பற்றிக் கூறுங்களேன்.

–மங்கையர்க்கரசி, சென்னை.

Chiapas - Resistance and Rebellion (Selected Writings - Subcomandante Marcos)என்ற மார்க்கோவின் புத்தகம் படித்தேன். விடியல் பதிப்பகத்தின் வெளியீடு இது. மெக்ஸிகோ நாட்டில் மாயன் இந்தியர் எனும் பழங்குடிகள் வசிக்கும் சியபாஸ் மாநிலத்தில் ஸ்பானிய ஆதிக்கத்தையும், உலகமயத்தையும் எதிர்த்து அப்பழங்குடிகள் நடத்திய நிலப் போராட்டத்தின் வரலாறு இது. 1900–களில் மிகவும் உக்கிரமடைந்து 2001–

இல் பழங்குடிகள் தங்கள் நிலங்களை மீட்ட வரலாறு. இது தமிழிலும் வந்துள்ளது. அனைத்து தலித்துகளும் பூர்வகுடிகளும் படிக்க வேண்டிய அற்புதமான, உணர்ச்சிகரமான, நமது நிலப்போராட்டத்திற்கும் உதவக்கூடிய நூல்.

9. அ.தி.மு.க.வின் ஐந்தாண்டு கால சாதனைகளை தலித் பார்வையிலிருந்து பட்டியலிடுங்களேன்.

—துரை, சென்னை

வன்கொடுமை வளர்ப்பு திண்ணியத்தில் தலித்துகளை மலம் தின்ன வைத்த உச்சபட்ச வன்கொடுமையை கண்டு கொள்ளாமல் வளர்த்தது.

தென் மாவட்டங்களில் தலித்துகளுக்கு நேரடியாக வன்கொடுமை இழைத்து வந்த குறிப்பிட்ட சாதியினரை தனக்கு மிகவும் நெருக்கமாக வைத்துக் கொண்டதன் மூலம் தலித்துகளுக்கு கடும் உளவியல் நெருக்கடியையும் பாதுகாப்பின்மையையும் தோற்றுவித்தது.

மேலவளவு விவகாரத்தை பிசுபிசுக்க வைத்தது.

சங்கரலிங்கபுரத்தில் அடிப்படை வசதி கேட்டு போராடிய முன்னூறு ஆண்கள், பெண்கள், குழந்தைகளை ஒரு மாதத்திற்கு மேலாக சிறையிலடைத்தது.

பாப்பாபட்டி, கீரிப்பட்டி போன்ற பஞ்சாயத்துகளில் வழக்கம் போல தேர்தலை கேலிக் கூத்தாக்கியது.

தலித் உயர் அதிகாரிகளை ஒட்டுமொத்தமாக புறக்கணித்தது.

அமைச்சரவையில் தலித்துகளுக்கு போதிய பிரதிநிதித்துவம் வழங்காதது.

தலித்துகளுக்கான 6000 காலியிடங்களை பூர்த்தி செய்வேன் என்று உறுதியளித்து ஆட்சிக்கு வந்து, அந்த வாக்குறுதியை காற்றில் பறக்க விட்டது.

மேற்கண்ட வன்கொடுமைகள் சிற்சில உதாரணங்கள் மட்டுமே. மாவட்ட வாரியாக வெளியிட்டால் தனி இணைப்பு சேர்க்க வேண்டியிருக்கும். தலித் அரசியல் அமைப்புகள் மீது துவேஷம்

இரட்டை வாக்குரிமை, பஞ்சமி நில மீட்பு என்று விடுதலை சிறுத்தை புதிய தமிழகம் நடத்திய மாநாடுகள், அரசுக்கு வைத்த கோரிக்கைகள் யாவற்றையும் கண்டுகொள்ளாமல் புறந்தள்ளியது. அக்கட்சிகளை அரசியல் ரீதியாக அங்கீகாரம் செய்யாவிட்டாலும்கூட பரவாயில்லை; அவர்கள் ஒலிப்பது ஒட்டு மொத்த தலித் மக்களின் குரல் என்பதைக்கூட கணக்கில் எடுக்கவில்லை. அவர்கள் நடத்தும் மாநாடுகளுக்கு, கூட்டங்களுக்கு தொடர்ந்து அனுமதி மறுத்து வந்தது. கண்டதேவி தேரோட்டத்தில் அவர்கள் பங்குகொள்ளாமல் தடை செய்தது.

ஒட்டு மொத்தமாக, தலித் அரசியல் அமைப்புகளை சட்டம், ஒழுங்கை குலைக்கும் சமூக விரோதிகள் என்றுதான் அதிமுக அரசு அணுகி வந்துள்ளது. தலித்துகளின் பொருளாதார முன்னேற்றம் தலித்துகளுக்காக மாநில பட்ஜெட்டிலிருந்து ஒதுக்க வேண்டிய ரூ.2000 கோடியில் ஆதி – திராவிட நலத்துறைக்கு ரூ.400 கோடி மட்டும் ஒதுக்கி தலித்துகளின் பொருளாதார மேம்பாட்டை தடுத்து நிறுத்தியது.

ஈங்கூர், முதலிப்பாளையம் போன்ற தொழிற் பேட்டைகளை உருவாக்கி, 400 தலித்துகளுக்கு தர வேண்டிய தலா ரூ.1 கோடி கடனைத் தராமல் முடக்கி வைத்தது.

ஆகஸ்ட் 2006

1. சில நடிகைகள் ஐயப்பனைத் தொட்டு விட்டார்கள். இதனால் ஐயப்பனுக்கு ஆபத்து நேருமா?

– குருலட்சுமி, புதுச்சேரி

ஐயப்பனுக்கு ஆபத்து நேர்ந்தால் அவர் தன்னைக் காப்பாற்றிக் கொள்வார். ஆனால் இந்தப் பெண்களுக்கு ஆபத்து நேர்ந்துள்ளதே யார் காப்பாற்றுவார்களாம்? கோவில் நுழைவுப் போராட்டம் என ஆரம்பித்த அம்பேத்கர், இந்தக் கோவில் சமாச்சாரமே வேண்டாமப்பா என்று ஒதுங்கிக் கொண்டார். பெண்களும் அம்பேத்கரைப் பின்பற்றி கோவிலுக்கே போகக் கூடாது என்று முடிவெடுத்தால் நல்லதுதானே!

2. உலக முழுதும் தீவிரவாதிகளின் தாக்குதல் பெருகி வருகின்றது என்பதை சமீபத்திய குண்டு வெடிப்பு சம்பவங்கள் உணர்த்தியுள்ளன. தீவிரவாதத்தை எதிர்கொள்வது எப்படி?

– ஆர்த்தி, திருத்தணி

வல்லரசுகளின் ஏகாதிபத்தியம், அடக்குமுறை, சுரண்டல், பொருளாதாரம் இவையே தீவிரவாதத்தின் ஊற்றுக்கண். இவற்றை ஒழிப்பதற்கு வழி தேடாமல், தீவிரவாதிகளைப் பிடித்து தண்டிப்பதினால் தீவிரவாதத்தை ஒழித்து விட முடியாது.

3. சிறுதாவூரில் என்னதான் நடக்கிறது? சில தலித் இயக்கங்கள் எதிரும் புதிருமாக அறிக்கை விட்டுக் கொண்டிருக்கிறார்களே, சட்டமன்றத்லும் அமளி துமளிப்படுகிறது!?

– கங்கா, பெரம்பலூர்

சிறுதொழில் உள்ள தலித் நிலங்கள், தலித்தல்லாதாருக்கு மாற்றப்படக்கூடாது என்று நிபந்தனையுடன் வழங்கப்பட்டவை. இவை தற்போது ஜெயலலிதாவின் ஆக்கிரமிப்பில் உள்ளது. ஆட்சி மாறியதும், தலித்துகள் தங்கள் நிலங்களைக் கைப்பற்ற நினைக்கிறார்கள். நியாயமான கோரிக்கை. பெரிதும் அரசியல்படுத்தப்பட்டாலும் பஞ்சமி நிலங்கள் அரசியல் படுத்தப்பட வேண்டிய அவசியம் இருப்பதால் இது பத்து மாவட்டங்களுக்கு மேலாக பஞ்சமி நிலங்களில் ஒன்றரை லட்சம் ஏக்கர் தலித்தல்லாதார் வசம் உள்ளது. இவற்றையும் மீட்க தலித் இயக்கங்களும், கருணாநிதி அரசும் முன்வரவேண்டும்.

4. தலித்துகளுக்கான சிறப்புக்கூறு திட்டத்தின்கீழ் இவ்வாண்டு ரூ.2000 கோடி ஒதுக்கப்படுமா?

– சிபி, பெருங்குடி

சிறப்புக்கூறுத் திட்டம் என்னவென்றே மக்களுக்குத் தெரியவில்லை. கிறித்துதாஸ் காந்தியும் சிவகாமியும் ஆதி திராவிட நலத்துறையின் செயலாளர்களாக இருந்த போதும், அதற்குப் பின்னாலும் தொடர்ந்து மக்களிடையே இக்கோரிக்கை வலியுறுத்தி விழிப்புணர்வு ஏற்படுத்தி வந்தார்கள். ஆனால், நிலவுரிமை இயக்கம் தவிர்த்து பிரபலமான பிற தலித் இயக்கங்கள் இதற்கான தனியான போராட்டங்கள் எதுவும்

நடத்தவில்லை. போராட்டமின்றி தலித்துகள் எதைத்தான் இதுவரை பெற்றிருக்கிறார்கள்?

5. இவ்வாண்டு புதிய வரிகள் எதுவுமில்லாத பட்ஜெட் என்கிறார்களே, இதன் விளைவு என்ன ?

– புனிதா, கோட்டைப்பட்டினம்

பஞ்சாயத்துத் தேர்தல் வரை எந்தத் தரப்பினரையும் அரசு பகைத்துக் கொள்ளவில்லை என்பதுதான் இதன் அர்த்தம். விளைவு அடுத்தாண்டில் சரிக்கட்டப்படும்.

6. மக்கள் தொகை மிகுந்த சீனாவில் இன்று தொழிற் சாலைகள் ஆட்கள் பற்றாக்குறையை சந்தித்து வருவதாக ஹிந்துவில் படித்தேன். இந்நிலையில் இந்தியாவுக்கு உலகச்சந்தையில் போட்டியிட தடையேதும் கிடையாது என நினைக்கிறேன். முனிமாவின் கருத்து என்ன?

– தினகர், பொய்கை

குறைந்த சம்பளத்தில் ஆட்களை வேலைக்கு அமர்த்துவதன் மூலம் அதிக லாபம் சம்பாதிப்பதும், குறைந்த விலையில் பொருட்களை உலகச் சந்தையில் விற்று போட்டியை சமாளிப்பதும் இது வரை நடந்தது சீனாவில். வேலையில் சிலகாலம் பயிற்சி பெற்றவர்கள் சம்பளம் அதிகம் கிடைக்கும் பிறநாடுகளுக்குச் செல்லத்துவங்கி விட்டார்கள். தொழிற் சாலைகளைக் காட்டிலும் விவசாயத்தில் வருவாய் குறைவு என்றாலும், விவசாய நிலங்கள் பகிர்ந்தளிக்கப்பட்டு விவசாய அபிவிருத்தி ஆனதும், கிராமப்புறத்தைவிட்டு நகரமறுக்கிறார்கள்! நகரத்தின் விலைவாசி அவர்களை பயமுறுத்துகிறது. அதனால் அங்கு தொழிற்சாலைகளில் ஆள் பஞ்சம் ஏற்பட்டிருக்கிறது. குறைந்த சம்பளம் மூலம் போட்டியை சமாளிக்கலாம் என்ற தியரி உதிர்ந்து வருகின்றது. தொழிலாளர் நலன், பாதுகாப்பு, அவர்கள் வாழ்வில் முன்னேற்றம் இல்லாது உலகச் சந்தையைப் பிடிக்க முடியாது என்ற பாடத்தை இனி இந்தியா கற்றுக்கொள்ளும்.

7. சமீபத்தில் படித்த புத்தகம் எது?

– மு. இஸ்மாயில், அரக்கோணம்

பா. ராகவனின் "அல்கைதா". ஓசாமா பின்லேடன் ஒரு தீவிரவாதியாக முகிழ்த்தது தப்பில்லை. ஆனால் எதிர்காலத்திலும் தொடர்ந்து இஸ்லாமியர் மீது தாக்குதல்கள் நடக்கும் என்றாலும், அதற்கான படை தேவை என்றாலும், தாக்குதல்களைத் தவிர்க்கும் நடவடிக்கையும் தேவைதானே! அதைக் குறித்து சிந்திக்காமல், அங்கங்கே பறக்கும் படையை அனுப்பிக்கொண்டிருந்திருக்கிறார்! சில பாடங்கள் எல்லோருமே கற்றுக்கொள்ள வேண்டியவைதான்! அடுத்தது சோதிப் பிரகாசத்தின் "மெய்மையின் மயக்கம்" படைப்பாளர்கள் குறித்து வயிறு குலுங்க சிரிக்கும்படி நையாண்டி செய்திருந்தாலும் சிந்திக்க வேண்டிய பல விசயங்களை எழுதியிருக்கிறார். படைப்பாளி என்று சொல்லப் படுகின்ற ஒவ்வொருவரும் படிப்பது நல்லது.

8. விஜயகாந்த் தனது தொண்டரை அடித்து விட்டார் என்று செய்தி படித்தேன் யாரும் அவரை திருப்பி அடிக்கவில்லையா?

– முனுசாமி, தெக்கலூர்

இது என்ன சினிமா என்று நினைத்தீரா, உடனுக்குடன் திருப்பி அடிக்க? இவரது இப்போக்குத் தொடர்ந்தால் தொண்டர்கள் பொறுத்திருந்து தண்டிப்பார்கள்.

மார்ச் 2007

1. திமுகவின் ஏழைக்கு இரண்டு ஏக்கர் நிலத்திட்டம் கலைஞரின் கருணையில் பிறந்ததா?

– பக்தவச்சலம், மூதூர்

கலைஞர் கடந்த நாற்பதாண்டு காலமாக கருணையில்லாமல் இருந்து விட்டாரே! இந்தத் திடீர் ஞானோதயம் முதலில் கம்யூனிஸ்ட் இயக்கங்களுக்கு வந்து. அவர்கள் மூலமாக கலைஞரையும் தொற்றிக் கொண்டு விட்டதாக செய்தித்தாளில் பார்த்தேன், பின்னனி இல்லாமல் ஞானோதயமும், கருணையும் வந்துவிட்டதாக (கேழ்வரகில் நெய்வடிவதாக) நம்பும் கேணயர்களிடம் இந்தக் கேள்வியைக் கேட்கலாம், தலித் நில உரிமை இயக்கம் நடத்திய மாபெரும் போராட்டங்களின் தவிர்க்க முடியாத அறிவிப்பே இது!

2. சமீபத்தில் படித்த புத்தகம் எது?

–அருண். கல்லூர்

“நளினி – ஜமீலா” – மலையாள படைப்பான குளச்சல் மு.யூசுப்பின் மொழிபெயர்ப்பில் காலச்சுவடு வெளியிட்டுள்ளது. ஒரு பாலியல் தொழிலாளியின் சுயசரிதை. சமூகத்தின்பால் அக்கறை கொண்ட அனைவரும் படிக்கவேண்டிய நூல். வாசகர்களுக்கு பல கேள்விகளைத் தோற்றுவிக்கிற சுயசரிதை.

3. 2007 ல் தலித் மக்களுக்கு தனி பட்ஜெட் அறிவிக்கப்படுமா?

–ராதா, திருச்சி

அறிவிக்காவிட்டால் விளைவுகளை அரசு சந்திக்குமா?

4. பார்க்கும்படியான திரைப்படம்?

–நித்திய செல்வி, வாழப்பாடி

ப்ளட் டயமண்ட் (Blood Diamond) எனும் ஆங்கிலத் திரைப்பட சி.டி. கடைகளில் கிடைக்கிறது. உள்நாட்டுக் கலகத்தில் வைரச் சுரங்கத் தொழிலுக்காக கறுப்பர்கள் சிறைபிடிக்கப்பட்டு கட்டாய உழைப்பில் (குடும்பத்தைப் பிரிந்து) ஈடுபடுத்தப்படுகிறார்கள். இது ஒரு பக்கம் என்றால் உள்நாட்டுக் கலகம் வெடிக்கிறது. கறுப்பர்களில் ஒரு பிரிவினர், குழந்தைகளை சிறைப்படுத்தி, போதை மருந்து – மதுவுக்கு பழக்கப் படுத்தப்பட்டு அவர்கள் சொந்த இனத்தையே சுட்டுக் கொல்ல வைக்கிறார்கள். ஒரு பெரிய வைரக்கல்லை கண்டெடுக்கும் சிறைபிடிக்கப்பட்ட வைரச்சுரங்க உழைப்பாளி அதைப் பணயமாக வைத்து தப்பித்து, அகதி முகாமிலிருக்கும் குடும்பத்துடனும், சிறைபிடிக்கப்பட்டதன் தகப்பன் மீதே துப்பாக்கியைத் திருப்பிய மகனுடனும் (சிறுவன்) ஒன்று சேர்கிறான். இது தான் கதை, இதைப் பார்க்கும்போது அரசியல்வாதிகள் சாதி இந்துக்கள் முகாமிலிருந்து கொண்டு, தலித் மக்களுக்கு துரோகம் இழைப்பவர்களை மீட்பது எப்படி என்ற கவலை எனக்கு உண்டானது.

5. ஹில்லரி கிளிண்டன் அமெரிக்க ஜனாதிபதி ஆவாரா?

–ரத்தினசாமி, வடக்கன் குளம்

திரும்பத் திரும்பப் பேசிப் பேசி, திரும்பத் திரும்பப் பார்த்துப் பார்த்து ... தொடர்ந்து மீடியாக்களில் உலாவருபவர்கள்

என்ன வேண்டுமானாலும் ஆகலாம். ஹில்லரி கிளிண்டனுக்கு இதைவிட கூடுதல் தகுதிகள் இருந்தால் எங்களுக்கும் தெரியப்படுத்துங்கள்.

6. வெளியுறவு சமாச்சாரம் பிரதமர் அலுவலகம் மூலமாகவும், உள்துறை அமைச்சகம் மூலமாகவும் வெளியிடப்படுகிறது என்ற செய்திகளைப் படித்தேன். எவ்வளவு தூரம் உண்மை ?

– பிருதிவிராஜன், செங்கல்பட்டு.

செய்திகள் குறிப்பாக நாட்டின் நிர்வாகம் பாதுகாப்பு குறித்த செய்திகள் அதிக அளவில் குவிவது இங்குதான் முடிவெடுக்கப்படுவதும் இங்குதான். அங்கிருந்து கசிவதற்கு வாய்ப்பிருக்கிறது. ஆகையால் அவ்வலுவலகங்களில் வேலை செய்பவர்கள் கண்காணிக்கப்படுகிறார்கள். இது அவ்வலுவலகங்களில் அடிமட்டத்திலிருந்து உயர்மட்டம் வரையிலுள்ள அனைவர்க்கும் தெரியும். வெளிநாட்டு உளவாளிகளும் இவர்களைக் குறிவைத்து சுற்றித்திரிவார்கள். ரகசியங்களைக் கறந்துவிடவேண்டும் என்ற எண்ணத்துடன், இதேபோல் இந்திய நாட்டு உளவாளிகள் வெளி நாட்டில் சுற்றித்திரிகிறார்கள். உலகமயத்தில் கரைந்து போகாமலிருப்பது முதலாளிகளின் ஆதிக்கத்திலிருக்கும் இந்த தேசிய அரசுகள் தாம் என்பது வேடிக்கையாயில்லை!

7. வேலையில்லாத் திண்டாட்டம் குறைய வாய்ப்புள்ளதா?

–கௌதம், தாங்கல்

படித்தவர்கள் அனைவருக்கும் வேலை கிடைக்கும். இதைப்பற்றிய சிறப்புக்கட்டுரை அடுத்த மாத புதிய கோடாங்கி இதழில் வெளிவரும்.

8. உலகமயம் மிகப்பெரிய தாக்கத்தை ஏற்படுத்தி வருகிறது. நமது பண்பாடு முற்றிலும் அழிந்து போக வாய்ப்புள்ளது. நாம் எப்படி இதை எதிர்கொள்ளப் போகிறோம்? சில வரிகளில் கூறுங்கள்.

–அஞ்சுமான், வேம்புலி

என்ன, ஒரு புத்தகம் எழுதுகின்ற அளவுக்கு உள்ள கேள்வியைக் கேட்டு சிலவரிகளில் பதில் சொல்லும்படி கூறுகிறீர்கள், இப்போதைக்கு சில வரிகள், உலகமயம் என்பது

எல்லா காலகட்டத்திலும் உள்ளது. இப்போது தலைதெறிக்கும் வேகத்தில் நடக்கிறது. நமது வளங்களைப் பத்திரப்படுத்துவோம். அவற்றை விற்பனை நோக்கில் அணுகாது வாழ்வாதாரமாகக் கருதி இல்லாதவர்க்கு பங்கிடுவோம். இதுதான் உலகமயத்தை எதிர்கொள்ள சிறந்த துவக்கம், தொடர்ச்சியை வரவிருக்கும் கட்டுரைகளில் எதிர்பார்க்கலாம்.

ஏப்ரல் 2007

1. மத்திய அரசு சிறப்புக் கூறுத் திட்டத்தை திறம்பட நடத்த வழிவகைகள் ஏதேனும் செய்துள்ளதா?

–வேணி, சித்தாமூர்

அம்பானி, அம்புஜா, டாட்டா, பிர்லா என்றால் வரிந்து கட்டிக்கொண்டு களமிறங்கி, வழிசெய்து, ரத்தினக்கம்பளம் விரிக்கும் மத்திய அரசு, தலித்துகள் என்று வந்தால் மட்டும் பல்லில்லாத கிழவன் போல பெப்பெப்பே என்கிறது. ஒவ்வொரு வருடமும் ஒரு டஜன் உத்தரவுகளைப் போட்டுவிட்டு ஓய்வெடுக்கிறார் சிதம்பரம். நாம் இந்த உத்தரவுகளை வைத்துக்கொண்டு கோட்டையிலே மோதுவதும், சனங்களைத் திரட்டுவதுமாக அல்லாடிக் கொண்டிருக்கிறோம். வருகின்ற பாராளுமன்றத் தேர்தலின் போது வள்ளல் பெருமானை வைத்து தலித் மக்களைத் திரட்டி கூட்டம் போட்டு, சிறப்புக் கூறுத் திட்டத்தைப் பற்றி பேசுங்கள், பேசிக் கொண்டே இருங்கள் என்பார். நாம் கேட்டுக் கொண்டே இருக்கவேண்டுமா என்ன?

2. பட்ஜெட் சிறப்பு செய்திகள்?

–ராம் மனோகர், காரைக்கால்

கவனிக்க வேண்டியவர்களுக்கு கவனிப்பு. அல்வா கொடுக்க முடிந்தவர்களுக்கு அல்வா. பழனி முருகனுக்கு அரோகரா. தலித் மக்களுக்கு கோவிந்தா கோவிந்தா.

3. பாட்டாளி மக்கள் கட்சி ராமதாஸ் இணை போட்டி பட்ஜெட் அறிக்கை தயாரித்து எல்லோருக்கும் அனுப்பி வைத்ததாகக் கேள்விப்பட்டேன். வித்தியாச அணுகுமுறை

என்று தம்பட்டம் அடித்துக் கொள்கிறாராம். உங்களுக்கு அந்த நிதிநிலை அறிக்கை வந்ததா? உண்மை என்ன?

–ராஜ், மேட்டுப்பட்டி

அரைத்த மாவை அரைப்போமா? துவைத்த துணியை துவைப்போமா? யம்மம்மா ....

4. உ.பி. சட்டமன்றத் தேர்தல் குறித்து உங்கள் கணிப்பென்ன? மாயாவதி திரும்புவாரா?

–செல்வராஜ், பழனி

மம்மி ரிடர்ன்ஸ்.

5. உத்திரப் பிரதேசத் தேர்தலுக்கு தலித் தலைவர்கள் பிரச்சாரத்துக்கு செல்வார்களா?

–அருள்மொழி, குலசேகரப்பட்டினம்

அவர்கள் அழைக்க மாட்டார்கள். அதனால் போகமாட்டார்கள். அவர்கள் போக மாட்டார்கள். அதனால் அழைக்க மாட்டார்கள். காமெடி ஒருபக்கம் இருக்க, தமிழ்த் தேசம் தாண்டி இப்போது சிறுபான்மை மொழியினருக்கு பாதுகாப்பு என்று வந்துள்ளது. இனிமேல் மும்மொழிக் கொள்கையை ஏற்றுக்கொண்டு இந்தியத் தேசியம் பேசுவார்கள்.

6. அம்மா என்ன செய்து கொண்டிருக்கிறார்கள்?

–அம்மாதாசன், கொருக்குப்பேட்டை

எந்த அம்மா? முதல் அம்மா கவர்ச்சி சிரிப்புடன் கட்டிப்புடி வைத்தியத்தில் இடைவெளியற்று சுற்றித் திரிகிறார்கள். இரண்டாவது அம்மா காட்டிலிருந்து நாட்டிற்கு வர கூட்டணிச் சாயத்தை கரைத்துக் கொண்டிருக்கிறார்கள். பாமக, திருமா, விஜயகாந்த் என்று எல்லோர் மீதும் தெளிக்கப் போகிறார்களாம்.

7. தமிழ்நாடு நிதிநிலை அறிக்கையில் சிறப்புக் கூறுத் திட்டத்திற்கு நிதி ஒதுக்கீடு அதிகரிக்குமா?

–கௌதமன், சிந்தாதிரிப்பேட்டை

நம் குரல் உயர்ந்தால் நிதி உயரும். நம் குரல் உயர்ந்துள்ளது. நிதி உயரத்தான் வேண்டும். முழுமையாகக் கிடைக்க அடுத்த வருடமும் போராட வேண்டி வரலாம். சேர்ந்து குரல் கொடுங்கள்.

8. மகளிர் தின விழாக்களில் கலந்து கொண்டு வருகிறேன். வெவ்வேறு பாதைகளில் பயணம் செய்கிறார்கள். இந்நிலை மாற என்ன செய்யவேண்டும்?

–ஜெஸிந்தா, பேராவூரணி

மகளிருக்கான பொது விசயங்கள் கூர்மைப்படுத்தப்பட வேண்டும். அடித்தட்டுப் பெண்களின் தேவைகள் முதலில் கவனிக்கப்பட வேண்டும். எல்லாத் தளத்திலுள்ள பெண்களுக்கும் தனித் தனித் திட்டங்களை உள்ளடக்கிய பெருந்திட்டம் உருவாக்கப்பட வேண்டும். இதுதான் நமது பார்முலா.

9. சிரிக்க சிந்திக்க நொறுக்ஸ் தாருங்கள்?

–கூப்ஸ், மதுரை

சிந்தித்தால் சிரிப்புத்தான் வரும். சிந்தித்து மகிழுங்கள்.

10. பெண்கள் முன்னணி எப்படிச் செல்கிறது?

–அறிவழகன், புதூர்

ஆட்சிக் கட்டிலை நோக்கி அரசியல் விழிப்புடன் சென்று கொண்டிருக்கிறது. கடுகு சிறுத்தாலும் காரம் குறையாது.

மே 2007

1. இந்தியாவின் சிறந்த ஐம்பது பெண்மணிகளில் (இந்தியா டுடே) கனிமொழி அம்மையாரும் இடம் பிடித்திருப்பது தமிழகத்திற்கே பெருமை தருவதாக உள்ளது. இந்த நிலைக்கு அவர் வர, ஒரே ஒரு சங்கமும், ஒரு சில கவிதைகளும் துணை செய்துள்ளன என்பது ஆச்சரியமாக உள்ளது. உங்களுக்கு எப்படி?

–நண்டு, பாடாலூர்

ஐயா, எத்தனை முறை சொல்வது வெறும் கனிமொழி என்று எழுதாதீர்கள், கனிமொழி கருணாநிதி என்று எழுதுங்கள் என்று. அப்போது இதில் ஆச்சரியப்படுவதற்கு எதுவுமில்லை என்று யாரும் சொல்லாமலே புரியும்.

2. சமீப காலங்களில், பேசும்படியாக உள்ள ஐஸ்வர்யா அபிஷேக் பச்சன் திருமணம் சொர்க்கத்தில் நிச்சயிக்கப்பட்டதா?

–வடிவேலு, அரங்கநல்லூர்

திருமணங்கள் சொர்க்கத்தில் நிச்சயிக்கப்பட்டாலும் விவாகரத்து என்னவோ கோர்ட்டில் தான் நடக்கிறது. வாழ்க மணமக்கள்!

3. டாவின்சி கோட் புத்தகம் பற்றி பழைய கோடாங்கி இதழைப் புரட்டியபோது பார்த்தேன். அந்தத் திரைப்படத்தைப் பார்த்தீர்களா?

–சிவராஜ், புதுப்பட்டி

பார்த்தேன். எழுத்தும் காட்சியும் வெவ்வேறு பயணங்கள். எழுத்தின் சுவாரசியம் படத்தில் இல்லை.

4. திண்டுக்கல் மாவட்டத்தில் பெண்கள் முன்னணியை விரைவாகக் கொண்டு செல்லத் திட்டமிட்டுள்ளேன். அதன் பொறுப்பாளர்கள் கூட்டத்திற்கு தாங்கள் வரமுடியுமா?

–ஜீவா, திண்டுக்கல்

சிவகாமி, நீலவள்ளி, கிறிஸ்டி, ரஜினி போன்றோரை அழையுங்கள். முனிமாவுக்கு முடியாது.

5. ரூத் மனோரமா டெல்லியில் தலித் பெண்கள் மாநாடு நடத்தினார்களாமே, எனக்கு எந்தத் தகவலும் வரவில்லை. நான் இருநூறு மகளிர் குழுக்களை மரக்காணம் பகுதியில் நடத்தி வருகிறேன். இனி அந்த அறிவிப்புகளை புதிய கோடாங்கியில் வெளியிடுங்கள்.

–கோமளவல்லி, ஆலம்பாடி

புதிய கோடாங்கி மாநாடு குறித்த தகவல் வெளியிடும் அளவுக்கு அவர்கள் அவகாசம் தருவதில்லை. திடீரென்று மின்னல் போல் நடத்தி அதே வேகத்தில் வெளிநாடு சென்றுவிடுகிறார் ரூத் எனினும், அந்த மாநாடு இந்தியா முழுவதிலும் உள்ள தலித் பெண் தலைவர்கள் சந்தித்துக்கொள்ளும் அரிய வாய்ப்பாகும். தவறவிடாதீர்கள்.

6. தலித்தல்லாதவர்கள் தங்கள் அடையாளங்களை மறைத்து தலித் என்று கூறிக்கொண்டு வெளிநாட்டு பண உதவி பெற்று

தலித் மக்களுக்கு உழைப்பதாகக் கேள்விப்படுகிறேன். அடையாளத்தை மறைப்பானேன்?

–பூமா, தட்ரஹள்ளி, தர்மபுரி மாவட்டம்

தலித்தல்லாதவர்கள் தான் அதிக அளவில் தலித் மக்களுக்கான நிதி பெற்று செலவழிக்கிறார்கள். இந்தியா முழுவதும் இதே கூத்துதான். காந்தியின் அரிசன சேவா சங்கமாவது, எங்கள் தவறுகளுக்கு பிராயச் சித்தம் தேடுகிறோம் என்று கூறிக்கொண்டு சேவை செய்கிறார்கள். ஆனால் தலித்தல்லாத நிறுவனங்கள் பெரிய தியாகம் செய்வதாக கற்பனை செய்து கொள்ளுகிறார்கள். அது போகட்டும், தலித்தல்லாதவர்கள் அடையாளத்தை மறைத்து பொய்யாக தலித் என்று கூறிக் கொள்வது எவ்வகையில் பார்த்தாலும் தவறானதே. அத்தகையவர்களை வெளிச்சத்துக்குக் கொண்டு வாருங்கள்.

7. வர்ஜீனியா பல்கலைக்கழகத்தில் 32 பேரை வெறிபிடித்த மாணவன் ஒருவன் சுட்டுக் கொன்றிருக்கிறான். புகழ்பெற்ற பல்கலைக்கழகம் என்று சொல்லப்படும் வர்ஜீனியா டெக்கிலேயே இப்படி நடந்துள்ளது, மாணவர்கள் மத்தியில் பீதியைக் கிளப்பியுள்ளது அங்கு. மாணவர்களிடையே வன்முறை பரவி வருவதன் அடையாளமாக இதைப் பார்க்கலாமா?

செய்தியில் வெளிவந்த வரை, இது துரதிர்ஷ்டவசமாக நடந்த ஒரு அரிதான சம்பவமாகத்தான் தெரிகிறது. ஆனால் இந்தியாவில் பொறியியல் கல்லூரிகளில், மாணவர்கள் தங்கள் காதலிகளைச் சுடுவது, தற்கொலை செய்து கொள்வது என்பது நமது சமூக பாலியல் கல்வி குறித்த பெரும் ஐயப்பாடை எழுப்பி வருகிறது.

8. ஜெயலலிதா உ.பி. மாநிலத் தேர்தல் பிரச்சாரத்தில் கலந்துகொண்டார். இதை தினமலரும் தினகரனும் கட்டம் கட்டியுள்ளன. ஒரு அரசியல் தலைவர் பிற மாநிலங்களில் நடக்கும் தேர்தலுக்கு பிரச்சாரத்துக்காக செல்வதைக்கூட அவர்களால் தாங்கிக் கொள்ள முடியவில்லையா?

–பூவரசு, அரக்கோணம்

உள்மாநில விவாகாரம்தான் வெளிமாநில தேர்தலில் வெளிப்படும் என்பது ஜெயலலிதா யாருக்காக சென்றுள்ளார் என்பதிலிருந்து தெரிகிறது. கருணாநிதி – சோனியா கூட்டணி என்றால் ஜெயலலிதா – முலாயம் என்பது தாயத்தில் அடுத்தப் பக்கம் அல்லவா? எப்படியும் மாயாவதியை ஆதரிக்க இங்கிருந்து யாரும் செல்லப்போவதில்லை. பச்சைத் தமிழன் இந்தியனாக மாறினால் அதுவும் நடக்கலாம்.

9. பேரா. கல்யாணி அவர்களுக்கு அம்பேத்கர் சுடர் என்று விருது கொடுத்து கௌரவிக்கப்பட்டது மகிழ்ச்சி அளிக்கிறது. தலித் இயக்கங்கள் புதுமையாக சிந்தித்துள்ளது. வரவேற்புக்குரியது தானே?

–பாலு, செஞ்சி.

வழக்கமாக தலித் மக்களுக்கு அம்பேத்கர் விருதும் தலித் அல்லாதாருக்கு பெரியார் விருதும் கொடுப்பதைத் தமிழக அரசு வழக்கமாகக் கொண்டுள்ளது. இது மாற்றப்பட வேண்டும் என்று புதிய கோடாங்கி, வடலூர் கூட்டத்தில் வெளியிட்டதைத் தொடர்ந்து சிவகாமி அவர்கள் பேரா. கல்யாணி அவர்களுக்குத்தான் முதலில் அவ்விருது வழங்கப்படும் என தலித் பத்திரிகையின் ஆசிரியர் துரைக்கண்ணு அவர்களிடம் கூறியதைத் தொடர்ந்து விடுதலைச் சிறுத்தைகள் முந்திக் கொண்டனர். பேரா. கல்யாணி அவர்களை மனிதருள் மாணிக்கம் என்று சொன்னால் தகும். வாழ்க!

ஜூன் 2007

1. ஏப்ரல் இதழில் நீங்கள் சொல்லியவாறு மாயாவதி ஆட்சியைக் கைப்பற்றிவிட்டார். எப்படி இதை கணித்தீர்கள் என்று சொல்ல முடியுமா?

–ரமணி, கோவை

காந்தி குடும்பத்தின் ஏவுகணையில் நெருப்பு தீர்ந்துவிட்டது. ராகுல், பிரியங்கா போன்றோர் குடிசை மக்களிடம் கூழ் வாங்கிக் குடிப்பது, மோர் வாங்கி தாகம் தீர்த்துக் கொள்வதையெல்லாம் அவர்கள் எவ்வளவு நாட்கள் பொறுத்துக் கொள்ள முடியும்? தங்கள் வாழ்க்கையில் மாற்றத்தை எதிர்பார்த்தார்கள். மேலும்

தேர்தலை ஏழு கட்டமாக நடத்த தீர்மானித்தது காங்கிரஸின் உதறலை அப்பட்டமாகக் காட்டிக் கொடுத்தது. அடுத்து கூட்டணி பலம்.

2. மாயாவதி உ.பி.யைக் கைப்பற்றியதால் பிரதமராகிவிடும் வாய்ப்பு உள்ளதா?

–அருள், அவினாசி

உ.பி. நிலவரம் தனியானது. ஒட்டுமொத்த இந்திய நிலவரம் வேறு. பிரதமராகும் வாய்ப்பு இல்லை என்பது எனது கணிப்பு.

3. மாயாவதியைத் தமிழ்நாட்டில் வேரூன்றச் செய்ய முடியுமா?

–கவிதா, கொடுமுடி

பிரம்மப் பிரயத்தனம்

4. தயாநிதி மாறன் கருத்துக் கணிப்பு செய்தது சரியா?

–ரோஜா, வடவெட்டி

இதை ஒரு கருத்துக் கணிப்புக்கு விடலாமா?

5. சமீபத்தில் பார்த்த திரைப்படம் எது?

–சின்னசாமி, கூடலூர்

பருத்தி வீரன் பார்த்தேன். மிக மிக தத்ரூபமான கிராமச் சித்திரம். ஆனால் கதையில் வலு இல்லையே. சாதிச் சண்டையை நேர்மையாக வரைய யாருக்குத் துணிச்சல் உண்டு? குறத்தியையிட்டு பொழைச் சாராம், அந்த நன்றியிலே சாதி கிடையாதுங்கறாராம்!! எவ்வளவு நாளுக்குத்தான் இந்தப் பாழாப்போன நன்றி (கெட்ட) கதையைச் சொல்லிட்டிருப்பீங்க? வரலாற்றைப் படிச்சுத் தொலைங்க புண்ணாக்குங்களா!

6. முக்கிய சந்திப்பு ஏதேனும் உண்டா ?

–பிரபு, தூத்துக்குடி

எனக்கு முக்கியமானது உங்களுக்கு முக்கியமா இருக்குமோ என்னமோ, யார் கண்டது? தேவ தேவன் கவிஞரை சந்திச்சேன். ஸ்ரீதர கணேசனை சந்திச்சேன். சோ. தருமனை சந்திச்சேன். பாப்லோவை சந்திச்சேன். அபிமானியை சந்திச்சேன். இப்படி முக்கியமான தலைகளைப் பார்த்து ஒரு பாட்டம் பேசிட்டு

வந்தேன். ரொம்ப நேரம் அவங்களப் பத்தியும், தூத்துக்குடியிலே நடந்த விசயங்களையும் யோசிச்சிட்டு இருந்தேன்.

7. முனிமா அரசியலுக்கு வருவாங்களா?

–பாரதி. நெடுங்குன்றம்

என்ன அவமானப்படுத்தணும்னு நெனப்பா? இப்ப அரசியல் பண்ணாம என்ன பண்ணிக்கிட்டிருக்கம்னு நெனப்பு?

8. பெண்கள் முன்னணி பற்றிய செய்தியை செய்தித் தாள்களில் பார்க்க முடியலியே ஏன்?

–அன்பன் வாசுகி, காரைக்குடி

"காணவில்லை" தலைப்பில் பெண்கள் முன்னணியைப் பற்றித் தகவல் கொடுத்துவிடப் போகிறீர். கொஞ்சம் பொறுமையாக இருங்கள். ஆக்கப் பொறுத்தவர்கள் ஆறப்பொறுக்கக் கூடாதா?

9. சென்னையில் குடிசைப்பகுதி மக்களை அப்புறப்படுத்தக் கூடாது என்பதையொட்டி கருத்தரங்கம் நடக்கவிருப்பதாகக் கேள்விப்பட்டேன். எப்பொழுது?

–மோகன்தான், வில்லிவாக்கம்

சென்னை, மதுரை, கோயம்புத்தூர் ஆகிய மூன்று மாநகரங்களுக்குமான கருத்தரங்கம் திட்டமிடப்பட்டு வருகிறது. அடுத்த இதழில் அறிவிப்பு வரும்.

10. முனிமா பதிலறிய வினா ஒன்று. இந்துக்களாக நீங்கள் இருக்கும் வரையில் சாதி எதிர்ப்பாளராக ஆக முடியாது. பௌத்தர்களாக மாறிய பின்னால் நீங்கள் புரட்சியாளராகவும் ஆக முடியவில்லை. இன்றைய சமூக மாற்றத்திற்கான தேவை சாதி எதிர்ப்பும், புரட்சியுமே என்ன செய்யலாம்?

–கலைநேயன், கன்னியாகுமரி

'போராட்டம் முற்றிலுமாக அகநிலை சார்ந்தது' என்ற அம்பேத்கரின் வாசகம் எனக்கு ஞாபகம் வருகிறது. அகநிலைக்குத் தேவையான வடிவத்தில் இயக்கத்தைத் தேர்ந்தெடுத்து, முறையான செயல்திட்டங்களையும் வியூகங்களையும் வகுத்து செயல்படுவதே சிறந்தது.

ஜூலை 2007

1. புத்தரா? கார்ல் மார்க்ஸா? தேர்வு செய்யுங்கள்.

பௌத்தத் தமிழன், அரும்பாக்கம்

பௌத்தம், தலித்துகள் உலகைத் தங்களது திறந்த கண்களைக் கொண்டு பார்க்கும்படி செய்யும் ஒரு பண்பாட்டுப் புரட்சியாக இருந்திருக்க வேண்டும். ஆனால், யதார்த்தத்தில், தலித்துகளின் விடுதலையைச் சாதிப்பதற்காக உருவாக்கப்பட்ட முன்மாதிரி இறையியலாக்கப்பட்டு விட்டது. இந்துக் கடவுளர்களுக்குப் பதிலாக புத்தரும் அம்பேத்கரும் கடவுள் களாக்கப்பட்டு விட்டனர். ஆனந்த் டெல்டும்ப்டே, புத்தர் கடவுளாக்கப்பட்டார். கார்ல் மார்க்ஸ் காயடிக்கப்பட்டு விட்டார் என்கிறார்.

2. 'கதை சொல்லி' என்னும் இலக்கியப் பத்திரிகை வைகோவை அழைத்து விழா நடத்தியிருக்கிறது. வைகோவுக்கும் கதை சொல்லி இலக்கியத்திற்கும் ஏது சம்பந்தம்?

ரீத்து, புது.

யாமறியோம் பராபரமே என்று கூறுவது 'டூ மச்'சாக இருக்கும். இலக்கியத்திற்கும் மக்களுக்கும் சம்மந்தம் உள்ளது. அந்தந்த இலக்கியத்திற்கு அந்தந்த மக்கள் அந்தந்த தலைவர். வாழ்க இலக்கியம்!

3. ஜூன் 17ல் நெல்லையில் நடந்த மாநாடு பற்றி ஒரு வரியில் கூறுங்கள்.

ஸ்ரீராம், விருதுநகர்

மூர்த்தி பெருசு, கீர்த்தி சிறுசு.

4. சிவாஜி திரைப்படம் பார்த்தீர்களா, எப்படி ரஜினி கெட் அப்பு?

கல்யாணி, ஈரோடு

சங்கர், சமூகப் பிரச்சினைக்கு தீர்வு சொல்லும் விதமே அலாதி. கறுப்புப் பணத்தை வெளிக்கொண்டு வருவதும், கல்விக் கூடங்கள் திறப்பதும் காமெடியாக இல்லை? சரி! சினிமாக்காரர்கள் என் தொடர்ந்து கறுப்புப் பணத்தை உற்பத்தி

செய்கிறார்கள்? முட்டாள் தனமான கதை முடிவில்லாட் ராஜிடி..... .

5. இறுதியில் மொட்டை ரஜினி... சோனியாவுக்கு பத்ரகாளி வேஷம் அவசியமா?

முனிசாமி, தருமபுரி

உள்ளூரில் ஜெயலலிதாவுக்கும், கருணாநிதிக்கும் சண்டை அல்லவா? அதே போல் நேஷனல் சண்டையில் சோனியாவும், வாஜ்பாயும்! மக்களுக்கு ஷோ காட்டுவதே இவர்களது வேலை.

6. பிரசாந்த், ஸ்ரீகாந்த் என்று திரையுலகக் குடும்பங்கள் கலாட்டாக் குடும்பங்களாகி வருகின்றன. செய்தித்தாள்களும் இதையே பிரசுரிக்கின்றன. ஏன்?

ராஜா, காடாம்புதூர்

அத்திப்பழத்தைப் பிட்டால் அத்தனையும் சொத்தை. ஆனால் பத்திரிகைகளுக்கு இவை சொத்து. அதனால்தான்.

7. நான் எம்.ஏ., எம்.*பில். படித்திருக்கிறேன். வேலை வாய்ப்பு முகாம்களில் கலந்து கொண்டால் வேலை கிடைக்குமா?

சுமலதா, வேப்பம்பட்டு

வேலை செய்ய விருப்பம் இருந்தால் வேலை கிடைக்கும். படிப்புக்கேற்ற வேலை, வேலைக் கேற்ற சம்பளம், இவை உறுதி செய்யப்படுவது கடினம்தான். முயற்சி செய்யுங்கள்.

8. பெண்கள் முன்னணி என்பது இயக்கமா அல்லது அரசியல் கட்சியா?

ரஞ்சிதா, கன்னியாகுமரி

அரசியல் கட்சிகளின் மூலங்கள் பெரும்பாலும் பொருளாதார, சமூக இயக்கங்களாகவே இருந்துள்ளன. இப்போதைக்கு பெண்கள் முன்னணி இயக்கமாகத்தான் உள்ளது. செப்டம்பர் 22ல் சென்னையில் பெண்கள் முன்னணியின் கலை இரவைக்கண்டு களியுங்கள்.

9. நாள் தோறும் நலத்திட்ட விழாக்கள், எங்கள் நலன் மட்டும்...?

கலைநேசன், காகனம்

அனுமனுக்கு வடைமாலை பெருமாளுக்கு உண்டைக்கட்டி அம்மனுக்குக் கூழ் .... மக்களுக்கு ரேஷன் அரிசி.

ஆகஸ்ட் 2007

1. முதல் பெண் குடியரசுத் தலைவர் என்ற அடைமொழியுடன் பிரதிபா பாட்டீல் பதவியேற்றிருக்கிறார். புதிய கோடாங்கிக்கு மகிழ்ச்சி தானே?

அமலி, கயத்தாறு

முதல் பெண் குடியரசுத்தலைவர், முதல் பெண் பிரதமர், முதல் பெண் முதல்வர் என்று எத்தனைக்காலம் மகிழ்ச்சியடைவது?! அம்புலியைக் காட்டிக்காட்டி பாலிதீன் பைகளில் பெண் குழந்தைப் பிணங்களை அடைத்து குப்பைத் தொட்டிகளில் வீசுகிறார்கள்! பிரதிபாவுக்காக மகிழ்ச்சி அடைவதா, அல்லது பாலி தீன் பை சிசுக்களுக்காக அழுவதா, நீங்களே சொல்லுங்கள்!

2. தனக்குத் தெரிந்த வரையில் பெரியார் மட்டும்தான் பெண்ணுரிமைக்குப் போராடியதாகக் கனிமொழி இந்தியா டுடே இதழில் பேட்டிக் கொடுத்திருக்கிறார், உங்கள் கவனத்திற்கு வந்ததா?

சுந்தரி. காமாட்சிபுரம்

ம்.... வந்தது ...... அவர்கள் கவனத்திற்கு அம்பேத்கர் இயற்றிய அரசியல் சட்டம் வந்ததா? அதில் வயது வந்தோர் அனைவருக்கும் ஓட்டுரிமை என்பதில் பெண்கள் அரசியலில் பணியாற்ற வித்திடப்பட்டுள்ளது. Hindu Code Billஎன்று அவரின் முன்மொழிவு (பெண்களை பிரதானப படுத்தியது) மறுக்கப்பட்டது. இவையிரண்டையும் அவரது கவனத்துக்கும், கொண்டு செல்லுங்கள்.

3. ஆலய நுழைவுப் போராட்டத்தை திருமாவளவன் தலைமையில் விடுதலை சிறுத்தைகள் நடத்தினார்கள். காலத்திற்கேற்ற போராட்டம் இல்லையா?

நவீன் – புதுக்கோட்டை

கோவிலில் திருமா பெயருக்கு அர்ச்சனை நடத்தப்பட்டது. இத்தகைய புரட்சிகள் வரலாற்றில் பதிவு செய்யப்பட வேண்டியவை அல்லவோ?

4. அம்பேத்கர் இந்திய வரலாற்றைக் குறித்து எழுதும்போது ஆரியர்கள் வெளியிலிருந்து வந்த இனம் அல்ல என்பதைத் தெளிவாகக் குறிப்பிட்டிருக்கிறார். எனினும் புதிய கோடாங்கியில் எழுதும் பெரும்பாலான எழுத்தாளர்கள் ஆரியர்களை வந்தேறிகள் என்று குறிப்பிடுகிறார்கள். இது கவனிக்கப்படுமா?

கோ. அருண், அம்மனூர்

மானுடவியல் வல்லுநர்கள் கருத்துப்படியும், பெரும்பாலான வரலாற்றிஞர்கள் கருத்துப்படியும் ஆரியர்கள் வெளியிலிருந்து வந்தவர்கள் அல்ல என்றாலும் இதற்கு முரணான கருத்துக்கள் உள்ளவர்களும் இருக்கிறார்கள். வெளியிலிருந்து வந்தவர்கள் யார், யார் என்று எழுதப்பட்ட வரலாறு பின்னாளின் தான் உருவானது. ஆனால் அதற்கு முன்பே இந்தியா போன்ற பெரிய கண்டத்திற்கு வெளியிலிருந்து யாருமே வராமல் இருந்திருக்க முடியும் என்று தோன்றவில்லை. மேலும் அம்பேத்கர் பூர்வக்குடியகள் என்ற பதத்தைப் பிரயோகிக்கும் போது என்ன பொருளோடு அதைப் பயன்படுத்துகிறார் என்றும் பார்க்க வேண்டும்.

5. தலித் நில உரிமை இயக்கம் தனிப்பட்டவர்களின் (தாழ்த்தப்பட்டவர்களின்) பறிபோன நிலங்களை மீட்க முடியுமா?

புகழேந்தி – நெய்வேலி

தலித் நில உரிமை இயக்கம், நிலக்கொள்கையை உருவாக்குவதில் முனைந்துள்ளது அத்தோடு பாதிக்கப்பட்டவர்களுக்காகவும் போராடும்.

6. தாழ்த்தப்பட்ட மக்கள் தொழிற்சாலைகளுக்கு நிலம் வழங்கிய போது வேலை அளிப்பதற்கான உத்தரவாதம் அளிக்கப்பட்டது. ஆனால் வாக்குறுதிகள் காப்பாற்றப்படுவதில்லை. நீதி மன்றம் செல்லாமல் வேலை வாங்குவது எப்படி?

சந்தான கிருஷ்ணன் – நெய்வேலி

அம்பேத்கர், ஹைதராபாதில் 1950களில் நிலத்தை மீட்க நீதிமன்றம் செல்லவில்லை. போராட்டம் நடத்தினார் கோரிக்கைகள் பரிசீலிக்கப்படவில்லையெனில் மக்கள் போராட்டம் தவிர்க்க முடியாதது.

7. பெண்கள் முன்னணி பெண்கள் பிரச்சினைகளை மட்டும் கவனிக்குமா? அல்லது மக்களின் பொதுப் பிரச்சனைகளையும் கையாளுமா?

கயல்விழி – நெல்லிக்குப்பம்

ஒரு கல்லில் இரண்டு மாங்காய்

8. ஜூலை 23ல், நில உச்ச வரம்பு சட்டத்திற்கு திருத்தம் கொண்டு வர நடந்த பேராட்டம் எப்படி? திருத்தம் கொண்டு வரமுடியுமா?

ராதா கிருஷ்ணன், கடலூர்

தலித் நில உரிமை இயக்கம் நடத்திய போராட்டங்களினால் நிலம் பேசும் பொருளாயிற்று. இனி இச்சட்டத்திருத்தமும் பேசப்படும் பொருளாகும் என்பதில் அய்யமில்லை.

9. தலித் நில உரிமை இயக்கம் தலித் சகோதர இயக்கங்களுக்கு எதிரானதா?

ஞானமணி, வானாதிராயபுரம்

தலித் நில உரிமை இயக்கம் எல்லா சகோதர இயக்கங்களுக்கும் கதவைத் திறந்தே வைத்துள்ளது.

10. தலித் நில உரிமை இயக்கத்தினரின் கடலூர் சுற்றுப் பயணம் எப்படியிருந்தது?

டாக்டர். செல்வராஜ், அண்ணாமலை பல்கலைக்கழகம்

எதிர்பார்த்ததை விட சிறப்பு! எங்கெங்கும் வரவேற்பு! நிலவுரிமை என்னும் பெருநெருப்பு பற்றிக் கொள்ள வெடிமருந்து கிடங்கு கடலூர் மாவட்டம்.

அக்டோபர் 2007

1. பெண்கள் முன்னணியினரின் கலை விழா எப்படி நடந்தது?

பவானி – ஆடுதுறை

ஏறக்குறைய ஒருலட்சம் பெண்கள் தன்னெழுச்சியுடன் கலந்து கொண்ட எழுச்சித் திருவிழா பெண்களின் நம்பிக்கை, ஆற்றல் இவற்றின் வெளிப்பாடு. இந்திய வரலாற்றில் முக்கிய திருப்பமும் பதிவும்!

2. ராகுல் காந்தி காங்கிரஸின் பொதுச் செயலாளராக அறிவிக்கப் பட்டுள்ளார். இனி காங்கிரஸ் வேகம் பிடிக்கும். எதிர் கால பிரதமர் ராகுல் உங்கள் கணிப்பு என்ன?

ரவி – கோவை

வாரிசு அரசியல் தான் சாத்தியம் என்ற மூன்றாந்தர அரசியலே காங்கிரஸக்கு நிரந்தரம்! கண்ணாடி குடுவைக்குள் பாதுகாக்கப்படும் மணி ப்ளான்ட் ராகுல், நேரு குடும்பத்தின் எதிர்காலம்.

3. இந்தியாவின் எதிர்காலத்திற்கு? ராமர் பாலம் குறித்த சர்ச்சையில் முனிமாவின் கருத்து என்ன?

ஜேம்ஸ் – ஈரோடு

பகுத்தறிவு – மக்கள் நலன் ஆகிய இரண்டினுள்ளும் பொருந்தாத விசயங்களில் நாம் தலையிடுவதில்லை . எனினும், தேர்தல் வரைக்கும் மீடியாவில் இடம் பிடிக்க அரசியல் கட்சிகள் விளையாடும் சூதாட்டமே ராமர் பாலம் குறித்த சர்ச்சை என்று சொல்லாமல் இருக்க முடியவில்லை

4. பெண்கள் கலைவிழா பற்றிய செய்திகள் எதுவும் பத்திரிக்கைகளில் வரவில்லையே ஏன்?

காயத்திரி – திருவான்மியூர்

பொதுவாக பத்திரிக்கைகளின் செயல்பாடுகள் என்பது முக்கியப் புள்ளிகளையே வலம் வருமளவுக்குக் குறுகியுள்ளது. ஆங்கிலப் பத்திரிக்கைகளுக்குப் பெண்கள் என்றாலே அலங்கார பொம்மைகள், ஆளும் வர்க்கத்துப் பெண்கள் தாம். தமிழ்ப் பத்திரிக்கைகளோ குடும்பம் அல்லது சாதிப் பத்திரிக்கைகள். இவையும் மீறி செயல்படுபவை குறிப்பிட்ட ஐடியாலஜி உள்ள பத்திரிக்கைகள். இந்த எல்லாப் பத்திரிக்கைகளையும் ஒரு சேர ஈர்க்கும் செய்திகள் வன்முறை மற்றும் அது சார்ந்தவையே. மதுரை செய்தித்தாள்கள் படங்களை மட்டும் பிரசுரித்தன. பெண்களின் கோரிக்கைகள். தீர்மானங்கள் பற்றி எழுதவில்லை. தினத்தந்தி மட்டுமே ஓரளவு செய்திகளைப் பிரசுரித்துள்ளது.

5. ஜக்கி வாசுதேவ் அடிக்கடி மீடியாவில் தென்படுகிறார், விசேஷம் என்னவோ?

ஜெயச்சந்திரன் – வண்டலூர்

ஆன்மா என்பது காவி அல்லது வெள்ளை அங்கிகள் அணிந்தவர்களின் ராச்சியமாக உள்ளது. சாதாரண உடையணிந்தவர்கள் ஜக்கியைப் போல் கருத்துச் சொன்னாலும் ஜக்கி ஆகிவிட முடியாது. மீடியாவின் செல்லப் பிள்ளை அவர்!

6. வேதாந்தி, கருணாநிதி தலையையும் நாக்கையும் துண்டித்து விடுவாரா?

இந்திரஜித் – கூலப்பாக்கம்

பகவத்கீதையில் கூறியிருப்பதைத்தான், தானும் கூறுவதாக ஜூவிக்கு பேட்டி அளித்திருக்கிறார் வேதாந்தி! பகவத் கீதையை என்ன செய்யப் போகிறார்கள்.

7. பெண்கள் முன்னணியினரின் முக்கியக் கோரிக்கைகள் யாவை?

ராமநாதன் – பட்டி கொண்டான் பட்டி

முக்கியமான கோரிக்கைகள் ஐந்து. நிலமில்லா விவசாயக்கூலிப் பெண்களுக்கு 5 ஏக்கர் புன்செய் அல்லது 2.5 ஏக்கர் நன்செய் நிலம். எல்லா கிராம, நகர்ப்புறங்களுக்கு அடிப்படை வசதிகள் (வீட்டு மனைப் பட்டா, வீட்டு வசதி, பாதை, பெண்கள் சமூகக் கூடம், கழிப்பிடம், குடி தண்ணீர் உள்ளிட்ட அனைத்து அடிப்படை வசதிகள்) ஒவ்வொரு குடும்பத்திலும் படித்த ஒரு பெண்ணுக்கு வேலைவாய்ப்பு எங்கும் எதிலும் ஆண் பெண் சமவாய்ப்பு நலிந்த பெண்களுக்குத் தரமுள்ள மருத்துவ வசதிகள்.

8. சமீபத்தில் பார்த்தத் திரைப்படம்?

*பரூக் – கோவை

'டெத் ப்ரூ*ப்' என்ற ஆங்கிலப் படம் பார்த்தேன். இளம் பெண்களைக் குறிவைத்து அவர்களைக் கொலை செய்து வரும் சீரியல் கொலைகாரனை, அவன் சீரியல் கொலைகாரன் என்று தெரியாமலேயே, மூன்று இளம் பெண்கள் துரத்தித் துரத்தி அடித்துக் கொல்லுகிறார்கள். வித்தியாசமாக இருந்தது.

9. தலித் நிலவுரிமை இயக்கம் 1961, 1970ம் வருட நில சீர்திருத்தச் சட்டங்களை திருத்த வேண்டும் என்று மே மாதம் ஆர்ப்பாட்டம் நடத்தியது பா.ம.க நிறுவனர் ராமதாஸம் அதேகோஷத்தை வைக்கிறார் – எப்படி?

ராஜ்குமார் – தேனி

ராமதாஸ் அவர்களோடு திருமாவும் சேர்ந்து, தலித் நிலவுரிமை இயக்கத்தின் கோரிக்கைகளை எடுத்தாலும், அதன் சாரம் குறையாமல், நீர்த்துப்போகாமல் முன்னெடுக்கும் சக்தி உள்ளவர்களா என்று அவர்களது கடந்த கால செயல்பாடுகளை வைத்துத்தான் எடை போட முடியும்!

10. பெண்கள் முன்னணியில் ஆண்களும் சேரலாமா?

சரவணன் – நாகர்கோவில்

சமதர்மத்தை நோக்கி நடைபோடும் பெண்கள் முன்னணியில் ஆண்களும் உறுப்பினர்களாகலாம்.

டிசம்பர் 2007

1. தி.மு.க. இளைஞர் மாநாடு வரலாற்று முக்கியத்துவம் வாய்ந்தது என்று ஆனந்த விகடன், விகடம் செய்திருக்கிறார்! அவ்வளவு முக்கியமானதா அந்த மாநாடு?

ரேவதி – பொங்கலூர்

மாவட்டந்தோறும் வசூல் வேட்டை நடத்தி ஸ்டாலின் இளையவராக பட்டாபிஷேகம் செய்வதற்கு இன்னொரு பெயர் இளைஞர் மாநாடு! கருணாநிதி குடும்ப அரசியல் வரலாற்றில் இது திருப்பு முனையாக இருக்கலாமே தவிர, தமிழக அரசியலுக்கு இது இன்னொரு பிரியாணி மாநாடு – அம்புட்டுதேன்.

2. கிராமந்தோறும் சென்று மருத்துவர்கள் வேலை செய்ய வேண்டும் என்று மத்திய சுகாதார அமைச்சர் அன்புமணி கூறுவதன் மர்மம் என்ன, சாத்தியம்தானா?

தங்கராஜ் – பண்ருட்டி

சின்ன அய்யா அன்புமணி சொல்வதில் தவறேதும் இல்லை. ஆனால் இந்தியாவில் உள்ள பல தனியார் மருத்துவக்கல்லூரியில்

20 லட்சம் முதல் 30 லட்சம் வரை நன்கொடை கொடுத்து படித்து வரும் மாணவர்கள் கிராமங்களில் வேலை செய்தால் போட்ட துட்டை எப்படி எடுப்பது? இதை அன்புமணி முதலில் தடுத்து நிறுத்துவாரா?

3. குஜராத்தில் நரேந்திர மோடி மீண்டும் முதல்வர் ஆவாரா?

வாசவன் – மயிலை

பி.ஜே.பி தொடர்ந்து பல வருடங்களாக 30லிருந்து 40 சதவிகிதம் வாக்குகளைப் பெற்று வருகிறது. காந்தியின் இந்துப் பற்றுக்கு போதிய விளக்கம் கிடைத்து விட்டது தற்போது தெஹல்கா விவகாரம் சூட்டைக் கிளப்பியிருக்கிறது. வெற்றி வாய்ப்பு இதனால் குறையலாம் அல்லது இழுபறி நிலைமை உண்டாகலாம். காங்கிரஸக்கு சாதகமான நிலைமை உருவாகி வருகிறது.

4. ஆபாச சி.டி யில் நமீதா சிக்கி விட்டாரா?

அன்பு – ராயப்பேட்டை

கவர்ச்சிப் பெண்களுக்கு கஷ்டகாலம்.

5. டாட்டாவின் நிலப்பேரங்கள் அச்சுறுத்துவதாக உள்ளன. தமிழக அரசு ஏன் கண்டு கொள்வதில்லை?

மாடசாமி, சாத்தான் குளம்

விவசாயக் கூலிகளுக்கு நிலம் பிரித்து வழங்க முடியாத அரசு, நிலச் சீர்திருத்த சட்டத்தைத் திருத்த முன்வராத அரசு, அரசியல்வாதிகளின் நிலக்கொள்ளையைக் கண்டு கொள்ளாத அரசு, தொழிற்கொள்கையைக் காரணங்காட்டி டாட்டாவுக்கு நிலங்களைத் தாரை வார்க்கிறது! இதற்கு உடந்தை கம்யூனிஸ்டுகளும், விவசாயிகளுக்காக நீலிக்கண்ணீர் வடிக்கும் மருத்துவர் ராமதாஸும்! நிலம் கேட்டு போராடி வரும் விவசாயக் கூலிகளும், தலித் மக்களும்தான் இதற்காக போராட வேண்டிய கட்டாயம் ஏற்பட்டுள்ளது!

6. தமிழ்ச் செல்வன் கொல்லப்பட்டதும் அதைக் குறித்து சொல்லப் பட்டதும் உங்களுக்கு எவ்வளவு உடன்பாடானது?

ராஜேஷ் – சேத்துப்பட்டு

ஈழத்தில் எது நடந்தாலும் அதைப் பற்றி கருத்துச் சொல்ல மூவர் மட்டுமே தேர்ந்தெடுக்கப் படுகின்றனர். ஒருவர் பழ. நெடுமாறன், அடுத்தவர் வைகோ மூன்றாமவர் – மூத்தவர் – மூலவர் கருணாநிதி. பிரபாகரன் ஆகட்டும் சரி, இறந்த அரசியல் முகமான தமிழ்ச்செல்வனாகட்டும் சரி, இவர்கள் கருத்துக்களையோ, ஆதரவையோ ஒருபோதும் மதித்ததும் இல்லை, நாடியதும் இல்லை. அவர்கள் வழியில் திட்டமிட்டபடி... மண்டையோடுகளின் நடுவே பயணம் செய்து கொண்டிருக்கிறார்கள் இவர்கள் இங்கே குதிப்பது மண்டையிடியாக இருக்கிறது.

7. தலித் நில உரிமை இயக்கம் நடத்திய தாலுக்காப் பேரணியில் 2005 டிசம்பரில் கரூரில் கலந்து கொண்டேன். மாவட்டம் முழுவதும் 20000 பேர் கலந்து கொண்டனர் என்று சன் நீயூஸ் செய்தி ஒளிபரப்பியது. மாநில அளவில் அந்தந்த மாவட்டங்களில் தாலுக்கா வாரியாக மொத்தம் 2,50,000 பேர் மட்டும், கலந்து கொண்டதாக புதிய கோடாங்கி செய்தி வெளியிட்டது. ஆனால் அக்டோபர் 2007ல் டெல்லியில் 25000 பேர் மட்டும் கலந்து கொண்ட பேரணிக்கு ப்ரண்ட்லைன் ஆங்கிலப் பத்திரிக்கை கட்டங்கட்டி ஜயதி கோஷ் என்ற பெண்மணியின் நிழற்படத்தை வெளியிட்டுள்ளது! ப்ரண்ட்லைன் பத்திரிக்கை தமிழ்நாட்டில் ரிப்போர்ட்டர் கிடையாதா?

மஞ்சுளா – கரூர்

உயர் வகுப்பைச் சார்ந்தவர்கள் சீர்திருத்த நடவடிக்கைகளைக் கையிலெடுக்கும் போது மதர் தெரசா ரேஞ்சுக்கு பிராமணப் பத்திரிகைகள் அவர்களை உயர்த்திவிடும் என்பது ஒருபுறமிருக்க, உயர்வகுப்பினர் நிலத்திற்காக கோஷம் எழுப்புவது அதை அமுக்கி விடவே என்பதையும் புரிந்து கொள்க.

8. அதிக அளவில் பெண் எழுத்தாளர்கள் உருவாகி வருகின்றனர். பதிப்பாளர்கள் அவர்கள் எழுத்துக்களை போட்டிப் போட்டு பிரசுரிக்கின்றனர். இது வியாபாரமா அல்லது சமூகமாற்றமா?

எழில் – பூங்கிளை

சமூகமாற்றத்திற்காக பெண்கள் எழுதினால் அதை வியாபாரத்திற்காக பதிப்பாளர்கள் பயன்படுத்துகின்றனர். தவறேதுமில்லை.

9. பெண்களின் பிரச்சனை ஒன்றேதான், ஆகவே பெண்களே ஒன்று சேருங்கள் என்று எஸ். மங்கை கூறி வருகிறார். இது சரிதானா?

ராணி ஜெயா – கூடுவாஞ்சேரி

அந்த எஸ். மங்கை யாரென்று எனக்குத் தெரியாது அவருடைய பிரச்சனை என்னவென்றும் எனக்குத் தெரியாது. எந்த வகையிலும் பெண்கள் வேறுபட்டவர்கள் அவர்களின் பிரச்சனைகளும் வேறுபட்டவையே.

10. கு. உமாதேவியின் திசைகளைப் பருகியவள் கவிதைத் தொகுப்பு எப்படி?

சிவகாமி – சென்னை

சுகிர்தராணியின் கவிதைகள் உடலரசியலைப் பேசுபவை. கு. உமாதேவி உடலரசியலோடு தலித் அரசியலை இணைத்து வீரிய மொழியில் கவிதைப் படைப்பவர்.

ஜனவரி 2008

1. சிறப்புக் கூறு திட்டத்தில் மின்சாரத்துறையில் தலித்துகள் பங்கு என்ன என்று கேட்டு தலித் நிலவுரிமை இயக்கம் மாவட்டந் தோறும் நடத்திய கூட்டத்திற்குப் பிறகு அடுத்து வேறென்ன போராட்டம் திட்டமிடப்பட்டுள்ளது?

சிகாமணி, காரைகிராமம்

ஒவ்வொரு துறையாக ஒரு சுற்று வந்தால் சிறப்பாக இருக்கும். விவசாயத்துறைதான் நமது அடுத்த இலக்கு.

2. தி.மு.க இளைஞரணி மாநாட்டின் சிறப்பம்சங்கள் மோசமான அம்சங்கள் எனப் பட்டியலிடுங்கள்.

விடுதலை, பள்ளிகொண்டா

பிரியாணி விருந்து தலைக்கு ரூ.200/300 ஓசி வாகனங்கள் பிரம்மாண்ட செட்டப்பு நாடக பாணியிலான அணிவகுப்பு ஸ்டாலின் தலையலங்காரம் கனிமொழியின் ராகுல் உதாரணம் கருணாநிதியின் பேரன் உதயநிதி – துரை தயாநிதி அருகருகில் கயல்விழியின் புகைப்படம் தமிழச்சியின் கொடியேற்றம் அழகிரி ஓட்டம் மொத்தத்தில் அலங்காரத்துடனான குடும்பவிழா

இவையெல்லாம் சிறப்பு அம்சங்கள் மோசமான அம்சம் என்பது ஆளுங்கட்சி தனது கடமைகளையே, சீர்திருத்தங்களாக தீர்மான வடிவில் முன்மொழிந்தது என்பதாகும்.

3. தமிழச்சி தி.மு.கவின் மகளிரணித் தலைவராக ஆனது எப்படி?

நன் – வேலூர்

தகுதி எதுவுமில்லாமல் தட்டில் ஏந்தி தரப்படுவதுதான் தலைமை எனப் புது வழக்கு உருவாகி உலாவர தமிழச்சி காரணமாகி விட்டார். அதிர்ஷ்ட காற்று அவர் பக்கம் வீசுகிறது என்பதைத் தவிர வேறென்ன சொல்ல?

4. தி.மு.க மகளிர் மாநாடு நடத்தப் போகிறதாமே? பெண்கள் முன்னணி பிப்ரவரியில் மாநாடு நடத்தப் போவது அவர்களுக்குத் தெரியுமா?

தெய்வானை – விழுப்புரம்

இதுவரை இப்படி சிந்திக்காதவர்களெல்லாம் சிந்திக்க வைக்கும் நிலைக்குத் தள்ளிவிட்டது பெண்கள் முன்னணி. தி.மு.க. மட்டுமென்ன இனி வரிசையாக போட்டி போட்டுக் கொண்டு அனைத்து அரசியல் கட்சிகளும் பெண்கள் மாநாடு நடத்துவார்கள், பொறுத்திருந்து பாருங்கள்.

5. சினிமாவிலிருந்து கட்சிக்கு வருபவர்களை எதிர்க்கிறாரே ஸ்டாலின், இது நியாயமா?

வல்லபன் – காஞ்சி

தனது அறுபது வயது வரலாற்றை இளைஞர் ஸ்டாலின் திரும்பிப் பார்க்கட்டும். அப்பாவும் அவரது குரு அண்ணாவும் சினிமாவிலிருந்து வந்தவர்கள். எம்.ஜி.ஆரின் சினிமாவை கட்சிக்காக சுவீகரித்துக் கொண்டவர்கள். இன்னும் சொல்லப் போனால் மு.க.முத்து அரசியல் ஆசையினால் சினிமாவுக்குப் போனவர். அரசியலில் பலம் பெற ஸ்டாலினும் சினிமாவுக்குப் போனவர். அரசியல் குடும்பச் சொத்து ஆனது போல சினிமாவும் குடும்பச் சொத்து ஆகவில்லை என்று பொன் மொழியை உதிர்க்கிறாரா? அல்லது அரசியல் கட்சியை ஆரம்பித்தப் பிறகு சினிமாவில் நடிக்கலாம் என்று அட்வைஸ் பண்ணுகிறாரா. ஒன்றுமே புரியவில்லையே!

6. தி.மு.க இளைஞரணி மாநாட்டை நடத்த வேண்டிய அவசியமென்ன?

முத்துசாமி, வாடிப்பட்டி

அதுதானே! ஆளுங்கட்சியாக இருக்கிறார்கள், இலவசத் திட்டங்கள் ஏராளம் அறிவித்தார்கள், சன் டி.வி கலைஞர் டிவி என்று இரண்டு டிவி சேனல்கள் உள்ளன. முரசொலி, தினகரன் என்று தினசரிகள், குங்குமம் என்ற வார இதழ் பிரச்சாரப் பீரங்கிகளாகவும், மிரட்டும் ஆயுதங்களாகவும் பயன்பட்டு வருகின்றன. இருந்தாலும் பாராளுமன்றத் தேர்தலைப் பார்த்து பயம் வந்திருக்கிறது. யானைக்கும் அடி சறுக்குமல்லவா? நிச்சயம் சறுக்கும்!

7. தமிழகத்தில் 19 லட்சம் வீடுகளில் இன்னும் அரிக்கேன் விளக்குதான் என்று தலைப்பிட்ட தினமலர் செய்தியை டிச 18 செய்தித் தாளில் படித்தேன். அமெரிக்க அணுசக்தி ஒப்பந்தம் நிறைவேற இது தேவையான செய்தியாக நான் பார்க்கிறேன் உங்கள் கருத்து என்ன?

ராமு – சென்னை

இல்லாததை கடன் வாங்கலாம் உபரியைத் தாரை வார்க்கலாம். இந்தியாவின் நெருக்கடி என்பது தன்னிடம் இருப்பதைப் பயன் படுத்தவும், முறையாக விநியோகிக்கவும் மனமில்லாமல் இருப்பதுதான். இதற்குப் போய் அமெரிக்காவுடன் எதற்கு அணுசக்தி ஒப்பந்தம் செய்து கொள்ள வேண்டும்? மேலும் விபரங்களுக்கு இவ்விதழில் அச்சாகியுள்ள மோகன்ராஜ் அவர்களின் கட்டுரையை வாசிக்கவும்.

8. குஷ்பு அம்மன் சிலைக்கருகில் செருப்புக்காலுடன் அமர்ந்தது விவ காரமாக்கப்பட்டுள்ளது குறித்து உங்கள் கருத்தென்ன?

ரேவதி – சென்னை

மக்களை திசைதிருப்ப கவனமாகக் கையாளும் மீடியா உத்தி.

9. அரவாணிகளின் நிலையை அவர்களின் வாய்மொழிப் பதிவுகள் மேற்கொண்டதும், அவர்களுக்கு முதன் முதலாக பொது அரங்கம் அமைத்தது புதிய கோடாங்கி தான்! அதே

போல் குள்ளர்களின் வாழ் நிலையைப் பதிவு செய்து அரங்கம் அமைத்துத் தருவீர்களா?

நிகழ் – சென்னை

குள்ளர்களின் வாய்மொழிப் பதிவுகளை வீடியோவில் கொண்டு வரும் முயற்சியில் எழுத்தாளர் சிவகாமியும் கவிஞர் குட்டி ரேவதியும் ஈடுபட்டுள்ளார்கள். ஜனவரி முதல் வாரத்தில் இது சி.டி.யாக வெளியிடப்படும்.

10. பெண்கள் இயக்கங்கள் தனி அரசியல் கட்சியாக எந்த நாட்டிலாவது உருவெடுத்திருக்கிறதா, விபரங்கள் தேவை?

வெண்ணிலா – விலாமுத்தூர்

அடுத்த இதழில் இதுகுறித்து சிவகாமி அவர்களின் சிறப்புக் கட்டுரையை எதிர்பாருங்கள்.

பிப்ரவரி 2008

1. சமீபத்தில் மாயாவதி தமிழ்நாட்டுக்கு வந்தாரே, எதற்கு?

காசிப்பிச்சை – அயனாவரம்

வந்தார், வென்றார், சென்றார். பி.எஸ்.பியை அறிமுகப்படுத்த வந்தார். திருமாவளவனுக்கு நிகரான கூட்டம் வந்தது அவருக்கு வெற்றி. அவ்வளவே! பி.எஸ்.பி, பிழைக்குமா, தழைக்குமா – யாருக்கு தெரியும்?

2. புதிய கோடாங்கியில் சந்துருவின் திருப்புமுனை தீர்ப்புகள் படித்தேன் அத் தீர்ப்புகளில் உள்ள சமூகக் கருத்துக்கள் சிறப்பாக இருந்தன. தொடர்ந்து இத்தீர்ப்புகள் புதிய கோடாங்கியில் வெளியிடப்படுமா?

லீமாரோஸ் – ஆவடி

2008 முழுவதும் தொடர்ந்து வரும்!

3. பெனசிரின் அகால மரணம் எதன் வெளிப்பாடு? இதன் மூலம் பெறப்படும் படிப்பினையாது?

அறவாணர் – ஈரோடு

பாகிஸ்தான் அரசியலில் இரண்டு முக்கிய விசயங்கள் ஒன்று வாரிசு அடுத்தது இராணுவம். இந்த இரண்டுமே ஒன்றையொன்று பின் தொடரும் நிழல்கள். இரண்டுமே தீவிரவாதத்தின் வேர்கள். அதற்கு பெனசிர் குடும்பமே பலியானது. தற்போது பெனசிர். கோரம்!

4. புத்தரில் பிடித்தது எது?

கௌதமன் – வெங்கல்

மனிதம், மனித மய்யம், மனித நேயம்! சங்கம் மனிதர்களின் சங்கமம்! இரண்டாயிரம் ஆண்டு காலமாக வாழ்ந்து வரும் இத்தத்துவம் மனிதன் உள்ள வரை தழைக்கட்டும்!

5. ஒரு இயக்கம் என்பது எத்தகையப் பண்புகளைக் கொண்டிருக்க வேண்டும் ?

ராணி – திருநெல்வேலி

ஒரு இயக்கம் கொண்டிருக்க வேண்டிய பண்பு நலன்கள் பல. அவற்றில் மிக மிக முக்கியமானவற்றை மட்டும் இங்கே குறிப்பிட விரும்புகிறேன். சமூக மாற்றத்தை விரும்பும் ஒவ்வொரு இயக்கமும், தனது உள்கட்டமைப்பில் முதலில் போதிய அளவில் மாற்றத்திற்கான உந்து சக்திகளைக் கொண்டிருக்கவேண்டும். திட்டமிடல், வழி நடத்துதல், நெறிப்படுத்துதல் இவற்றில் தலைமையும் தலைமையுடன் இணைந்து செயல்பட சக்திமிகுந்த இரண்டாம் கட்டத் தலைவர்களைக் கொண்டிருக்க வேண்டும். தலைமையும் அதைச் சுற்றியக் குழுவும் அறிவு, கடின உழைப்பு, தியாகம் ஆகிய குணங்களைத் தொடர்ந்து தங்களுக்குள்ளே வளர்த்தெடுக்க வேண்டும். போதிய பாதுகாப்பு அரண்களாக ஏற்படுத்தி நீண்ட காலம் இயங்குவதற்கான திறனை வளர்த்துக் கொள்ள வேண்டும். இதுதான் மிக முக்கியமான எலெக்ட்ரான் நியூட்ரான் போல செயல்படும் உள் வட்டமாகும். பிறகு மாநில, மாவட்ட, வட்ட, கிராம அளவில் கொள்கையின் பரிச்சயமும், பயிற்சியும் பெற்ற தலைமைகள் தேவை. இவர்களையெல்லாம் தளர்ந்த ஆனால் உறுதியான வலைப் பின்னலில் இருத்தி தொடர்ந்து செயல்பட உத்திகளை ஏற்படுத்தி செயல்பட்டுக் கொண்டே இருக்க வேண்டும் கரையை மோதும் கடல் அலைகள் போல.

6. தமிழ் இலக்கிய குறுங்குழு வட்டங்கள் எப்படி இயங்குகின்றன?

ரேவதி ப்ரியன் – மதுரை

எந்தப் பாம்பு என்று சொல்லுங்கள் எந்தப் புற்று என்று சொல்லி விடலாம், என்பது போல தனித்தனி சாதிப் புற்றுக்களை ஏற்படுத்திக் கொள்ளாத எழுத்தாளர்களே இல்லை. (ஒரு சிலர் மட்டுமே விதிவிலக்கு) இதிலே யாருக்கும் வெட்கமில்லை எழுத்து வியாபாரமாகும் போது இவையெல்லாம் தவிர்க்க முடியாதது. என்று சமாதானம் சொல்கிறார்கள் சிலர். கொள்கை, இலக்கிய உத்தி / பாணி சிந்தனை அடிப்படையில் பிரிந்திருந்த குறுங்குழுக்கள் இப்பொழுது சாதி அடிப்படையில் இயங்குகிறது. தலித் இலக்கியம் விதிவிலக்கு.

7. சமீபத்தில் பார்த்த சினிமா எது?

சிவராமன் – புதுக்கோட்டை

ஓம் ஷாந்தி ஓம் என்ற இந்திப் படம் பார்த்தேன் மூன்று மணி நேர மொத்தப் பொழுது போக்கு ரசிக்கும் படியாக இருந்தது. ஷாருக்கானும் தீபிகா படுகோனேவும் சிறப்பு செய்திருக்கிறார்கள்.

8. புதிய கோடாங்கியில் தொடர்ந்து கவிதைகள் எழுதி வரும் கவிஞர் தேவதேவன் அவர்களுக்கு விளக்கு விருது கிடைத்துள்ளதாகக் கேள்விப் பட்டேன் உண்மையா?

சுசில் குமார் – காயல்பட்டிணம்

உண்மை, நீண்ட நாட்களுக்கு முன்பாகவே விருது கொடுத்திருக்கலாம். கவிஞருக்கு எமது சார்பாகவும், புதிய கோடாங்கி சார்பாகவும் வாழ்த்துக்கள்.

9. பிப்ரவரி 23ல் திருச்சியில் பெண்கள் முன்னணி நடத்தும் மாநாட்டின் நோக்கம் என்ன?

ரம்யா – திருவாரூர்

பெண்களுக்கு நிலம், கல்வி, வேலைவாய்ப்பு உத்தரவாதம், அடிப்படை வசதிகள், சம வாய்ப்பு மற்றும் மருத்துவ வசதிகள் இவற்றைத் தொடர்ந்து வலியுறுத்துவதே மாநாட்டின் நோக்கம். இம் மாநாட்டில் பெண்கள் அதிக அளவில் கலந்து கொண்டால்,

அடிப்படையான சமூக மாற்றத்திற்கு வழி கிடைக்கும் என்று எதிர்பார்க்கலாம்.

10. ஜனவரி அன்று மும்பையில் வசதி படைத்த NRI பெண்கள் தெருவில் அவமானப் படுத்தப்பட்டுள்ளனர் பெண்களுக்கு சொத்து இருந்தால் மட்டும் போதாது என்பதைத் தானே குறிக்கிறது?

வாசவன் – திருமுல்லைவாயில்

கல்வி, வசதி, வேலை இவை யாவுமே பெண்களுடைய முன்னேற்றத்திற்கு அவசியமானது. ஆனால் இவை ஆண்கள் மாறுவதற்குரிய வகையில் அதிக அளவில் இல்லை என்பது தான் காரணம். சமூகப் பண்பாட்டுத் தளங்களிலும் வேலை செய்ய வேண்டியுள்ளது.

ஏப்ரல் 2008

1. எறையூர் சம்பவம் எத்தனையோ உண்மை அறியும் குழுக்களின் அறிக்கைக்குப் பிறகும் தகுந்த முறையில் பத்திரிக்கைகளில் வெளிப்படாததிற்குக் காரணம் என்ன?

பாத்திமா – எறையூர்

கிறித்துவத்தைப் பீடித்துள்ள சாதி மனோபாவம்தான்.

2. எறையூர் சம்பவத்தில் தமிழக அரசின் நிலைப்பாடு என்ன?

பீட்டர் – எறையூர்

சக்திவாய்ந்த தலித் இயக்கங்கள்யாவும் கூட்டணி ஆட்சியின் கூட்டு தர்மத்தை (சாதி) முன்மொழியும்போது சமநீதி தன் வலிமையை இழக்கும். பெரும்பான்மை தர்மமே இதுவரை வெளிப்பட்டுள்ளது. எனினும் தலித் கிறித்துவர்களும் அதற்கு ஆதரவாக நிற்கும் பெரும்பான்மை அரசியலில் கலந்து விடாத தலித் மக்களும் தொடர்ந்து போராடிக் கொண்டுதான் உள்ளனர்.

3. அருந்ததியினருக்கான உள் ஒதுக்கீடு குறித்து புதிய கோடாங்கி கருத்தென்ன?

கல்யாணிஸ்ரீ– ஈரோடு

நிச்சயமாக வரவேற்கப்பட வேண்டிய ஒன்று.

4. புதிய தமிழகம் கிருஷ்ணசாமி அருந்ததியற்கான உள்ஒதுக்கீடுக்கு ஆதரவு தெரிவிக்காதது எதைக் காட்டுகிறது?

முருகன் – தேனி

அரசின் உள்நோக்கம் குறித்து, தலித் ஒற்றுமை குறித்து அவர் கவலைப் பட்டதே இதற்குக் காரணம்.

5. ஒதுக்கீட்டில் உள் ஒதுக்கீடு குறித்து முனிமாவின் கருத்து என்ன?

தமிழன் – அரும்பாவூர்

அருந்ததியினருக்கு தலித் ஒதுக்கீட்டிலிருந்து உள் ஒதுக்கீடு வழங்கியது போல, பிற்பட்டோருக்கான முப்பது சதவிகித ஒதுக்கீட்டிலிருந்து தலித் கிறித்துவர்களுக்கு உள் ஒதுக்கீடு வழங்கப்பட வேண்டும். அதேபோல் மிகவும் பிற்படுத்தப்பட்டவரின் இருபது சதவிகித ஒதுக்கீட்டில் நாவிதர், வண்ணார், மீனவர் போன்ற இன்னும் சிலருக்கு உள் ஒதுக்கீடு வழங்கப்பட வேண்டும். அருந்ததியினருக்கான உள் ஒதுக்கீட்டிற்கு மத்திய அரசின் ஒப்புதல் பெறவேண்டும். ஆனால் பிற்படுத்தப் பட்டவர், மிகவும் பிற்படுத்தப்பட்டவர் ஒதுக்கீட்டில் உள் ஒதுக்கீடு செய்ய தமிழக அரசுக்கு அதிகாரம் உள்ளது. செய்யுமா தமிழக அரசு? உள்நோக்கம் எதுவுமற்று மிகவும் பின்தங்கியவர்களுக்கான உள் ஒதுக்கீடு என்பது சனநாயக வழிப்பட்டது. இது குறித்த விரிவான கட்டுரை அடுத்த புதிய கோடாங்கி இதழில் வெளிவரும் எதிர்பாருங்கள்.

6. ஜூனியர் விகடனில் ஜென்ராம் கட்டுரை அருந்ததியினர் உள் ஒதுக்கீட்டிற்கு உள்நோக்கம் எதுவுமில்லை, மனிதாபிமானம்தான் காரணம் என்று கூறியிருக்கிறது. இது உண்மைதானா?

நீலவேணி – காயல்புன்னை

அந்த ஆராய்ச்சி தேவையில்லை. மனிதாபிமானமுள்ள ஜென்ராம் இனி மீனவருக்கான, நாவிதர் வண்ணார் உட்பட்ட பல பின்தங்கிய சமூகங் களுக்காகவும், தலித் கிறித்துவர்களுக்காகவும் உள் ஒதுக்கீடு கேட்டு தனது விளம்பரப் பக்கங்களை ஒதுக்கீடு செய்ய ஜூனியர் விகடன் முன்வருமேயானால் அதைப் பாராட்டலாம்.

7. மாதவிலக்கு நின்று போகும் போது ஈஸ்ட்ரோ ஜென் மாத்திரைகளை உட்கொள்வதினால் அதிகமான பக்க விளைவுகள் உருவாவதாக தினசரியில் படித்தேன் உங்கள் அறிவுரை என்ன?

மாலதி – சென்னை

மருந்துகள் பொதுவானவை என்றாலும் உடல்கள் தனித்தனியானவை. தகுந்த மருத்துவ ஆலோசனைகளை அனுபவமிக்க மருத்துவர்களை நாடிப் பெற்றுக் கொள்வது சிறந்த வழி.

8. பெண்கள் முன்னணியின் அடுத்த செயல்பாடு என்ன ?

ராசாத்தி – திருவள்ளூர்

விரிவாக்கம், வேரூன்றல், நீர்வார்த்தல், களையெடுத்தல், பெண்களை நிலம் என்றும் நிலத்தைப் பெண் என்றும் கூறுவதால் மேற்கண்ட செயல்பாடுகள் அவசியம்.

9. சமீபத்தில் படித்த புத்தகம் யாது?

வேலவன் – காடாம்புதூர்

ஒரு பொருளாதார அடிமையின் வாக்குமூலம். பயங்கரத்தை நேருக்கு நேர் தரிசித்தவரின் எடிட் செய்யப்பட்ட வெளிப்பாடு எனினும் அதன் பயங்கரம் இன்னும் விட்டகலாது திகில் பிடித்தவர் போலிருக்கிறேன்.

10. தலித் நில உரிமை இயக்கத்தின், மின்சார வாரியம் முன்பான ஆர்ப்பாட்டத்தைத் தொடர்ந்து அடுத்தப் போராட்டம் என்ன?

தினகர் – வேலூர்

அடுத்து விவசாயத்துறை அலுவலகம் முன்னால், தலித் மக்களின் சிறப்புக்கூறுத்திட்டத்தில் உரிய பங்கு கேட்டு போராடுவார்கள்.

ஜூலை 2008

1. கயல்விழியா? கனிமொழியா?

சிந்து, கடலூர்

அழகிரியா? ஸ்டாலினா? கருணாநிதியா? இந்த மூன்று கேள்விகளில் அடங்கியிருக்கிறது. உங்கள் இரண்டு கேள்விக்கான பதில்!

2. சமையல் எரிவாயு விலைகுறைக்கப்பட்டது. கடலூரில் நடந்த மகளிர் மாநாட்டினாலா?

செல்வராஜ், ஆத்தூர்

சமையல் எரிவாயு விலை ஏறியுள்ளது. இறங்கவில்லை. ஏற்றுவது போல் ஏற்றி இறக்குவது போல் இறக்கி விளையாடுவதுதானே அரசியல்!

3. பெட்ரோல் எரிவாயு தட்டுப்பாடு கடுமையாக உள்ளது, என்ன செய்யலாம்?

கேசவன், மயிலாப்பூர், சென்னை

ஒரு பக்கம் மார்த்தட்டிச் சொல்லும்படி வாகன உற்பத்தி இடைத்தட்டும் பயன் படுத்தக்கூடிய நோவா கார்கள்! ஆனால் மில்லினர்கள் மட்டுமே காரில் செல்ல முடியும் என்றளவில் பெட்ரோல் விலை. யோசிக்க வேண்டியவர்கள் வாகன உற்பத்தியாளர்கள்! அவர்களைத் தீனி போட்டு வளர்க்கும் அரசாங்கங்கள்! பொது போக்குவரத்து வசதிகளை சீர்படுத்தி, அதிகப்படுத்தி, டிக்கட் விலையைக் குறைத்து சாமானிய மக்களின் அத்தியாவசிய பயணத்தை எளிதாக்கும் முறையைப் பற்றி மட்டும் நாம் சிந்திப்போம்!

4. மாயாவதி பிரதமராவாரா?

சந்தியா, விழுப்புரம்

மாயாவதியின் பலம் கூடி வருகிறது யானையைப் போல. ஆனால் சில மாநிலங்களில் அவருக்கு ஒத்துழைப்பு குறைவாக உள்ளது. எல்லா மாநிலங்கள் மீதும் போதிய கவனம் செலுத்தினால் பல மடங்கு வளர்ச்சியைப் பார்க்க முடியும். பிரதமர் பதவி குறித்து தேர்தல் நெருக்கத்தில் தான் கூறமுடியும்.

5. கர்நாடகாவில் பிஜேபி வெற்றி தமிழ் நாட்டுக்குப் பரவுமா?

லலிதா, பாண்டி

வெற்றி என்பது வியாதி போலத்தான் பரவும் என்றாலும் தமிழ்நாடு (வந்தாரை வாழவைக்கும்) திராவிடக் கோட்டை

அல்லவா? வெற்றியின் நெருப்பு அணைக்கப்பட்டு விடும் விரைவிலேயே!

6. காடுவெட்டி குரு கலக்கல் பேர்வழியாக இருக்கிறாரே, நான் அவரது பரமரசிகர் நீங்கள்?

தங்கராஜ், செம்புலம்

வாய்ச்சொல் வீரர் வேண்டும் போது பேச விடப்படுகிற டேப் ரிக்கார்டர், கலெக்டர், மந்திரி, தெலுங்கர் என்று எல்லாரையும் வசைபாடுகிறவர். ராமதாஸின் குடும்ப அரசியல் பற்றி மட்டும் வாய்பேசாதது ஏன்? நேர்மையான செயல்பாடுகளை அவர் குறுக்கிக் கொள்ளக்கூடாது.

7. தசாவதாரம் எப்படி?

பன்னீர், கோவை

கூவிக்கூவி வித்தாலும் விக்காதுங்கோ.

8. சிம்ரன் திரும்பி வந்து கதாநாயகி வேடம் கேட்டு அடம் பிடிக்கிறாரே, இது தகுமா?

ராணி, கூடலூர்

அவர் கேட்கலாம் அவருக்குத் தகுதி உள்ளது. ரஜினியோ கமலோ அவரைக் கதாநாயகியாக ஏற்றுக் கொள்ள வேண்டுமே! அவர்கள் தங்கள் முதுமையை மறைத்துக் கொள்ள பதினாறு வயது இளம் பெண்கள் தேவை. பாவம் அவர்களுக்குத்தான் தகுதி இல்லை!

9. அஞ்சாதே, நேப்பாளி என்று காக்கிகளை மட்டரகமாக சித்தரித்த படங்களுக்கு காக்கிகள் எதிர்ப்பு தெரிவித்தனர். மீறி வெற்றிப் படங்களாக அவை வலம் வந்தன. இது எதைக் குறிக்கிறது?

ராம், வில்லிப்புத்தூர்

தமிழ் சினிமாக்களுக்கும் நடப்புக்கும் வெகு தூரம், என்றாலும் எப்போதாவது உண்மையைப் பேசுகின்றன என்பதையே குறிக்கிறது.

10. பெண்கள் முன்னணியின் செயல்பாடுகள் எந்நிலையில் உள்ளன?

உமா, கன்னியாகுமரி

குளத்திலிருந்து வாய்க்கால் வழியோடி பயிருக்குச் செல்லும் நீர் போல அதன் செயல்பாடுகள் உள்ளன.

ஆகஸ்ட் 2008

1. சோனியா காங்கிரஸ் நம்பிக்கைத் தீர்மான வாக்கெடுப்பு வரை வந்து விட்டாலும் கவிழாது என்பது முன்கூட்டியே தெரியும். எப்படி என்று மட்டும் கேட்டு விடாதீர்கள்!

சோனை – வெள்ளமேடு

அடப் போங்க சார், ஊருக்கேத் தெரியுமாம். இதைப் போய் யாரும் மெனக்கெட்டு கேப்பாங்களா என்ன? அமெரிக்கா + அம்பானி + அணுசக்தி இப்படி ஜோடி போட்டு கோர்த்துக்கிட்டா எப்படிக் கவிழுமாம்?

2. வரப்போகும் பாராளுமன்றத் தேர்தலில் எந்தக் கூட்டணி ஜெயிக்கும்?

ராதிகா – நந்தம்பாக்கம்

கூட்டணியில் நின்று ஜெயித்தால் அவ்வளவு லாபமில்லை. சிங்கம் போல் சிங்கிளா ஜெயிச்சி பாராளுமன்றத்திலே உதிரியாக இருந்து, நம்பிக்கையில்லாத் தீர்மானம் வந்தபோது நூறு கோடி அள்ளியதைப் பாக்கலையா நீங்க?

3. இதுவரை நடந்த ஊழல்களை விட சமீபத்திய நம்பிக்கையில்லாத் தீர்மானத்தின் போது நடந்த ஊழல் தான் மிக மோசமானது என்று நான் கருதுகிறேன். நீங்கள் என்ன நினைக்கிறீர்கள்?

சத்யவான் – சத்யவேடு

ஊழல் நடக்கிறது என்று தெரிந்தும், வெகுவாக விமரிசிக்கப்பட்டும், தொலைக் காட்சிகளில் நோட்டுக் கற்றைகளைக் காட்டியும் மிகவும் பகிரங்கமாக நடத்தப்பட்டுள்ளது. பாராளுமன்றத்தில் வேண்டுமானால் நம்பிக்கைத் தீர்மானம் நிறைவேற்றப் பட்டிருக்கலாம். மக்கள் நம்பிக்கையில்லாத் தீர்மானத்தை நிறைவேற்றுவார்கள். பொறுத்திருங்கள் 2009 முற்பாகம் வரை.

4. தினமலர் மாயாவதி மீது விஷம் கக்குகிறதே ஏன்?

ராகவன் மயிலாப்பூர்

செரிக்க முடியாதவர்கள் தான் கக்குவார்கள்.

5. பி.ஜே.பி வரும் பாராளுமன்றத் தேர்தலில் வெற்றி பெறும் வாய்ப்பு உள்ளதா?

சிவ புண்ணியம் – தி.நகர்

எந்தக் கட்சியும் தனிப் பெரும்பான்மை பெற முடியாத சூழல் உள்ளது. மாயாவதி எல்லோரும் தொல்லையாக உணரும் வண்ணம் வளர்ந்து நிற்கிறார். இழுபறியில் அத்வானியா, மாயாவதியா என்பது வரை என்னால் யூகிக்க முடிகிறது.

6. கடமை, கண்ணியம், கட்டுப்பாடு விளக்குக.

செந்தில்நாதன் – பிள்ளை பெற்றாள் விளை

வாரிசுகளுக்கு அதிகாரப்பாதை அமைத்துக் கொடுப்பதே கடமை. யாருக்கும் தெரியாமல் தெரிந்தாலும் பிடிபடாமல் சாக்கிரதையாக சுருட்டுவதே கண்ணியம்.

தலித் மக்களுக்கு எதுவும் சேர்ந்து விடக் கூடாது என்று விதியியற்றுவதே கட்டுப்பாடு. என்ன புரிகிறதா? விளக்கிவிட்டேன்.

7. விடுதலைச் சிறுத்தைகள் எம்.எல்.ஏ. செல்வப் பெருந்தகை எங்கிருக்கிறார்?

சீராளன் – மணி முத்தாறு

சிறுத்தையல்லவா, யாருக்கும், கட்டுப்படாமல் சுதந்திரமாக அங்கு மிங்கும் உலவிக்கொண்டிருக்கிறார்.

8. இந்தியக் குடியரசு கட்சி பற்றி எனக்கு எந்தத் தகவலும் தெரியவில்லை. தெரிந்து கொள்ள விரும்புகிறேன்.

ராணி– பட்டி வீரன் பட்டி

செ.கு.த. இருக்கிறார், அதுவாலே ஜெயராமன் இருக்கிறார். இந்தப் பாராளுமன்றத் தேர்தலையொட்டி தீவிரமாக இயங்கி வருகிறார்கள். அவர்களைச் சந்தித்து விளக்கம் கேளுங்கள்.

9. தலித் நில உரிமை இயக்கம் நடத்தியப் போராட்டகள் பாராட்டத் தக்கவை. நானும் தலித் நில உரிமை இயக்கத்தில் சேர விரும்புகிறேன். வழி காட்டுங்கள்.

தேவி – புதுக்கோட்டை

புதுக்கோட்டை மாவட்டத்தின் தலித் நில உரிமை இயக்கப் பொறுப்பாளராக திருச்செல்வன் வழக்கறிஞர் பொறுப்பேற்றுள்ளார். அவரைச் சந்தித்து விபரங்கள் பெறுங்கள். இத்துடன் தலித் நில உரிமை இயக்கம் குறித்த விபரங்கள் அனுப்பி வைக்கப்படுகின்றன.

10. தசாவதாரம் நீங்கள் கூறியது போல படுத்து விட்டது, குசேலன் எப்படி?

ரீத்திகா – எழுமூர்

படம் பார்க்காமலே சொல்லிவிட முடியுமா? குசேலன் உண்மையில் ஒரு ஏழை. ஆனால் இங்கு பல கோடிகளை விழுங்கிவிட்டு வருகிறான்.

செப்டம்பர் 2008

1. அபிநவ் பிந்த்ரா இந்தியாவுக்கு ஒலிம்பிக் 2008ல் தங்கம் வென்று சாதனை படைத்துள்ளார் இனி வரும் காலங்களில் இந்தியா அதிகம் தங்கங்களை வெல்ல வாய்ப்பு உள்ளதா?

வாசன் ஊத்துக்கோட்டை

அபிநவ் பிந்த்ரா வாழ்த்துக்குரியவர். வசதி வாய்ப்புகள், விடாமுயற்சி, தன்னம்பிக்கை, கடின உழைப்பு இவை வெற்றி வாய்ப்புக்களைத் தருகின்றன. இந்தியா இத்தகையவற்றை உருவாக்கித் தர முயன்றால் சாத்தியம்.

2. ஒலிம்பிக் 2008 உங்கள் கருத்துப்படி ?

சாதனா ரத்னவேல் – அரும்பாக்கம்

கறுப்பினம் பொதுவாக விளையாட்டுக்களில் வெற்றி பெறக்கூடிய இனம் என்பதை நிரூபித்திருக்கிறது. ஆசியாவினர் பொருளாதார வசதி கிடைக்குமானால் வெள்ளையினத்தை விஞ்சி சாதனை படைப்பார்கள் என்பதும் உறுதியாக்கப்பட்டுள்ளது. ஆக்கிரமிப்பு, நயவஞ்சகம், உலகப் போலீஸ் என்றெல்லாம் கடந்தகாலத்தைக் கட்டமைத்துக்கொண்ட அமெரிக்கா – ஐரோப்பிய நாடுகள் தங்கள் ஆயுதபலம்தான் பிறநாடுகள் மேலாண்மைக்குக் காரணம் என்று புரிந்து கொள்ளட்டும்.

3. ரஜினி அரசியலுக்கு வருவாரா?

ரஜினிப்பிரியன் – வந்தவாசி

சினிமாவில் வேண்டுமானால் ரசிகர்கள் பாலூற்றும் கட் அவுட்டாக இருக்கலாம். ரஜினி அரசியலுக்கு வந்தால் சங்கூதி விடுவார்கள் மக்கள் ஜாக்கிரதை!

4. விஜயகாந்த் பரவாயில்லை, அரசியல் கற்றுக் கொண்டுவிட்டார். வெற்றி வாய்ப்பு எப்படி?

ராஜு – அம்பா சமுத்திரம்

அதிமுக, தி.மு.க ஆகியோரது வோட்டுக்களைக் கூறு போட முடியும். இவரில் யாருடனாவது அல்லது தேசியக் கட்சிகளுடனாவது இணைந்தால் ஒன்றிரண்டு சீட்டு பார்க்கலாம். பெரும்பான்மை இப்பாராளுமன்றத் தேர்தலில் சிரமம்!

5. சிரஞ்சீவியின் பிரஜ்ஜா ராஜ்யம் என்னும் புதிய கட்சியின் கொள்கை என்ன?

சஞ்சீவி – திருப்பதி

அன்னை தெரசா, அம்பேத்கர், பூலே, காந்தி என்று எவருக்கும் புரியாத கிச்சடிதான் அவர் கொள்கை! இளமைக் கால ஏழ்மையைத் தொடர்ந்து சினிமாவில் வெற்றி பெற்ற அவர் ஏணியின் நீளத்தைக் கூட்டி அரசியல் பாதைக்கு வருகிறார். திருப்பதியில் முதன் முதலாகக் கட்சி ஆரம்பித்து கோவிந்தா ஆகப்போகிறாரா அல்லது ஆந்திரக் கோட்டையைப் பிடிப்பாரா செப்பலேது!

6. மின் பற்றாக்குறை ஏன்?

சந்திரா – வடக்கலூர்

மின் உற்பத்தி கடந்த பல வருடங்களாகவே சிறிய அளவில் தான் இருந்தது ஓரளவு போதுமானதாக இருந்தது. இப்போது பல தொழிற்சாலைகள், சிறப்புப் பொருளாதார மண்டலங்கள், தகவல் தொழில் நுட்ப வளர்ச்சி என்று மின்னுரியப்படுகிறது. சட்டியில் இருந்தால் தானே அகப்பையில் வருவதற்கு?

7. சமையல் எரிவாயு தட்டுப்பாடு தீருமா?

குகன் – தாம்பரம்

எரிவாயுதான் தீரும் தட்டுப்பாடு தொடரும். கமர்ஷியல் நிறுவனங்களுக்கு எரிவாயு வழங்குவதை நெறிப்படுத்தினால் ஓரளவு இப்போதைக்கு சமாளிக்கலாம்.

8. பெண்கள் முன்னணி என்பது பெண்கள் ஐக்கியப் பேரவை என்று மாற்றப்பட்டதா?

ஜோதி – திருவண்ணாமலை

இரண்டும் வேறு வேறு எல்லா வகையிலும்! பெண்கள் முன்னணி தொடங்கப்பட்டதின் நோக்கத்தையும் அதன் முக்கிய உறுப்பினர்களையும், உயிரூட்டமான செயல்பாடுகளையும் கொண்டுள்ளது பெண்கள் ஐக்கியப் பேரவை மட்டுமே.

9. தலித் எழுத்தாளர் பேரவை – தமிழ்நாடு – புதுவை எப்படி இயங்கிக் கொண்டிருக்கிறது?

ராசன் – வில்லிப்புத்தூர்

எழுத்தாளர் ஸ்ரீதரகணேசன்தான் இதன் தலைவர். அவர் விரிவாக அடுத்த இதழில் கட்டுரை எழுதக் கேட்டுக்கொள்ளப்படுகிறார்.

அக்டோபர் 2008

1. புதிய கோடாங்கி திடீரென்று எஸ்ஸி எஸ்டி அரசு ஊழியர்கள் மீது பாசம் காட்டுவது ஏன்?

சிவக்குமார் – மின்வாரியத்துறை – திருநெல்வேலி

எஸ்ஸி எஸ்டி அரசு ஊழியர்களின் கோரிக்கைகள் நீண்ட காலமாக நிறைவேற்றப்படாமல் இருக்கின்றன. படித்தவர்களும், ஓரளவு கீழ் நடுத்தரப் பிரிவைச் சார்ந்தவர்களுமான தலித் அரசு ஊழியர்கள் துறை சார்ந்து சங்கங்கள் அமைத்தாலும் தனிநபர் மாற்றல் உத்தரவுகள், தனிநபர் ஒழுங்கு நடவடிக்கைகள், தனிநபருக்கு வாய்ப்பான பதவி அல்லது பதவி உயர்வு என்று தனிநபர் கோரிக்கைகளில் தான் அதிக கவனம் செலுத்தி வந்தனர். கணிசமான தலித் அரசு ஊழியர்கள் பொதுச் சங்கங்களிலும் உறுப்பினர்களாக இருக்கின்றார்கள். இவையெல்லாம் அவ்வப்போது புதிய கோடாங்கியில் எழுதப்பட்டு வந்துள்ளன. தலித் மக்களில் மிகவும் ஒடுக்கப்பட்டு வரும் விவசாயக் கூலிகள், தலித் பெண்கள் பழங்குடிகள், அரவாணிகள் இவர்கள் மத்தியில் பத்தாண்டு காலமாகப் பணிபுரிந்து ஓரளவு அவர்களை அணி திரட்டியப் பின்னர்தான் அரசு ஊழியர் கோரிக்கைகளை முன்னெடுக்க முடிவு செய்யப்பட்டது.

2. பெண்கள் ஐக்கியப் பேரவையின் தாழ்த்தப்பட்ட மக்களுக்கு ஆதரவாக உள்ளனரா?

சந்திரா – வந்தவாசி

சந்தேகமில்லாமல்! ஆனால் அவர்களுக்கு சாதி ஒழிப்பு குறித்து இன்னும் அநேகப் பயிற்சிகள் நடத்தப்பட வேண்டியுள்ளன.

3. மீனவர்கள் பற்றிய ஒரே ஒரு கட்டுரைதான் புதிய கோடாங்கியில் படித்ததாக ஞாபகம் – சரிதானா? தொடர்ந்து கட்டுரைகள் எழுதும் உத்தேசம் உண்டா ?

பூபதி – நடுக்குப்பம் சென்னை

மீனவர்களை அணிதிரட்டவும் தலித் மற்றும் மீனவர் ஒற்றுமையை வலுப்படுத்தவும் தலித் மீனவர் கூட்டமைப்பு ஏற்படுத்தப்பட்டுள்ளது. உதயபானு அதன் பொதுச் செயலராக உள்ளார்.

4. அமெரிக்க நிதி நிறுவனங்கள் சரிவினால் நமக்கு அதிகம் பாதிப்பில்லை என ப. சிதம்பரம் கூறியிருக்கிறார். உங்கள் கருத்தென்ன?

சிவசண்முகம், காட்டூர்

சரிந்து பின் அமெரிக்க அரசு அதைத் தூக்கி நிறுத்தியது. அதனால் நமக்கு அதிகம் பாதிப்பில்லை. தனியார் மயம் என்று உலக நாடுகளை ஏமாற்றிக் கொண்டிருக்கும் அமெரிக்காவின் அறிவு ஜீவி முகம் கிழிந்தது. தனியார்களை நம்புவதற்கில்லை என்பதற்கு அமெரிக்காவே உதாரணமாக நிற்கிறது.

5. வடிவேலு–விஜயகாந்த் வரும் பாராளுமன்றத் தேர்தலில் மோதுவார்களா?

ரமேஷ் மடிப்பாக்கம்

நானும் கூட ஆவலுடன் எதிர்பார்க்கிறேன். சினிமா ல சினிமா, தமிழ் ல தெலுங்கு, காமெடி ல கதாநாயகன் இப்படி பல்முனைப் போட்டி யாக்கும்!

6. தலித் நில உரிமை இயக்கத்தின் அடுத்தப்போராட்டம் எப்போது?

சுரேஷ் – உசிலம்பட்டி

விரைவில் பொதுப்பணித்துறை அலுவலகம் எதிராக வரும் அக்டோபர் 20ம் தேதி, தலித் மக்களுக்கு நிலம் தராமல் அவர்களுக்கு நீர்ப்பாசனவசதி தர முடியுமா? யாரை ஏமாற்ற இந்தத்துறை என்று கொந்தளிப்பார்கள்! கூடவே டிசம்பர் 2007 உடன் நின்ற விட்ட நிலம் வழங்கும் திட்டத்தையும் கேள்விக்குட்படுத்துவார்கள்!

7. சமீபத்தில் பார்த்த சினிமா எது ?

ராகள் – சேத்துப்பட்டு

சுப்பிரமணியபுரம் பார்த்தேன். அச்சமில்லை அச்சமில்லை படத்தில் பாலச்சந்தர் மனைவி சரிதாவை விட்டு கணவன் ராஜேஷைக் கொல்லச் சதி செய்வார். நியாயம் நேர்மை என்ற பெயரில் அது ரசிகர்களால் ஏற்றுக் கொள்ளப்பட்டது ஆனால் சுப்ரமண்யபுரத்தில் முதலில் பழக்கத்துக்காகவும், பின்னர் தனக்கெதிரான சதியை முறியடிக்கவும், குடிக்கவும் சாப்பிடவும் கொலைகள் செய்து கொண்டே இருப்பானாம். ஏதோ கண்ணோடு கண் பேசிய காதலுக்காக அவன் காதலி அதைக் காட்டிக் கொடுக்கக் கூடாதாம்! காதலை எப்படி சினிமா டைரக்டர்கள் புரிந்து கொள்கிறார்களோ தெரியவில்லை, ஆனால் ஆண் பெண் கட்டமைப்பை கட்டுக்கோப்போடு நடத்திச் செல்கிறார்கள்.

8. ராகுலுக்கு டும் டும் விரைவிலாமே!

மாரி, திண்டுக்கல்

ஆமாம் போங்கள், திருமண வயது வந்தால் நடக்கத்தான் செய்கிறது. இதெல்லாம் *பூ ஒரு செய்தியா?

9. எரிவாயு, எரிபொருள் விலைகளை இஷ்டம் போல் குறைத்திருக்கின்றன அரேபிய நாடுகள் பின்னணி என்ன?

சில்வர்ஸ்டன், காமராம் பேட்டை

அமெரிக்காவுடன் இஷ்டப்படி கட்டிப்புடி விட்டுப்பிடி அரசியல் என்று பேசிக்கொள்கிறார்கள்.

10. எஸ்ஸி எஸ்டி அரசு ஊழியர் மாநாட்டு விழா மலர் எப்போது வெளிவரும்?

சிவா, புதூர்

நவம்பர் முதல் வாரத்தில் எதிர்பாருங்கள்!

நவம்பர் 2008

1. தமிழகத்தில் நிலவும் முன்வெட்டு மின்பற்றாக் குறையை 5 மாதங்களில் சரி செய்யும் வகையில் திட்டம் கைவசம் இருப்பதாகவும் ஆனால் அதை யாரிடம் கூறப்போவதில்லை என்றும் நடிகர் விஜயகாந்த் கூறியிருக்கிறார். அப்படி திட்டங்கள் முனிமாவிடமும் உள்ளனவா?

பௌத்தப் பெருமாள் – பொன்னேரி

பண்ருட்டியார் எழுதிக் கொடுக்கும் வசனத்தைப் பேசுகிறவர் நடிகர் விஜயகாந்த். ஊழலை ஒழிக்க ஊழல் செய்பவர்களைக் கொலை செய்து தூக்கில் தொங்கிவிட்டார் ரமணா படத்தில். அப்படிப்பட்ட வழிகள் எதையேனும் மனதில் வைத்திருந்தாலும் ஆச்சரியப்படுவதற்கில்லை. மின் உற்பத்தியைப் பெருக்கவும், மின் திருட்டைத் தடுக்கவும், மின் விலையை ஒழுங்குபடுத்தவும் தான் திட்டங்கள் உள்ளன. அதற்கு அவர் விதித்த ஐந்து மாதக் கெடு போதுமா?

2. விஜயகாந்த் சென்னையைக் கலக்கி விட்டதாக அவர் நடத்திய மாநாடு பற்றி செய்திகள் வாசிக்கப்பட்டன. அவருக்கு வெற்றி வாய்ப்புகள் எப்படி?

மாலா – காஞ்சிபுரம்

விஜயகாந்த் வரும் பாராளுமன்றத் தேர்தலில் வெற்றி பெறுவது கூட்டணி வியூகம் பொருத்துத் தான். தி.மு.க. மற்றும் அ.தி.மு.க கட்சிகளுடன் காங்கிரஸ் கூட்டு சேர்ந்தால் வெற்றி என்ற பார்முலா இப்போது விஜயகாந்துடன் சேர்ந்தால் வெற்றி என்ற நிலையை நிறுவியுள்ளது. தி.மு.கவின் சரிவுதான் இப்பாராளுமன்றத் தேர்தலுக்கு துருப்புச் சீட்டு. யார் சரியாகப் பயன் படுத்துகிறார்களோ அவர்களுக்குக் கணிசமான வெற்றி.

3. உத்தப்புரத்தில் நடப்பது என்ன?

வெள்ளியங்கிரி – சென்னை

உயர்ந்தவர் தாழ்ந்தவர் என்று வேறுபாடு கிராமத்தில் இருக்க வேண்டும். இல்லாவிட்டால் ஊரைக் காலி செய்து கொண்டு போய்விடுவோம் என்று சாதி இந்துக்களின் மிரட்டலுக்கு அரசாங்கம் பணிந்து சென்றுள்ளது. விளைவாக உத்தப்புரம்

தலித் ஆண்கள் மீது அநேக வழக்குகள்! தலைமறைவு வாழ்க்கைக்குத் துரத்தப்பட்டுள்ளனர் சாதிக்

சாதிக் கொடுமையால்! பெண்களே முன்னின்று இறந்தவரைப் புதைக்கின்றனர். மார்க்ஸிஸ்ட் கட்சியினர் மட்டும் செல்லப் பிள்ளைகளாகக் கருதப்பட்டு உத்தப்புரம் செல்ல அனுமதிக்கப் பட்டனர். மற்றவர்கள் குறிப்பாக தாழ்த்தப்பட்டவர்கள் யாரும் அந்த ஊருக்குச் செல்ல முடியாத நிலை உள்ளது.

4. கிறித்தவர்கள் மீது ஏவிவிடப்படும் வன்முறைக்கு என்ன காரணம்?

அல்போன்சு – ராஜபாளையம்

பெரும்பான்மை சாதி இந்துக்களின் வாக்குகளைச் சேகரிக்க மூடநம்பிக்கைகளும் வன்முறையும் கருக்கொண்டுள்ள மதவாத சக்திகளின் தேர்தல் உத்திகளே இவை!

5. மாயாவதி பிரதமராவாரா?

லல்லி – சென்னை

அத்வானி பிரதமராக முடியாது. காங்கிரஸ் கட்சித் தலைவர் எவரும் பிரதமராக முடியாது. அந்த அளவிற்கு இந்திய அரசியல் களத்தில் மாயாவதி மூன்றாவது அணி தலைவியாக வளர்ந்துள்ளார். தேர்தலுக்குப் பின் தான் பிரதமர் பதவிக்கான வியூகங்கள் வகுக்கப்படும்.

6. பெண்கள் ஜக்கியப் பேரவை தேர்தலில் போட்டியிடுவதாக நக்கீரன் செய்தி படித்தேன் விபரங்கள் தெரிந்து கொள்ள விரும்புகிறேன்.

விஜயக்குமார் – செங்கம்

பெண்கள் ஜக்கியப் பேரவை தேர்தலில் நிச்சயமாகப் போட்டியிடும். தொகுதிகள் – வேட்பாளர் விபரங்கள் தேர்தல் நெருக்கத்தில் தான் கூற இயலும்.

7. தலித் நில உரிமை இயக்கம் தேர்தலில் போட்டியிடுமா?

முருகன் – திருவண்ணாமலை

தலித் நில உரிமை இயக்கம் தேர்தலில் போட்டியிட்டாலும் பெண்கள் ஜக்கியப் பேரவை பெயரில் தான் போட்டியிடும்.

8. பெண்கள் ஐக்கியப் பேரவை பாராளுமன்றத் தேர்தலில் வெற்றி பெறும் வாய்ப்புள்ளதா?

பாரதிதாசன் – பொன்னேரி

பராக் ஒபாமா அமெரிக்காவின் ஜனாதிபதி வேட்பாளராகத் தேர்ந்தெடுக்கப்பட்டது பல்லாண்டுகாலமாக நிறவெறி மிகுந்திருந்த அமெரிக்காவில் சாத்தியமெனில், முற்போக்கானத் தமிழர்கள் பெண்கள் ஐக்கியப் பேரவை வேட்பாளர்களுக்கு ஆதரவு தர மாட்டார்களா என்ன?

9. சமீபத்தில் தாங்கள் படித்த புத்தகம்?

சட்டநாதன் – காஞ்சி

வைகோ எழுதி வெளியிடப்படவிருக்கின்ற– ஆம், நம்மால் முடியும் என்ற புத்தகத்தினை வெளியீட்டுக்கு முன்பாகப் படிக்கும் வாய்ப்பு கிடைத்தது. அண்ணா அவர்கள் இர்விங் வாலேஸ் எழுதிய 'மனிதன்' என்ற புத்தகத்தை மொழிபெயர்த்து தமிழ் மக்களுக்கு எடுத்துச் சொல்லியதைப் போல, வைகோ அவர்கள் கறுப்பின மக்கள் தலை நிமிர்ந்த வரலாற்றைச் சொல்கின்றார். அவ்வளவே! ஒப்பீடும், சாதி விடுதலை முழக்கமும் செய்யவில்லை. படிப்பவர்கள் தானாகவே உணர்ந்து கொள்ள வேண்டும் என்ற மெல்லிய கோடு வரையப்பட்டுள்ளது.

10. தலித் நில உரிமை இயக்கத்தின் அடுத்தப் போராட்டம் எப்போது?

இன்பநாதன் – முகையூர்

சிறப்புக்கூறுத்திட்டத்தை முழுமையாக அமல்படுத்தக் கோரி விரைவில் போராட்டம் நடத்துவார்கள்.

டிசம்பர் 2008

1. மும்பைத் தாக்குதலை அரசு தவிர்த்திருக்கக் கூடுமா?

பரணி – மாதுங்கா – மும்பை

இதுவரை வந்த தகவல்கள் அடிப்படையில் பார்த்தால் நீண்டநாள் சதித்திட்டம் என்று தெரிகிறது. ஆனால் அதை நிறைவேற்ற தேர்ந்தெடுக்கப்பட்ட நாள் வட மாநிலங்களிலும்

டெல்லியிலும் வோட்டுப் பதிவாகும் நாள்! ஆகையால் பாகிஸ்தானைத் தளமாகக் கொண்டு செயல்படும் அமைப்புகள் தான் இதைத் திட்டமிட்டுள்ளன என்றாலும் உள்நாட்டுச் சதிகாரர்களுடன் தொடர்பு இல்லாமல் இதை நிறைவேற்ற சாத்தியமில்லை. ஏற்கனவே ஆர்.எஸ்.எஸ் அமைப்பின் தளபதியாக செயல்பட்ட புரோகித் போன்ற ராணுவ அதிகாரி பல்வேறு நாசங்களை ஏற்படுத்திய சதிவேலைகளின் பின்னணியில் இருந்துள்ளார். வோட்டுப் பதிவுகளை பி.ஜே.பி–க்கு சாதகமாக்க இவ்வுத்தி பயன்பட்டிருக்கிறது என்று கூட கொள்ள முடியும். தேர்தல் முடிவுகள் வரட்டும். வெளிநாட்டுச் சதிகாரர்களுடன் உள் நாட்டு அரசியல் தீவிரவாதிகளும் சம்பந்தப்பட்டிருக்கக் கூடிய நிகழ்வாக இருப்பதினால் அரசு இதைத் தவிர்த்திருக்கக் கூடும் என்று தோன்றவில்லை.

2. பகுஜன் சமாஜ் கட்சியில் சிவகாமி இணைந்து விட்டார். இது அவசர முடிவா?

அம்பேத்பிரியன் – ராஜபாளையம்

புதிய கோடாங்கி படித்து வருபவர்களுக்கும், சிவகாமியின் எழுத்துக்களைத் தொடர்ந்து வாசித்து வருபவர்களுக்கும் இது அவசர முடிவல்ல என்பது விளங்கும்.

3. புதிய கோடாங்கிக்கும் பகுஜன் சமாஜ் கட்சிக்கும் தொடர்பு உள்ளதா?

வடிவேல் – மதுரை

கொள்கைகளில் உடன்பாடு உண்டு. தலித் மக்கள் கொள்கைகள் சார்ந்து அதிகாரம் பெறவேண்டும் என்பது புதிய கோடாங்கியின் குறிக்கோள்.

4. SC/ST அரசு ஊழியர் மாநாட்டு மலர் கிடைக்க வழி என்ன?

சாலமன் – துரைப்பாக்கம்

மலர் விலை ரூ.100 பெற விரும்புவோர் ரூ.120 மணி ஆர்டர் அல்லது, டிமான்ட் டிராப்ட் அனுப்பிப் பெற்றுக்கொள்ளலாம்.

5. வெள்ளம், மழையில் அதிகம் பாதிக்கப்படும் குடிசை வாழ் மக்களை எதிர்காலத்தில் இவ்வகை ஆபத்துக்களிலிருந்து பாதுகாப்பது எப்படி?

ரமேஷ், புதுப்பேட்டை

குடிசை வாழ் மக்களுக்கு அவர்கள் வசிக்கும் பகுதிகளில் நவீன அடுக்கு மாடி குடியிருப்புகளை நகர்ப்பகுதிகளிலும், கிராமப் பகுதிகளில் நீர்ப்பிடிப்பற்றப் பகுதிகளிலும் அவர்களைக் குடியேற்றலாம். குடிசைப் பகுதி மக்கள் மட்டுமின்றி விவசாயக்கூலிகள், மீனவர்கள், கட்டிடத் தொழிலாளிகள் அதிகம் பாதிக்கப்படுகின்றார்கள். இவர்களுக்கு அச்சமயங்களில் நிவாரணம் வழங்குவது அவசியம்.

6. பகுஜன் கட்சி தமிழ்நாட்டில் வளர வாய்ப்புள்ளதா?

ராஜி – வெங்கல்

ஏன் இல்லாமல்? பாட்டாளி மக்கள் கட்சி அ.தி.மு.க. மற்றும் தி.மு.க.வின் வாலாகச் செயல்பட்டு அதிகாரத்தை மத்திய அரசிலும் மாநில அரசிலும் பிடிக்க வேண்டிய அவசியமுள்ளது. அதே போல் அதிமு.கவும், தி.மு.க–வும் காங்கிரஸ், பி.ஜே.பி. துணையில்லாமல் மத்திய அரசிலும் பாராளுமன்றத்திலும் இடம் பிடிக்க முடிவதில்லை. ஆகையால் ஒடுக்கப்பட்ட மக்கள், விளிம்பு நிலை மக்கள் இவர்களின் வால்களாக செயல்படுவதை விட பகுஜன் சமாஜ் கட்சியில் சேர்வது கொள்கைக்குப் பங்கம் வராமல் அதிகாரத்தைக் கைப்பற்ற வாய்ப்புள்ளது. அந்த வழிகளை அவசியம் பின்பற்ற வேண்டும். இதைப் பரவலாக விளக்க, எடுத்துச் சொல்ல பகுஜன் சமாஜ் கட்சி முயல வேண்டும்.

7. சமீபத்தில் பார்த்த பாதித்த திரைப்படம் எது?

கார்த்திக் – சூளைமேடு

சமீபத்தில் சா (Saw) 5 என்று Saw வரிசையில் வரும் திகில் படத்தைப் பார்த்தேன். ஆனால் அதைவிட திகிலூட்டுவதாக இருந்தது மும்பை அட்டாக்.

8. பெண்கள் ஐக்கியப் பேரவை பகுஜன் சமாஜ் கட்சியுடன் இணைந்து விட்டதா?

ரஜினி – சென்னை

பெண்கள் ஐம்பது சதம் அரசியலில் பங்கேற்க வழிவகை செய்ய முதற்கட்டமாக பகுஜன் சமாஜ் கட்சியின் சின்னத்தில் பெண்கள் ஐந்திலிருந்து பத்து பாராளுமன்றத் தொகுதிகளில் போட்டியிட முடிவு செய்யப்பட்டுள்ளது. பகுஜன்

சமாஜ் கட்சியுடன் இணைவது குறித்த முடிவு இன்னும் எடுக்கப்படவில்லை.

9. தலித் நிலவுரிமை இயக்கம், அதன் தலைவர் சிவகாமியைப் பின்பற்றி பகுஜன் சமாஜ் கட்சியுடன் ஐக்கியம் ஆகிவிடுமா?

கஜேந்திரன் – அரக்கோணம்

பகுஜன் சமாஜ் கட்சியில் இணைந்து நிலவுரிமைக்கான போராட்டங்களைத் தொடர்ந்து முன்னெடுக்கும்.

10. சமீபத்தில் படித்த புத்தகம் எது?

மோகன் – திருவள்ளூர்

விடுதலைப் புலிகள், ஈழத்தமிழர் வரலாறு, மாவீரன் அலெக்ஸாண்டர், சிங்கிஸ்கான் போன்ற புத்தகங்கள் படித்தேன். பேச்சு வார்த்தை என்று பலமுறை அலைக்கழிக்கப்பட்ட இயக்கங்கள் ஆயுதப் போரில் ஈடுபடுவது தவிர்க்க முடியாது என்ற நிலைப்பாடுகள் முதலிரண்டு புத்தகங்களில் வெளிப்பட்டன. மாவீரன் – அலெக்ஸாண்டர் போர் வெறிக்குத் தள்ளப்பட்டது பெற்றோரிடையே நிலவிய மனக்கசப்பும், இளவயது துயரங்களும் என்பது போர் உளவியலைப் புரிந்துகொள்ள சிறிய அளவில் உதவி செய்தது. சிங்கிஸ்கான் எனும் மாவீரன் பிளவுண்ட மங்கோலிய இனக்குழுக்களைப் போரிட்டு இணைத்தான் என்பதும் அது அக்கால நடைமுறை மட்டுமின்றி இக்கால நடைமுறையாகவும் (இலங்கை) இருந்து வருவதை அவதானிக்க முடிந்தது.

மார்ச் 2009

1. சமீபத்தில் பாராளுமன்ற மேலவையில் தாழ்த்தப்பட்ட பழங்குடியினருக்கு இட ஒதுக்கீட்டு சலுகைகளை மறுத்து மசோதா நிறைவேற்றப் பட்டுள்ளது. இதைக் குறித்து உங்கள் கருத்தென்ன?

கண்ணன் – மேல்மருவத்தூர்

அரசியல் சாசனத்துக்கு எதிரானது. காங்கிரஸ் கட்சியின் வெகுசன மக்கள் விரோதப் போக்கு இதன் மூலம் உறுதிப்படுகிறது. விவாதத்துக்கு உட்படுத்தாமல் தன்னிச்சையாக

செயல்படும் சர்வாதிகாரப் போக்கு. நாடெங்கும் சர்ச்சையைக் கிளப்பியுள்ளது. தலித் தலைவர்கள் அனைவரும் இதற்கு எதிர்ப்புக் குரல் கொடுக்க வேண்டும்.

2. தலைவர்கள், நடிகர்கள், மாணவர்கள், பெண்கள் என்று நிறுவனங்கள் மூலமாக ஈழத் தமிழருக்கானப் போராட்டங்கள் வலுத்து வருகின்றன தமிழ் நாட்டில் இதைத் தமிழுணர்வு என்று கூறலாமா?

தமிழ்ச்செல்வி – வானூர்

எந்த நாட்டில், உலகின் எந்த மூலையில் போர் நடந்தாலும் போருக்கெதிரான மானுடக்குரல் ஒலிக்க வேண்டும். இங்கே அதன் வடிவம் தமிழுணர்வு இந்தத் தமிழ் உணர்வு இலங்கைத் தமிழ் அகதிகள் தமிழ்த்திருநாட்டில் படும் அவதிகளுக்கெதிரான குரலாகவும், ஒடுக்கப்பட்ட தமிழ்குரலாகவும், புறக்கணிக்கப்பட்ட பெண்கள் குரலாகவும் ஒலித்திருக்க வேண்டும். அப்படியில்லையெனில் அரசியல் அணிகளின் தேர்தல் கூக்குரலாகத்தான் எடுக்க வேண்டும். எப்படிப் பார்த்தாலும் இது தேவையானதே.

3. நீதிமன்ற வளாகத்தில் வழக்கறிஞருக்கும் காவல் துறைக்கும் நடந்த போர் பற்றி.....

ராஜலிங்கம் – சென்னை

சுப்பிரமணிய சுவாமி மீது முட்டை வீசுவது எதற்கு? கைதாவது எதற்கு? கைது செய்ய வருபவர்களைத் தடுப்பது எதற்கு? மறைந்திருக்கும் வன்முறையை, நீதிமன்றங்களின் இயலாமையை, அரசியல் சூதாட் டங்களின் வெளிப்பாடுதான் இந்தப் போர்.

4. மார்ச் மாதம் மகளிர் தினத்தையொட்டி உங்கள் – செய்தி என்ன?

காசி. திருவேற்காடு

வருடத்திற்கு வருடம் விழிப்புணர்வுக் கூட்டங்கள் மட்டுமே நடத்தப் படுகின்றன. வருடா வருடம் செயல் திட்டங்கள் திட்டமிடப்பட்டு அவற்றை நடைமுறைப்படுத்த பெண்கள் குழுக்கள், அமைப்புகள் முயற்சி செய்ய வேண்டும் பெண்கள்

ஒடுக்கப்பட்டோருடன் இணைந்து அனைவரின் நலனுக்குப் போராட வேண்டும்.

5. வரப்போகின்ற தேர்தல் குறித்து அலசலாமா?

பேரின்பன் – தட்டாராம்பட்டு

பாராளுமன்றத் தேர்தல் மும்முனைப் போட்டி உண்டு. பா.ஜ.க. காங்கிரஸ், பி.எஸ்.பி. ஆகிய தேசிய கட்சிகள் வியூகங்கள் வகுத்து வருகின்றன. கம்யூனிஸ்ட் கட்சியினர் மாயாவதியைத் தேர்தலுக்குப் பின் ஆதரிக்கப் போவதாகக் கூறிவருகின்றனர். தென் மாநிலங்களில் இந்தத் தேசியக் – கட்சிகள் எவற்றுக்கும் சொல்லும்படியான ஆதரவில்லை. காங்கிரஸ் தனது பிடியை தமிழகத்தில் இழந்து ஆண்டுகள் பலவாகிவிட்டன. ஆந்திரத்தில் பிரஜா ராஜ்யம் (சிரஞ்சீவி) தலை தூக்கி வருகிறது. கர்நாடகத்தில் பிஜேபி கேரளாவில் காங்கிரஸ் மாற்றுக்கட்சி. உபி.யில் காங்கிரஸ், பிஜேபி ஆகிய இரண்டும் வலுவிழந்து விட்டன. குஜராத், பிஜேபி வசம் உள்ளன. மத்தியப் பிரதேசம் மூவருக்குமான களம் எனும்படி உள்ளது. இந்நிலையில் மாயாவதிக்கு எண்பதிலிருந்து நூறு தொகுதிகளில் வெற்றி வாய்ப்பு உள்ள நிலையில் தேர்தல் என்பதை விட, தேர்தலுக்குப் பிறகான கால கட்டமே முக்கியமாக உள்ளது. ஆகையால் துல்லியமான கணிப்புக்கு இன்னும் சில காலம் பொறுக்கலாம்.

6. தேர்தல் வாக்குறுதிகள் பற்றி என்ன நினைக்கிறீர்கள்?

சிவாஜி. பெரம்பூர்

பிஜேபிக்கு ஒளிரும் இந்தியா கைகொடுக்கவில்லை. காங்கிரஸுக்கு வறுமை ஒழிப்புத் திட்டங்கள் காலை வாரிவிட்டன. எல்லார்க்கும் எல்லாமும் என்ற கோஷம் பி.எஸ்.பி.யுடையது.

பிஜேபி மதக்காழ்ப்புணர்வுதான் அரசியல் அடிப்படையும் சித்தாந்தமும். காங்கிரஸுக்கு மதச்சார்ப்பற்ற முதலாளியம் தான் தூண். பி.எஸ்.பிக்கு சகோதரத்துவமும் சமத்துவமும். பிஜேபி ஒரு முறை ருசித்து விட்டது ஆட்சிக் காலத்தில் மக்களின் குருதி பிசைந்த அதிகாரத்தை. காங்கிரஸ் இலவசத்திட்டங்கள் மூலம் சுரண்டல் முறையை சாசுவதப்படுத்தியுள்ளது. பி.எஸ்.பி.

தனது புதியப் பொருளாதாரக் கொள்கையை நிறைவேற்றக் காத்திருக்கிறது. தேர்தலில் வாக்குறுதிகளைக் காட்டிலும் கட்சியின் அடிப்படை நோக்கங்களும் கட்டமைப்பும் முக்கியமானது. ஏனெனில் அதிலிருந்து தான் திட்டங்கள் பிறக்கின்றன.

7. புத்தகக் கண்காட்சிக்குச் சென்றிருந்தீர்களா?

நவீன் – நடுவண்கோட்டை

இல்லை. ஆனால் செய்திகளும் புத்தகங்களும் பெற்றுக் கொண்டேன்.

8. நான் கடவுள் படம் நன்றாயிருக்கிறது என்கிறார்கள் உங்கள் கருத்து யாது?

பிரியன்– டோல்கேட்

இனிமேல் தான் பாக்க வேண்டும். அடுத்த இதழில் பட விமரிசனம் எதிர்பாருங்கள்.

9. சமீபத்தில் படித்தப் புத்தகம் பற்றி....

ரஞ்சனி – மைலாப்பூர்

ஆபிரகாம் லிங்கன், சேகுவாரா ஆகியோரின் வாழ்க்கை வரலாறு படித்தேன். சுமாராக எழுதப்பட்டவை எனினும் புரட்சியின் வித்துமூலம் அவற்றில் புதைந்துள்ளன.

10. காதலர் தினம் கலாச்சரக் காவலர்களால் வன்முறை தினமாக மாற்றப்படுகின்றன இது தகுமா?

செல்வம் புத்தனாம்பட்டி

எனவே மேலும் மேலும் காதல் செய்வோம். அது ஒன்றுதான் வாழ்க்கையின் அர்த்தத்தை விளங்கிக்கொள்வதற்கான திறப்பு. பூங்காக்களை, கடற்கரையை, திறந்த வெளிகள் யாவற்றையும் நம்பிக்கையும் பலமும் ஊட்டக் கூடிய காதலால் நிரப்புவோம். எதிர்ப்புகள் குறையும்.

ஜூன் 2009

1. உங்களுடைய ஆதர்சத் தலைவர் யார்?

கோபால் – புரசவாக்கம்

பலர், பலவகையில்! எனினும் அம்பேத்கர்தான் எல்லா வழிகளிலும் சிறந்த தலைவர்.

தியாகம் கடின உழைப்பு அறிவாற்றல் தன்னலமற்ற பொதுநலம் கொள்கையில் உறுதி தனி வாழ்க்கையிலும் நாணயம் மிக்க சிறந்த போராளி

அறவழியையே பல்வேறு சோதனைக் காலங்களிலும் கடைப் பிடித்தவர்

இப்படி அவரது குணநலன்களை அடுக்கிக் கொண்டே போகலாம்.

2. தேர்தல் 2009ல் எங்கே இருந்தீர்கள்?

மனோ – சேலம்

அந்தக் கொடுமையை ஏன் கேட்கிறீர்கள்? நேர்த்திக் கடன் செய்து கொண்டிருந்தேன்.

3. ஏ.ஆர். ரஹ்மானின் எல்லாப் புகழும் இறைவனுக்கே குறித்து ஏதேனும் கூற விரும்புகிறீர்களா?

செல்வம் – புதுப்பேட்டை

நிச்சயமாக. பணியுமாம் பெருமை என்பார்கள் சிறந்த இசைவல்லுநர், பண்பாளர் ரஹ்மான் ஆஸ்கார் விருது பெற்றது குறித்து எல்லோரையும் போல் மகிழ்வுற்றேன்.

4. கனிமொழிக்கு மத்திய அமைச்சரவையில் இடம் கிடைக்கவில்லை! பெண் என்பதினாலா?

சிவக்குமார் – வேலூர்

அடுத்தவரின் குடும்பப் பிரச்சினையில் நான் தலையிடுவதில்லை!

5. அழகிரி பெருத்த வாக்கு வித்தியாசத்தில் வெற்றி பெற்றது எதைக் காட்டுகிறது?

கணேசன் – மதுரை

மதுரையை விலைக்கு வாங்கிவிட்டார் என்பதைக் காட்டுகிறது.

6. தளபதி ஸ்டாலின் துணை முதல்வர் ஆகிவிட்டார், இனி என்ன நடக்கும்?

பரத், மதுரை

கருணாநிதியின் பாரம் குறையும் அவ்வளவு தான்!

7. தமிழகத் தேர்தல் ஆணையரை மாடு மேய்க்கப் போகச் சொல்லுகிறார், ராமதாஸ்! அனுப்பி விடலாமா?

பாட்டாளி – வானூர்

ராமதாஸை மக்கள் தைலாபுரம் தோட்டத்துக்கே அனுப்பி விட்டார்கள். யார் மாடு மேய்த்தாலும் மேய்க்காவிட்டாலும் 2009 தேர்தல் போல் வரும் தேர்தல்கள் தொடர்ந்தால், ராமதாஸ் மேய்ப்பார்.

8. யாருக்கு உங்கள் வோட்டு?

கட்டய்யன் – திசையன்விளை

யார் வோட்டுப் போடுவதற்குப் பணம் கொடுக்க வில்லையோ, அவருக்குத்தான் எனது வோட்டு!

9. தலித் பத்திரிக்கைகள் எவ்வளவு காலம் தலித் வன்கொடுமை பற்றித் தொடர்ந்து தலையங்கம் தீட்டுவார்கள்?

சிவராஜ் – தர்மபுரி

வன்கொடுமை நிகழ்த்தப்படுவது தடுக்கப்படும் வரை!

10. சோனியா சிறந்த ராஜதந்திரியா?

மகான் – ஈரோடு

போ*பர்ஸ் ஊழலை சமாளிப்பதற்குத் தேவைப்பட்டது ராஜதந்திரம் என்றால் அதே தான் 2009 தேர்தலை சமாளிப்பதற்கும் பயன்பட்டது என்று சொல்லலாமா?

11. சோனியாவின் மகள் பிரியங்கா நளினியைச் சிறையில் பார்த்தப் பிறகு இலங்கையில் தமிழர்கள் மீது நடத்தப்பட்ட தாக்குதல்களுக்கும் அதற்கு முன்பு நடந்த தாக்குதல்களுக்கும் ஏதேனும் வித்தியாசம் உள்ளதா?

தமிழ் செல்வி – பாரிஸ்

உள்ளது. முன்பு நடத்தியது தமிழீழத்திற்கு எதிரானது. பின்பு நடத்தியது இனப்படுகொலை.

12. சீமானின் சீறல், பாரதிராஜாவின் பாய்ச்சல், திருமாவளவன் + கருணாநிதி உண்ணாவிரதங்கள் இவை யாவுமே பிரபாகரனுக்கு உதவிடவில்லையே, காரணம்?

கார்த்திகேயன்– கிருஷ்ணகிரி

தேர்தலில் வாக்குப் பதிவு இயந்திரங்கள் கருணாநிதிக்கும் திருமாவளவனுக்கும் சோனியாவுக்கும் சாதகமாக உதவிய அளவிற்கு பாவம் சீமான், பாரதிராஜா ஆகியோர் பிரபாகரனுக்கு உதவிடவில்லை. தமிழீழம் வேண்டுமா வேண்டாமா என்று இந்திய வாக்குப் பதிவு இயந்திரங்களை அனுப்பியிருந்தால் ஒரு வேளை அது பிரபாகரனுக்கு சாதகமாக இருந்திருக்கும்.

ஜூலை 2009

1. தலித் ஒருவரை மக்களவைத் தலைவராக சோனியா நியமித்திருக்கிறார். வரவேற்றுப் பாராட்டுவோமா?

பாஸ்கரன் – அரக்கோணம்

ஓ! தாராளமாக! ஆனால் எப்போதும் போல் சில கேள்விகளைக் கேட்டுக் கொண்டே

கேள்வி ஒன்று: தலித் என்பதுடன் தகுதிமிக்கவர் என்பதையும் சேர்த்துக் கொள்ளலாமா?

கேள்வி இரண்டு: அம்பேத்கரின் கொள்கைக்கு எதிராக காங்கிரசுக்கு வலுசேர்த்த ஜகஜீவன்ராம் என்ற காங்கிரஸ் விசுவாசி மகள் என்பது தான் அந்த தகுதியா?

கேள்வி மூன்று: பெருகி வரும் தலித் எழுச்சிக்கு எதிரான காங்கிரசு தலைமையை ஏற்றுக்கொண்ட மீராகுமாரால் என்ன பலன்?

கேள்வி நான்கு: தாழ்த்தப்பட்டோர் துறையை மீராகுமார் நிர்வகித்து வந்த காலத்தில் தான் மேலவையில் தலித் மக்களின் இட ஒதுக்கீட்டு எதிரான தீர்மானம் கொண்டுவரப்பட்டது. இதில் இவரது பங்கு என்ன? இக்கேள்விகளை கேட்டுக்கொண்டே

மீரா குமார் வாழ்க! அன்னை சோனியா வாழ்க! வாழ்க! என வாழ்த்துவோமா?

2. மாயாவதியின் படுதோல்வி தலித் இயக்கங்களுக்கு பின்னடைவா?

விஜயகுமார்– திருவண்ணாமலை

தலித் இயக்கங்களுக்குப் பல முகங்கள் உண்டு. பிரிட்டிஷ் ஆட்சி காலத்திற்கு முன்பாகவே வேரூன்றிய இயக்கம், பிரிட்டீஷ் ஆட்சியிலும் அதற்குப் பின்னாகவும் வேகமாகவும் வளர்ந்து வருகின்றது. அதன் பல முகங்களையும் பரிமாணங்களையும் கண்டுதான் எதிரிகள் கட்டாய வியூகங்களுக்குத் தள்ளப்பட்டுள்ளனர். மீராகுமார், கரிய முண்டா போன்றவர்கள் இவற்றுக்கான சொற்ப உதாரணங்கள். போகப் போகத் தெரியும் இந்த பூவின் வாசம் புரியும்

3. கள் இறக்கும் போராட்டம் உங்கள் கருத்து என்ன?

பார்வேந்தன் –செய்யூர்

தற்காலிகமாக வரவேற்கிறேன் நிரந்தரமான மது விலக்குக்கான செயல்திட்டங்களை முதலில் முன்மொழிவோம்.

4. தேர்தலில் 49–ஓ வின் பயன்பாடு என்ன?

சந்துரு –தக்கோலம்

49 ஓ –வின் பயன்பாடு பூஜ்ஜியமாக உள்ளது.

5. தெலுங்கு தலித் பாடகரும் போராளியுமான கத்தார் தனி கட்சி தொடங்கிவிட்டாராமே?

பிரமிளா –சத்துவாச்சாரி

ஆம். முன்பே செய்திருக்கலாம்.

6. நடிகர் விஜய் அரசியல் கட்சி தொடங்கிவிட்டாரா?

நளினி –பொய்கை

நற்பணி மன்றம் மக்கள் இயக்கமாகி உள்ளது தற்போது. பின்னால் அரசியல் கட்சியாகி விடும். எவ்வளவு நாட்கள் தான் திரையிலேயே குத்தாட்டம் போட்டுக் கொண்டிருப்பது,

திறமை உள்ள விஜய்? எவ்வளவு அப்பாவி இளைஞர்கள் தங்கள் திறமைகளைப் பாழடிக்கப்போகின்றனரோ?

7. கடல் கொந்தளிப்பு அடிக்கடி நிகழ்கிறது. கன்னியாகுமாரியை அங்குலம் அங்குலமாக கடல் விழுங்குகிறது. தடுப்பது எவ்வாறு?

விஜி – குடியாத்தம்

கடலுக்கேது வேலி. கடலின் போக்கிற்கு ஏற்றவாறு நமது வாழ்க்கை முறையை மாற்றியமைத்துக் கொள்ள வேண்டியது தான். இயற்கையை அதன் வளங்களை நமக்குப் பேரிடர் வராத வகையில் பேணுவதும், பயன்படுத்துவதும் அவசியம் என்பதை மட்டும் நினைவு கூறலாம்.

8. சமீபத்தில் பார்த்த திரைப்படம் எதுவோ?

சாந்தகுமார்– குடியாத்தம்

“Harriet the spy” என்ற பழைய திரைப்படத்தை பார்த்தேன் டிவியில். எழுத்து என்ற பெயரிலும் உண்மை என்ற பெயரிலும் எல்லாவற்றையும் பதிவு செய்யும் சிறுமி ஹேரியட், சிநேகிதிகளிடம் பகையை சம்பாதிக்கிறாள். பிறகு மன்னிப்பு கேட்டு பொய்கள் கலந்த கதைகளை எழுதி இழந்த நட்பை பெறுகிறாள். குழந்தைகள் படம் என்றாலும் விஷயம் எழுத்தாளர்களுக்கானது.

9. படித்த புத்தகம், அதில் பிடித்தது சில கூறுங்களேன்?

ராஜு –செஞ்சி

பவ்லோ கோயல்ஹோ எழுதிய த வின்னர் ஸ்டேன்ட் அலோன் (வெற்றி பெற்றவனின் தனிமை) என்ற புத்தகத்தை படித்தேன். கொலைகள், அழகிகள் அதிகம் இடம் பெறும் ஹாலிவுட் த்ரில்லர் திரைப்படம் போலிருந்தாலும், மனித உளவியல், தத்துவச் சிந்தனைகளுக்கு பஞ்சமில்லை. எடுத்தால் முடிக்கிற ரகம் என்றாலும் மனதில் நிற்கிறது.

10. தாட்கோ கடன்களை தள்ளுபடி செய்வது சாத்தியமா?

சகிலா –திருவண்ணாமலை

17,000 கோடி ரூபாய்களை நிலமுள்ள விவசாயிகளுக்காகத் தள்ளுபடி செய்கிறார்கள். எதுவுமேயில்லாத உடல்

உழைப்பாளிகள் பெற்ற கடனை ரத்து செய்வது இயலாததா? உரியவர்கள் உரிய சமயத்தில் போராட்டங்கள் நடத்தினால் யாவும் சாத்தியம்!

ஆகஸ்ட் 2009

1. துவரம்பருப்பு விலை கிலோ நூறு ரூபாயிலிருந்து முந்நூறு வரை எகிறிவிட்டது. யார் பொறுப்பு?

காத்தவராயன், செய்யூர்

கடந்த தேர்தல்களில் வாக்காளர்கள் பெற்றுக் கொண்ட காந்தி நோட்டுக் களை கூட்டிக்கழித்துப் பாருங்கள். கணக்கு சரியாக வரும்.

இலவசங்களைக் கொடுப்பது போல் கொடுத்து எடுத்துக்கொள்வதில் சோனியாவும், கருணாநிதியும் தேர்ந்தவர்கள்.

பருப்பு விலைமட்டும் மிக அதிகமாக இருப்பதற்கு விளைச்சல் குறைவு. கள்ள மார்க்கெட், ரேசன் பருப்பு என்று வகைப்படுத்தலாம். பருப்பை இறக்குமதி செய்தாலொழிய குறைய வாய்ப்பில்லை.

2. விலைவாசிக்கெதிராக மார்க்சிஸ்ட், பகுஜன் உள்ளிட்ட எதிர்க்கட்சிகளின் போராட்டங்களுக்கு என்ன விளைவு?

லஷ்மி, நாமக்கல்.

விலைவாசி உயர்வை தடுக்கமுடியாது. தயவு செய்து ஏற்றுக் கொள்ளுங்கள் என்று நம்ப வைக்கத்தான் இந்தப் போராட்டங்கள்!

3. ஆமாம். இந்தப் போராட்டங்களில் தான் சத்து ஏது சாரம் ஏது?

ஆறுமுகம் –டெல்லி

விலைவாசி உயர்வை கட்டுப்படுத்த முடியாத தமிழக அரசு வரப்போகிற இடைத்தேர்தலை முன்னிட்டு ஒரு கோடி பேருக்கு இலவச மருத்துவக் காப்பீட்டுத் திட்டத்தை அறிவித்துள்ளது. வாலு போயி கத்தி வந்ததது. டும் டும்.

4. சோனியா, மம்தா, மாயாவதி ஒப்பிடுக.

ரஜினி, அரக்கோணம்

ஒற்றுமையில் வேற்றுமை. அல்லது வேற்றுமையில் ஒற்றுமை என்பது அவர்கள் அனைவரும் பெண்கள், அதிகாரம் மிக்கவர்கள், அரசியல்வாதிகள், ஆளுமைமிக்க தலைவர்கள் இவை தவிர மற்ற எல்லாமே வேறுதான்.

சோனியா : இத்தாலி, நேரு குடும்பத்து மருமகள் பிரபாகரனின் எதிரி நிழல் பிரதமர், வருங்காலப் பிரதமரின் அம்மா

மம்தா : எளிமை தனித்த ஆளுமை, போராட்டம், போராட்டம்

மாயாவதி : தலித் பகுஜன் சமத்துவமே லட்சியம் அதிகாரம் அதிகாரம்

5. இடைத்தேர்தலை ஜெயலலிதா புறக்கணிப்பது சரியா?

வெங்கடேஷ், அசோக் நகர்.

ஒருமுறை புறக்கணித்தால் குடியா முழுகிவிடும். தேர்தல் ஆணையம் குறித்த அவரது குற்றச்சாட்டு ஏன் விசாரணைக்கு எடுத்துக் கொள்ளப்படவில்லை? எனவே புறக்கணிப்பது சரியே.

6. வரப்போகின்ற இடைத்தேர்தலில் யாருக்கு வெற்றி?

ஆனந்தன், பட்டாபிராம்

துணை முதல்வர் ஸ்டாலின் சந்திக்கும் முதல் தேர்தல் என்பதால் விசிறி எறியப்பட்டவைகளை பொறுக்கிக்கொண்டு, புத்திசாலி வாக்காளர்கள் திமுக – வுக்குத்தான் வாக்களிப்பார்கள்.

7. தனுஷ் புதுக்கட்சி ஆரம்பிக்கிறாரா?

வேல்முருகன், வெள்ளவேடு

சந்திரசேகரன், இயக்குனர் கம் தந்தையர் திலகமாக இருந்து நடிகர் விஜய்யின் எதிர்காலத்துக்காக தமிழகத்தை பலியிட திட்டமிட்டால், தனுஷ் செல்வராகவன் என்று இரண்டைப் பெற்று சம்மந்தி ரஜினி துணையிருக்க, தனுஷின் அப்பா கஸ்தூரிராஜாவை வேடிக்கைப் பார்த்துக்கொண்டு இருக்கச்சொல்கிறீர்களா? என்ன அநியாயம்!

8. தலித் அரசியல் எப்படிப் போய்க் கொண்டிருக்கிறது?

ராஜேஷ், கடலூர்

நடுக்கடல் தனிக்கப்பல் என்று தலித் அரசியலை வர்ணித்த ரவிக்குமார் எம்.எல்.ஏ., இன்று விடுதலைச் சிறுத்தைகள் கட்சியை திமுக என்னும் தாய்க்கப்பலோடு இணைத்துவிட்டார். தலித் அரசியலோ இன்னும் நடுக்கடலில் தான் உள்ளது. புதுக்கப்பலைத்தான் உருவாக்கவேண்டும்.

9. தலித் வரலாறு குறித்து தமிழ்ப்பதிவுகள் அதிகம் வரவேண்டும் என்பது என்னைப் போன்ற மாணவர்களின் விருப்பம். பூர்த்தி செய்வீர்களா?

கோடாங்கிப்பிரியன், நந்தனம் கலைக்கல்லூரி

ஒவ்வொரு இதழிலும் தலித் தலைவர்களின் வாழ்க்கைக் குறிப்புகளை வாழ்நாள் சாதனைகளை வெளியிடும் திட்டம் உண்டு.

10. தலித் எழுத்தாளர் பேரவை தமிழ்நாடு மற்றும் புதுவை செயல்படுகிறதா?

லவ்லின், ஆரணி

பேரவை தலைவர் திருவாளர் ஸ்ரீதரன் கணேசன் அவர்களைத்தான் கேட்க வேண்டும்.

11. எழுத்தாளர் சிவகாமி அவர்கள் புது அரசியல் கட்சி துவங்கப்போவது கேள்விப்பட்டது உண்மையா?

பார்த்திபன், அரக்கோணம்.

ஏற்கெனவே தலித் நில உரிமை இயக்கம், பெண்கள் ஐக்கிய பேரவை பெரும் இயக்கங்களை கண்டவர். மாற்றம் ஒன்றே மாறாதது. பொறுத் திருங்கள்.

செப்டம்பர் 2009

1. பன்றிக் காய்ச்சல் பயங்கரமானது இல்லையா, எவ்விதம் பாதுகாத்துக் கொள்வது?

யாமினி, வடபழனி

காற்றில் வெகுவிரைவில் பரவும் நோய்கிருமி எதிர்ப்பு சக்தி குறைவானவர்களை வெற்றி கொள்கிறது. மரண பீதி,

முகமூடி பதுக்கல், மோசமான விலைவாசி ஏற்றத்தைத் திசை திருப்புதல், கொஞ்சகாலம் வாரிசு அரசியல், கருணாநிதி – ஜெயலலிதா சண்டை, சோனியா – ராகுல் ஆகியோரின் அசுர வளர்ச்சி ஆகியற்வைக் கண்டு கொள்ளாமலிருக்கும் கவசமாக பன்றிக் காய்ச்சலின் மரண பீதி பரப்பப்பட்டு வருகிறது. பன்றிக்காய்ச்சலில் இருந்து தப்புவதோடு இந்தப் பக்க விளைவுகளிலிருந்தும் தப்பவேண்டும்!!

2. பார்லிமென்டில் எம்.பிக்கள் கண்ணியமாக நடந்து கொள்ளவேண்டும் என்று மீரா குமார் அறிவுரை கூறியிருக்கிறார். இதைக்கேட்டு எம்.பிக்கள் நடப்பார்களா?

ராஜ், டெல்லி

சோனியாவும் ராகுலும் அணுசக்தி ஒப்பந்தத்தை நிறைவேற்றிய போது எம்பிக்கள் எங்கே சத்தம் போட்டார்கள்? விவசாய விதைகள் குறித்த விவசாயிகளுக்கு பாதகமான மசோதா பார்லிமென்டில் நிறைவேற இருக்கிறது. இதற்கு எந்த எம்பிக்கள் சத்தம் போடப் போகிறார்கள்? என்ன அமளிதுமளி நடந்தாலும் சோனியாவும் ராகுலும் பன்னாட்டு அண்ணன்கள் சொல் பேச்சிற்கேற்ப ஆட்டத்தை அரங்கேற்றப் போகிறார்கள்! எதற்கு வீணாக மீரா குமார் சில்லறை விஷயங்களுக்கு சத்தம் போடும் உரிமையைக் கெடுக்க வேண்டும்?

3. திருமாவளவன் பார்லிமென்டில் என்ன செய்கிறார்?

ரவி காளிதாஸ், கருங்கல்

எங்க தம்பியும் பார்லிமென்டு போகுது என்றளவில் தான் நடக்குது கச்சேரி! திருமாவளவன் பேச வேண்டும் என்றால் குறைந்தது இரண்டு மணி நேரம் வேண்டும்! கொடுக்கும் பத்து நிமிடங்களில் ஆலாபனைக்கு ஏது இடம்?

4. இன்றைய இளைஞர்கள் எப்படி?

அர்ஜுன், ஆடுதுறை

இளைஞர்கள் திறமையானவர்கள், துடிப்பானவர்கள். நமது முன்னோர்களைக் காட்டிலும் பலமடங்கு அறிவாற்றலும் தொழில்நுட்பமும் கொண்டவர்கள். ஆனால் அவர்களிடையே

வியாபார விளம்பரங்களும் வியாபார ஊடகங்களும் தவறான கருத்துக்களைக் பரப்பி வருகின்றன. விரைவில் பணம் சம்பாதித்து சொகுசு வாழ்க்கை வாழ வேண்டும் என்ற எண்ணங்கள் வேரூன்றி விட்டன. உயர்ந்த லட்சியங்கள் எல்லாம் பதவி, புகழ் நோக்கிச் செல்வதில், இளைஞர்களைக் குறித்து எந்த வகையில் பெருமை கொள்வது?

5. நடிகை சிநேகாவுக்கு மிரட்டல் எஸ்.எம்.எஸ். அனுப்புவது என்ன நியாயம்?

மிருதுளா, புனே

ஓ பத்திரிக்கைகள் சிநேகாவுக்கு அநியாயத்துக்கு விளம்பரம் தருகிறார் களே, இது எந்த ஊரு நியாயம்?

6. நடந்து முடிந்த இடைத்தேர்தலில், தி.மு.க., வாக்குப் பதிவுக்கு பிறகும் வாக்காளருக்கு ரூ.100 கொடுத்ததாக செய்தி படித்தேன். எதற்காக?

அஞ்சலி, வல்லநாடு

தேர்தல் ஆணையம் தி.மு.க., காங்கிரஸ் என்றால் எதையும் கண்டு கொள்ளாது! வாக்கு இயந்திரமே தி.மு.க. காங்கிரஸ் கட்சிகளுக்காக புரோகிராம் செய்யப்படும்போது இது ஜுஜுப்பி.

7. வைகோவின் வலது கரம் என்றழைக்கப்பட்ட மதிமுக வழக்கறிஞர் திமுகவில் இணைந்தது குறித்து உங்கள் கருத்தென்ன?

வள்ளி, போரூர்

வைகோ மட்டும் திமுக, அதிமுக என்று மாற்றி மாற்றி பல்டி அடிக்கலாம், ஆனால் அவரது வலது கரம் மட்டும் அவர் உடலிலே தேமே என்று தொங்கிக் கொண்டிருக்க வேண்டுமா?

8. சமீபத்தில் தாங்கள் படித்த புத்தகம் யாது?

இளவேனில், சென்னை

சூன்யப்புள்ளியில் பெண் (எகிப்து எழுத்தாளர் சவல் – எல். ஸாதவி எழுதியது) என்ற புத்தகத்தை உன்னதம் பதிப்பகம் வெளியிட்டிருக்கிறார்கள். நளினி ஜமீலா வின் கதையைப் போன்றே உள்ளது. விவாதிக்கக் கூடிய புள்ளிகள் ஏராளம்.

9. சீனாவில் தும்மினால் உலகமெல்லாம் எதிரொலிக்குதாம் என்ன அது?

காசிம், லாலாபேட்டை

பறவைக் காய்ச்சல் சீனாவிலிருந்து இறக்குமதியானது. பன்றிக்காய்ச்சல் அமெரிக்காவிலிருந்து. எய்ட்ஸ் அமெரிக்க – ஆப்பிரிக்க நாடுகளிலிருந்து என்று பலவித வியாதிகளும் உலகம் முழுவதும் பரவிக் கொண்டிருக்கும் போது, நீர் என்ன புதிதாக இருமல், தும்மல் எனப் புதிர் போடுகிறீர்? சீனாவின் ஸ்டாக் மார்க்கெட் முதலீடுகளின் மாற்றம் உலகத்தையே குலுக்கியதை ஏனிப்படி தும்மல் இருமல் என பயமுறுத்துகிறீர்?

10. நல்ல உணவு – உங்கள் விளக்கமென்ன?

ராக்கமுத்து – செஞ்சி

அளவோடு உண்பது, பசித்த பின் உண்பது, பெருமளவில் உழைப்பதற்காகவும், உயிருக்காகவும், சில சமயங்களில் ருசிக்காகவும் என்று தரம் பிரித்துக் கொண்டால் எல்லா உணவும் நல்ல உணவே!

அக்டோபர் 2009

1. மத்திய அமைச்சர்கள் அலுவலகம் சார்ந்த விமானப் பயணங்களில் எந்த வகுப்பில் பிரயாணம் செய்ய வேண்டும்?

நர்கீஸ் திருவல்லிக்கேணி

மத்திய அமைச்சர்கள் பெரும்பாலும் தங்கள் அறுபதுகளில் உள்ளவர்கள். பயணத்தின் போது படிக்க சற்றே ஓய்வு எடுக்க, தனிமையில் இருக்க விரும்புவது இயல்புதான். மூத்த ஐ.ஏ.எஸ். அதிகாரிகளே பிஸினஸ் வகுப்புகளில் பிரயாணம் செய்யும் போது அமைச்சர்கள் பிரயாணம் செய்தால் தவறில்லை. ஆனால் கிருஷ்ணாவும் சசிதரூரும் மாதக் கணக்கில் ஐந்து நட்சத்திர விடுதிகளில் தங்கி காசைக் கரியாக்குவது அவர்களின் சொந்தப் பணமே என்றாலும் சரியில்லை. சோனியா அவர்களை வெளியேற்று முன் அவர்களாகவே இதை உணர்ந்திருக்க வேண்டும்! அவர்களை அமைச்சரவைக்குத் தேர்வு செய்த காங்கிரசு எப்படிப்பட்டது என்பதைத் தெரிந்து கொள்வதும் அவசியம்.

2. ராகுல் குறிப்பிட்ட இரண்டு இந்தியாக்களை அவர் எப்படி இணைக்கப் போகிறார்?

வால்மீகி – லஜ்ஜாப் பேட்டை

ஏழை இந்தியாவையும் பணக்கார இந்தியாவையும் இணைக்க காங்கிரஸிடமுள்ள திட்டங்கள் இரண்டுதான். ஒன்று ரேஷன் அரிசி அடுத்த தேசிய ஊரக வேலைவாய்ப்புத் திட்டம் இவற்றின் மீது ராகுல் உடையாத பாலம் கட்டப்போறாருடோய்!

3. சிவகாமி அவர்கள் துவங்கவிருக்கும் புதிய இயக்கத்திற்கு அண்ணா பல்கலைக்கழக துணைவேந்தர் ஆள் பிடித்துத் தருவாரா?

ராஜன் – சேத்துப்பட்டி

பல்கலைக் கழகங்கள் அரசியல் பீடங்கள்! ஆளும் வர்க்க எடுபிடிகள்! வியாபார மய்யங்கள்! இந்த உண்மைகளை மக்களுக்கு உணர்த்திய துணைவேந்தர் வாழிய வாழியவே!

4. வன்கொடுமை தடுப்புச் சட்டத்திற்கு திருத்தம் கொண்டு வர வேண்டும் என்று பிருந்தா காரத் அறிக்கை விடுத்திருக்கிறார். இந்தத் திருத்தங்கள் தேவைதானா?

கண்ணதாசன் – விளாத்திகுளம்

முதல் தகவலறிக்கைக்கும், கோர்ட் செல்வதற்குமுள்ள இடையிலுள்ள காலத்தைக் குறைக்க வேண்டும் இது முதல் திருத்தம். குறைத்தால் கட்டப்பஞ்சாயத்து ஓரளவு குறையும். மற்ற சட்டங்களை விட தண்டனை அதிக பட்சமாக இருக்க வேண்டும் என்பது இரண்டாவது திருத்தம். தமிழகத்தில் இரண்டாயிரம் வழக்குகளில் ஏழு சதவிகித வழக்குகளில்தான் குறைந்த பட்சம் தண்டனையே விதிக்க முடிந்திருக்கிறது. எத்தனைத் திருத்தங்கள் வந்தாலும் ஏழ்மையிலிருந்தும், நிலத்தில் அடிமைகளாய் வேலை செய்வதிலிருந்தும் விடுவிக்க பட்டால்தான் இந்தச் சட்டத்தையே மக்கள் பயன்படுத்த முடியும்! தாழ்த்தப்பட்டவர்களில் விவசாயக் கூலிகளுக்கு குடும்பத்திற்கு ஐந்து ஏக்கர் விவசாய நிலம் வழங்க வேண்டும், அதற்கு சட்டம் உருவாக வேண்டும் என்று போரிடுவாரா பிருந்தா?

5. ஸ்டாலின் லண்டன் போயிருக்கிறார், எதற்கு?

வல்லரசு – கிளியனூர்

ஜெயலலிதா அம்மா மட்டும் தான் கொடநாட்டுக்குப் போகணுமா? அவர் கொடநாடு சென்றால் அவரை விட அதிகப் பணம் படைத்த ஸ்டாலின் லண்டனுக்குத் தானே போக வேண்டும். சமீபத்திய தேர்தல் வெற்றிகளைக் கொண்டாட சிறந்த இடம் லண்டன் தானே?

6. விஜயகாந்த்தின் அரசியல் வியூகம் என்ன?

முருகன் – பரங்கிமலை

வேலை வெட்டி இல்லாதவர்களை கட்சிக்கு இழுக்கும் பணிதான் தற்போதைய வியூகம்!

7. சிவகாமி பகுஜன் சமாஜ் கட்சியை விட்டு வெளியேறியதால் பகுஜன் சமாஜ் கட்சி கூடாரம் காலியாவதாக தினமலரில் செய்தி வந்தது எந்தளவுக்கு உண்மை?

ரத்தினவேல் – ராமநாதபுரம்

பகுஜன் சமாஜ் கட்சி. சிவகாமியை நம்பி இல்லை. மாயாவதியைத் தவிர அதற்கு எந்த வெளிப்படையான முகமும் இல்லை என்பதுதான் உண்மை.

8. விஜயகாந்தின் தே.மு.தி.கவுக்கு காளிமுத்துவைத் தொடர்ந்து சிவகாமியும் போகப் போகிறாரா?

நம்பிராஜன் – அரியலூர்

சிவகாமியைத் தெரிந்தவர்களுக்குத் தெரிந்த உண்மை விரைவில் உங்களுக்கும் தெரியும். கூடிய விரைவில் புதிய இயக்கத்தைத் துவங்குகிறார் என்பது தான் பலரும் அறிந்த விஷயம்.

9. ராகுல் வருகையால் திணறிப் போயிருக்கின்றனரா அதிமுகவும், திமுகவும்?

கவிதா – கொடுமுடி

பத்திரிக்கைகளின் கைங்கர்யம் இதில் அதிகம். காங்கிரஸ் என்பது தமிழகத்தைப் பொறுத்தவரை மறக்க வேண்டிய இறந்த இருண்ட காலம்.

அறுபதாண்டு காலமாக நாட்டை ஆட்சி செய்தும் தாழ்த்தப்பட்டவர்களை, மீனவர்களை, பழங்குடிகளை

அடித்தட்டு விவசாய மக்களைக் கடைத்தேற்ற முடியவில்லை. அதற்கான எந்த வெளிப்படையானத் திட்டங்களும் இல்லை.

இதற்காக முப்பாட்டன், பாட்டி, தந்தை, அம்மா அவர்களின் சார்பில் விழுந்து விழுந்து மன்னிப்புக் கேட்க வேண்டிய ராகுல் மகாராஜாவைப் போல் தமிழகத்தில் வலம் வந்தார். காரணம் அடித்தட்டு மக்களின் இயலாமை. இதற்கு அதிமுகவும், திமுகவும் பொறுப்பு.

அரசியல் வியூகம் என்று மாற்றி மாற்றி போட்டி போட்டுக் கொண்டு கூட்டணி வைத்ததினால் முழுதாக அப்பம் விழுங்க வந்த ராகுலைப் பார்த்து திணறத்தான் வேண்டும்.

புரிய வேண்டிய அடித்தட்டு மக்களுக்குப் புரிந்தால் சரி.

10. உங்களுக்குப் பிடித்தமான விளையாட்டு எது?

சின்னசாமி – கோயம்புத்தூர்

உடற்பயிற்சிக்கு உகந்த அனைத்து விளையாட்டுகளும் பிடிக்கும் மிகவும் பிடித்தது என்றால் பனிச்சறுக்குதல்தான். த்ரில்லிங்காக இருக்கும்.

நவம்பர் 2009

1. மதத்திற்கு அப்பாற்பட்டு அரசியல் சாசனம் இயங்குகிறதா?

ஆனந்த் – கன்னியாகுமரி

அரசியல் சாசனம் மதத்திற்கு அப்பாற்பட்டது என்று அம்பேத்கர் அவர்கள் எழுதிச் சென்றாலும் நடைமுறையில் இந்திய அரசு மதத்திற்கு உட்பட்டதாகவே அதைக் கருதுகிறது. உதாரணமாக, சாதி இந்துக்கள் எவரும் மதம் மாறுகையில் அவர்களின் இட ஒதுக்கீட்டுச் சலுகை பறிக்கப்படுவதில்லை. ஆனால் தலித் மக்கள் கிறித்துவத்திற்கு மாறினால் அவர்களுக்கு இட ஒதுக்கீட்டு சலுகை மறுக்கப்படுகிறது.

2. ராகுலின் இரண்டு இந்தியாக்கள் யாவை? இந்த இரண்டு இந்தியாக்கள் உருவாவதில் ராகுல் இருக்கும் காங்கிரஸ் கட்சியின் பங்கு என்ன?

ஆனந்த் – கன்னியாகுமரி

பிள்ளைகளைக் கிள்ளிக் கொண்டிருப்பதே காங்கிரஸின் அரசியல் தந்திரம். தொடர்ந்து இரண்டு இந்தியாக்கள் இருக்கும் என்பது ராகுல் குடும்ப வாரிசாக அரசாள வந்திருப்பதிலிருந்து தெரியவில்லையா?

3. விஜயகாந்த் உள்ளாட்சி இடைத்தேர்தலில் ஏன் பங்கு கொள்ளவில்லை?

மோகன் – அம்மனூர்

சென்ற இடைத்தேர்தலில் சில இடங்கள் பிடித்தும் பயனில்லை .

4. பௌத்தத்திற்கு மாறுவது தலித் மக்களின் விடுதலைக்கு வழியா?

அசோகன் – மீஞ்சூர்

பண்பாட்டு மீட்டுருவாக்கம் அரசியல் புரட்சியோடு இணைவாக சென்றாலே வெற்றி.

5. சமீபத்தில் படித்த புத்தகம் எது?

மேனகா, காளான்குப்பம்

டான் பிரவுன் எழுதிய லாஸ்ட் சிம்பல் என்னும் புத்தகம் படித்தேன். கிறித்துவத்தை மேலை நாடுகளில் மீட்டுருவாக்கம் செய்யும் விதமாகவும் உள்ளது. அதே சமயத்தில் போப்களின் அதிகாரத்தை உடைப்பதாகவும் உள்ளது. மொத்தத்தில் முரண்களின் கலவை!?

6. மன்மோகன் சிங் (இம்முறை) பிரதமராகிய நூறு நாள் சாதனை உண்டா?

அய்யப்பன் – குள்ளஞ்சாவடி

உலக வங்கியின் முன்னாள் ஊழியர், மிகுந்த விசுவாசத்துடன் இந்தியாவை அடகு வைப்பதில் ஈடுபட்டுள்ளார். இதை வாழ்நாள் சாதனை என்று சொல்லவேண்டும். தொடர்ந்து அதைத்தானே செய்யப் போகிறார்!

7. நீங்க ரசித்த அரசியல் காமெடி?

விசாலம் – பண்ருட்டி

பா.ம.க. ராமதாஸ்தான் அரசியல் காமெடியின் ஹைலைட்

8. நாக்பூர் தீட்சை பூமி தலித் மக்களின் புனித பூமியா?

கௌதமன் – பட்டுக்கோட்டை

தலித் மக்களின் பண்பாட்டு மாற்றத்திற்கு வித்திட்ட வரலாற்றுக்களம்.

9. உங்களின் சமீப ஜப்பான் பயணத்தைப் பற்றிக் கூறுங்களேன்.

கணேசன் – பழனி

கூறுவதற்கு ஏராளமாக இருந்தாலும், பணக்காரர்கள் மட்டுமே மாட்டிறைச்சியை சிறந்த உணவாகக் கருதி அதிக விலை கொடுத்து உண்கிறார்கள் என்பதைத் தகவலாகக் கூறுகிறேன்.

10. காதலிப்பது சரியா?

வெள்ளை – விராலிமலை

எந்தக் காலத்தில் இருக்கிறீர்? இயற்கை, இனவிருத்தி, பசியின் இன்னொரு முகம் ஆகிய இவற்றையெல்லாம் தாண்டி சாதிய சமூகத்தில் சாதி மறுப்பு காதல் மட்டுமே சமூக மாற்றம் கொண்டுவரும்.

11. புரட்சிகர இயக்கங்கள் மக்களைச் சென்றடையாததின் காரணம் என்ன?

ரசிகா – பரமன்கேணி

சில அறிவுஜீகளின் மூளைகளுக்குள்ளும், காகிதச் சண்டைகளிலும் மட்டுமே அவை முடங்கி விட்டதும் காரணம்.

12. மக்களுக்கெதிராக செயல்படும் ஊடகங்களைத் தடுத்து நிறுத்த முடியுமா?

கோபால் – நன்னை

அவ்வப்போது கண்துடைப்பு தண்டனைகள் கொடுக்கும் போதே ஊடகங்களின் சங்கங்கள் குமுறுகின்றன. ஊடகங்கள் சமூக பொறுப்புடன் நடந்து கொள்ள உண்மையான ஜனநாயக அரசு அமைய வேண்டும்.

ஜனவரி 2010

1. கடவுள் மறுப்பும் தீண்டாமை ஒழிப்பும் ஒன்றா?

பிரமிளா – சத்துவாச்சாரி

கடவுளுக்கும் தீண்டாமைக்கும் உள்ள ஒற்றுமை இந்துமதம். இதற்கு எதிரானவர்களிடம் உள்ள ஒற்றுமை சூத்திரம் தலித் . இது கடவுள் பற்றிப் பேசுவதில்லை. அதன் இருப்பைப் பற்றி கவலையோ விசாரணையோ கொள்வதில்லை. தீண்டாமை ஒழிந்த சமத்துவம் அதன் இலக்கு.

2. எழுத்தாளர் சிவகாமியின் புதுகட்சி அவசியமா?

நளினி – பொய்கை

காசுக்கு விற்கப்படும் ஓட்டுகள் என்று எல்லார் வீட்டிலும் விற்பனை பலகைகள் மாட்டி வைத்துக் கொள்ளும் காலத்தில்தான் புதுக்கட்சிக்கும் அவசியம் ஏற்படுகிறது. மக்களுக்கு இன்னமும் நம்பிக்கையிருக்கிறது என்பதைப் பறைசாற்றுகிறது இப்புதிய கட்சியின் உதயம்.

3. இடைத்தேர்தலில் வெற்றி பெற்ற தி.மு.க கட்சி பற்றி உங்கள் கருத்தென்ன?

விஜி – குடியாத்தம்

இதெல்லாம் தேர்தல்! இதெல்லாம் வெற்றி! இதெல்லாம் சனநாயகம்!

4. ஹிட்லரை விட கொடுமைகள் புரிந்த பொன் சேகா தமிழர்கள் நலன் பற்றிப் பேசுவது....

ராஜு செஞ்சி

தேர்தல் மழை ஈரமற்ற பொன்சேகாவையும் நனைத்து விட்டதே, அய்யோ!

5. ஜனநாயகத்தின் நான்காவது தூண் தன் கடமையைச் சரிவர செய்கிறதா?

சகிலா – திருவண்ணாமலை

அதற்கும் பொதுஜனம் போல் விட்டமின் D தேவைப்படுகிறது. நிருபர்கள் கடமையைச் செய்தாலும் அவர்

களது முதலாளிகளு க்கு அரசியல் உள்ளதே. கட்டிக் காக்கப்பட பெரிய சாம்ராஜ்யம் உள்ளதே!

6. தாழ்த்தப்பட்டவர் ஏன் பகிரங்கமாக தன் சாதியைச் சொல்லத் தயங்குகிறார்?

ஆறுமுகம் – டெல்லி

சாதிக்கு என்று ஒரு தனி மரியாதை கிடைக்கிறது. அதனால் ஒருவன் சாதியைச் சொல்லி பெருமை அடைகிறான். சிறுமை அடைய விரும்பாதவன் சாதியைச் சொல்வதில்லை. எனினும் படித்தவர்கள், பகுத்தறிவுள்ளவர்கள் கேட்பவர்களின் செவிட்டிலறைவது போல் சாதியைச் சொல்லி, கேட்டவனை முடமாக்குகிறார்கள்!

7. புத்தகயா மீட்புப் போராட்டத்திற்கு ஆதரவு தெரிவித்ததற்கு மிக்க நன்றி. புத்தகயா மீட்கப் படுமா?

பிராமணர்கள் நுழைந்த உலகமது. ஆட்சி அதிகாரம் அவர் கையிலிருக்கும் வரை மீட்பது சிரமம் எனினும் அதை பிராமணர்கள் வைத்திருப்பதும் சிரமம்தான்.

8. பார்த்து ரசித்தப்படம், படித்து மகிழ்ந்த புத்தகம், கேட்டு சிரித்த நகைச்சுவை....

ராஜ்குமார் – சித்தூர்

பசங்க.... அருமையான படம். மிகச்சிறப்பான கரு, நகைச் சுவையும் கூட.

(Gender studies - A primer) பேராசிரியர் காதம்பரியின் ஆங்கிலப் புத்தகம், அதிக விபரங்கள், எளிமையான தொகுப்பு, தத்துவப் படுத்தப்பட்ட விவாதங்கள்.

சூச்சூ மாரி கொல்லப்புற ஜாங்கிரி –சிரித்து மகிழ்ந்த நகைச்சுவை பாட்டு.

9. சமூக சமத்துவப் படை துவக்க விழாவிற்கு வந்திருந்தேன். அம்பேத்கர் படத்தைத் தவிர வேறு படங்களில்லையே ஏன்?

மலர் – திருச்சி

அனைத்துத் தத்துவங்களையும் உள்ளடக்கிய அம்பேத்கரியலும், குற்றமற்ற வாழ்க்கை மூலம் தனது தத்துவத்திற்கு ஒளி பாய்ச்சிய அண்ணலின் தலைமையும் போதும்.

10. அனைத்து இனம், மொழி சார்ந்த எதிர்கால மனிதனை எப்படி உருவாக்க முடியும்?

சொக்கன் – பெரம்பலூர்

சமத்துவத்தின் அடிப்படையில்தான் உருவாக்க முடியும் கற்றலும், போராடுதலும் வழிமுறைகள்.

பிப்ரவரி 2010

1 இந்தியா வளர்ச்சிப் பாதையில் அடியெடுத்து வைத்துள்ளது என்று எல்லா ஊடகங்களிலும் தொடர்ந்து எழுதப்பட்டு வருகின்றது, உண்மை நிலை என்ன?

ராசாத்தி – ஆவடி

குழந்தை இறப்பு விகிதம், சத்துணவு அற்ற குழந்தைகள் மற்றும் பெரியவர்கள் என்ற அடிப்படையில் மிகவும் பின்தங்கிய உலக நாடுகள் 88. அதிலும் கூட இந்தியா மிக மிக பின்தங்கிய நாடாக 65–வது இடத்தைப் பிடித்துள்ளது. உக ாண்டா (38) மரிதானியா (40) ஜிம்பாவே (58) என்று ஏழை நாடுகளையும் தூக்கி சாப்பிட்டு விட்டது. என்னே நம் வளர்ச்சி!

2 காஸ் சிலிண்டர் தட்டுப்பாடு எப்போது தீரும்?

வடிவேலு – ஆற்காடு

தேர்தலுக்கு முன்பாக தீரும். தேர்தல் முடிந்தவுடன் தட்டுப்பாடு அதிகமாகும். எப்போது தேர்தல் என்று எதிர்ப்பார்க்கத் தொடங்கி யிருப்பீர்களே!

3 லிபரான் அறிக்கை என்னவாயிற்று?

கண்ணன் – தேனி

பாபர் மசூதி இடிப்புத் தொடர்பான அறிக்கை டிசம்பர் 6–ல் நினைவூட்டப்பட்டது. அவ்வளவு தான்! அதற்குப் பிறகு தெலுங்கானா வந்துவிட்டது! அதுவும் போய் விலைவாசி யேற்றம் வந்தது! இதையெல்லாம் நாம் மறப்பதற்கு சோனியா, கருணாநிதி, ஜெயலலிதா என்று மாறி மாறி ஏதாவது அறிக்கை விடுவார்கள். அழகிரி அழகிரி என்று ஊடகங்கள் வேறு சுற்றிச்

சுற்றி கும்மி! அடுத்த டிசம்பர் 6-ம் தேதி மறுபடியும் லிபரான் எட்டிப் பார்க்கும்! அதுவரைக்கும் நீங்கள் மறக்காமல் இருந்தால் சரி.

4 மும்பைப் படுகொலைக்குப்பிறகு ஃபோபர்ஸ் ஒன் என்ற பாதுகாப்புப் படை உருவாக்கப்பட்டுள்ளதாமே?

கஜேந்திரன் – திண்டுக்கல்

ஆம்! இந்துத்துவ பாசிஸ்டுகள்தான் குண்டு வெடிப்புகளுக்குக் காரணம் என்று போட்டுடைத்த தீவிரவாத எதிர்ப்புப்படை அதிகாரி ஹேமந்த் கர்கரே கொலையை மூடிமறைக்க அரசாங்கம் போட்டுக் கொள்ளும் புது முக மூடி இது!

5 இளையராஜாவுக்கு பத்ம பூஷண் கிடைத்ததற்காகப் பாராட்டலாமா?

கல்பனா – பாலவாக்கம்

ஏன் பாராட்டாமல்? அடித்தட்டு மக்களின் இசையை உலக அளவில் கொண்டு சென்றதற்காகவும், அந்த மக்கள் காற்றை மட்டும் தான் ஷஷ இலவசம் பெறாமல் சுவாசிக்கிறார்கள் என்பதற்காகவும் அவரையும், அவரைக் கௌரவித்த அரசையும் பாராட்டத்தானே வேண்டும்!?

6 கலைஞர் காப்பீட்டுத்திட்டம் சிறந்தத் திட்டமா?

ரதி – திண்டிவனம்

இது ஒன்றும் மக்கள் காப்பீட்டுத் திட்டமில்லையே? கலைஞரும், காப்பீட்டுக் கழகங்களும், தனியார் மருத்துவமனைகளும் அவரவர்க்காக செய்துகொண்ட ஒப்பந்தங்கள் தாமே! (வருங் காலத்தில் விரிவான கட்டுரையை எதிர்பாருங்கள்)

7 தமிழ் செம்மொழி அரசியல் மாநாடு எப்போது?

ராஜு – காஞ்சிபுரம்

மே-16-ம் நாள் திருச்சியில் நடைபெறும்.

8 சமீபத்தில் படித்த புத்தகம் யாது?

பாண்டியன் – பல்லாவரம்

கமலதாசின் மை ஸ்டோரி. வருத்தமாக இருந்தது. கூண்டுப் பறவைகளின் ஏக்கம் பறப்பதற்காக அல்ல. சிறந்த கூண்டு

களைக் கட்டிக் கொள்வதற்காகத் தான்! குடிசைப் பகுதியின் அருகில் பங்களாவில் குடியிருந்த கமலாதாஸ், அவ்வேழை மக்களால்தான் தன் மகனுக்கு வியாதி வந்தது என்று நம்பி தனது ஜாகையை மாற்றிக் கொண்டாராம். பாவம்!

மார்ச் 2010

1 இலங்கைத் தேர்தலில் ராஜபக்ஷே வெற்றி பெற்றது எவ்வாறு?

துலுக்காணம் – தேனி

இனப்படுகொலையை ஆதரித்த மக்களின் வெற்றி. இந்தியாவில் காங்கிரஸ் என்றாலும் பிஜேபி என்றாலும் எப்படி அது இந்துத்துவத்தின் வெற்றியாக இருக்குமோ அப்படி இராஜபக்ஷே என்றாலும் பொன்சேகா என்றாலும் இது இனவெறியின் வெற்றிதான்.

2 தெலுங்கானா போராட்டம் அம்மக்களுக்கு நன்மையாக முடியுமா?

கரிமா – சென்னை

போராடுவதென்னவோ ஒடுக்கப்பட்ட, பிற்படுத்தப்பட்ட வகுப்புகள்! அரசியல் தலைமைப் பதவிகளோ ரெட்டியார் வேலமார் கைகளில்! யாருக்கு நன்மையாக முடியும்?

3 இந்தியாவின் வளர்ச்சி 8.2 சதவீதம் என்கிறார்கள் இதன் அர்த்தம் என்ன?

சங்கரா – அரக்கோணம்

இந்தியாவில் 50 சதவிகித மக்கள் வறுமைக் கோட்டுக்குக் கீழ் வாழ்கிறார்கள் என்று அர்த்தம்.

4 பாபா சாகேப் அம்பேத்கர் உரையில், அரசியலில் ஒரு மனிதன், ஒரு வாக்கு, ஒரு மதிப்பு என்ற நிலையை ஏற்றுக் கொள்வோம். ஆனால் சமூகப் பொருளாதார வாழ்வில் ஒரு மனிதன் ஒரு மதிப்பு என்ற நிலையைத் தொடர்ந்து மறுத்துக் கொண்டிருப்போம் எனில் துன்புறுவோர் பொங்கி எழுந்து இந்தப் பாராளுமன்றம், கடும் உழைப்பில் உருவாக்கிய

ஜனநாயக அமைப்பையே உடைத்தெறிந்து விடுவார்கள் என்று கூறியது எப்போது நிஜமாகும்?

பால்ராஜ் – வேலூர்

கிராமங்கள் தோறும் விழிப்புணர்வோடு அரசியல் களச் செயல்பாடுகள் திட்டமிட்டு துவங்கப்பட்டால் நிச்சயம் அது நிஜமாகும்.

5 நிலத்தை வாங்கி வழங்க வேண்டும் என்று ஆர்ப்பாட்டம் நடத்தியிருக்கிறது சமூக சமத்துவப் படை. அரசாங்கத்தால் அது சாத்தியமா?

பன்னீர் – தக்கோலம்

கிருஷ்ணம்மா ஜகந்நாதன் இந்த வருடம் அம்பேத்கர் விருது பெற்றவர். இவர் தனது தொண்டு நிறுவனம் மூலம் ஆயிரம் ஏக்கர் தஞ்சை – நாகையில் பூமியை வாங்கி நிலமில்லா ஏழைகளுக்கு வழங்கியிருக்கும்போது அரசாங்கத்தால் சாத்தியமாகாதா?

6 கனிமொழியின் வேலைவாய்ப்பு முகாம்கள் என்ன தாக்கத்தை உருவாக்கியிருக்கின்றன?

சுந்தர் – வாலாஜாபாத்

சிவகாமி, ஐ.ஏ.எஸ் வேலைவாய்ப்புத் துறையின் கமிஷனராக இருந்தபோது திண்டிவனம், செய்யாறு, அரக்கோணம், போடி, சென்னை, இரத்தினமங்கலம் தாகூர் கல்லூரி ஆகிய இடங்களில் சிறப்பான வேலைவாய்ப்பு முகாம்களை நடத்தி ஆயிரக் கணக்கானோர் வேலைவாய்ப்புப் பெற வழிவகுத்தார். அதன் தாக்கம் தாம் கடந்த கழக ஆட்சிகளில் செய்யாத வேலைவாய்ப்பு முகாம்கள் இப்போது நடை பெறுகின்றன.

2009 டிசம்பர் வரையில் வேலை வாய்ப்பற்றோர் 62 லட்சம் பேர் பதிவு செய்துள்ளனர். இவர்களுக்கு வேலை வாய்ப்பு அளிக்கும் விதமாக வருடந்தோறும் ரூ.300 கோடியாவது பயிற்சி நிலையங்களுக்காக முதலீடு வேண்டும். அதைச் செய்ய முன்வராத அரசு யானைப்பசிக்கு சோளப்பொறி போல் அங்கொன்றும் இங்கொன்றுமாக முகாம் நடத்தி வருகிறது.

7 மோடி அரசு திறமையான அரசா?

லோகநாயகி – திண்டிவனம்

மோடி / காந்தியின் குஜராத்தில் கோயில் நுழைவு உட்பட சுமார் நூறு வழிகளில் தீண்டாமை கடைபிடிக்கப்படுவதாக தி சன்டே இந்தியன் வாரப்பத்திரிக்கை செய்தி வெளியிட்டுள்ளது.

8 இலங்கைத் தமிழர் வாழ்வில் எப்போது மாற்றம் வரும்?

பூங்கொடி – விழுப்புரம்

தமிழர் சுயாட்சி கோரிக்கையை சர்வதேச நிறுவனங்கள் ஆதரித்து பேச்சு வார்த்தை நடத்த வேண்டும்.

9 சினிமாக்காரர்கள் சினிமாவை மீறி ஏதாவது செய்ய வேண்டுமா?

மூர்த்தி– செங்குன்றம்

சினிமாவைச் சரியாக முதலில் செய்யட்டும். அங்கே சரியாக செய்ய முடியாதவர்கள் அரசியலிலும் செய்யட்டும். இரண்டுங் கெட்டான் நிலைமையில் ஏகப்பட்ட பேர். ஏதோ ஓரிருவர் விதிவிலக்கு!

10 சின்னத்திரைகளில் சாமியார்கள், சோதிடர்கள், மதவாதிகள் உள்ளிட்ட பலவித தில்லு முல்லு பார்ட்டிகளின் ஆதிக்கம் விடியற் காலையிலே ஆரம்பமாகி விடுகிறதே?

தனசேகரன்– பஞ்சட்டி

திராவிட ஆட்சிகளின் பங்களிப்பைப் புரிந்து கொள்ள டி.வி.யை ஆன் செய்தால் போதும்!

11 சமூக சமத்துவப் படையின் அடுத்த நிகழ்வு என்ன, எங்கு, எப்போது?

கிருஷ்ணன்– அயனாவரம்

பஞ்சமி நில மீட்புப் போராட்டம். மதுராந்தம் அருகே செய்யூர் ஏப்ரல் 14ஆம் நாள்.

12 சமீபத்தில் படித்த புத்தகம் எது?

தனசேகர்– மருதம்

கூகி வா தியாங்கோ வின் அடையாள மீட்பு என்னும் ஆப்பிரிக்க எழுத்தாளரின் புத்தகம். ஆங்கில மொழிக்கும் ஆப்பிரிக்க மொழிகளுக்கும் இடையேயான யுத்தத்தில் அடையாளத்தை மீட்டெடுக்கும் உத்தி!

ஏப்ரல் 2010

1 மியான்மரில் இருபதாண்டுகளுக்குப் பிறகு நடக்கும் தேர்தலில் சூ குயி போட்டியிடுவாரா?

வெங்கடேசன்– நெமிலி

கைதிகளுக்குப் போட்டியிட உரிமையில்லை என்று மியான்மர் அரசு தடை விதித்துள்ளது. 18 மாதங்களாக வீட்டிலே சிறை வைக்கப்பட்டிருக்கும் சூ குயின் சிறைவாசம் அக்டோபரில் (2010) முடிவடைகிறது. தேர்தலோ மார்ச் மாதம் நடக்க விருக்கிறது. அவரை விடுவிக்கவேண்டும் என்று உலக நாடுகளும், மியான்மர் நாட்டு மக்களும் அரசை நிர்ப்பந்தித்து வருகின்றனர். விடுவிக்கப்பட்டால் அவர் போட்டியிடுவது மட்டுமல்ல, நிச்சயம் வெற்றி பெறுவார்.

2 நக்ஸல்களைப் பற்றி ஆவணப்படம் தயாரிக்க தூரதர்ஷன் முன்வந்துள்ளது குறித்து உங்கள் கருத்தென்ன?

பாஸ்கர்– பரங்கிமலை

அம்பேத்கர் படம் மம்முட்டி நடித்தது, அரசின் NFDC நிறுவனம் எடுத்தது. இன்னும் தமிழ்நாட்டில் திரையிடப்படவில்லை. நக்ஸல்கள் பற்றிய படத்தை உஷாராக எடுப்பார்கள் அதாவது நக்ஸல்களைக் கொல்வதற்காக!

3 உலகத்தின் எட்டு அதிகாரமிக்க பெண்களில் மூன்று இந்தியர்கள் இடம்பிடித்துள்ளனர். இந்தியாவுக்குப் பெருமைதானே?

ஜெய்பால் –அலமாதி

இரண்டாமிடத்தைப் பிடித்தவர் இந்தியாவில் பிறந்து பெப்சி என்ற உலகத்தரம் வாய்ந்த மனிதக் கொல்லி பானம் தயாரிக்கும் பன்னாட்டுக் கம்பெனி தலைவர் இந்திரா நூயி. மூன்றாமிடத்தில் இருப்பவர் இத்தாலியில் பிறந்து ராஜீவ் காந்தியை மணந்ததால் ஆட்சி அதிகாரத்தைக் கைப்பற்றிய காங்கிரஸ் தலைவி சோனியா. ஐந்தாமிடத்தை எட்டிப்பிடித்தவர் ஐ.சி.ஐ.சி.ஐ வங்கித் தலைவர் சந்தா கோச்சார் என்பவர்.

இந்த மூவரையும் பார்த்தால் இந்தியத் தொடர்பு என்பதைவிட பன்னாட்டு முதலாளியத் தொடர்புதான் துருத்திக்

கொண்டு தெரிகிறது. எப்படிப் பெருமைப் பட முடியும் தலைவா?

4 ஓசோன் ஓட்டையை அடைக்க வழியில்லையா?

ஜெயராமன்– பொன்னேரி

கார்பன்–டை–ஆக்சைடுக்கு வரிவிதித்தால் ஓசோன் ஓட்டையை அடைக்கலாம். சன் மைக்ரோ சிஸ்டம் என்ற நிறுவனத்தைச் சேர்ந்த கோஸ்லா என்பவர் சில கண்டுபிடிப்புகள் செய்துள்ளார். அதன்படி இயற்கை வாயு மற்றும் புல் கொண்டு மின்சாரம் தயாரிக்க முடியும் என்றும், அதிகப்படியாக வெளியாகும் கார்பன்–டை–ஆக்சைடு கொண்டு சுத்தமான உறுதியான வீடுகட்ட உதவும் சிமெண்டு தயாரிக்க முடியும் என்றும். இக்கண்டுபிடிப்புகளும் உற்பத்தியாக மாறும் போது மாற்றம் பிறக்கும்.

5 நித்தியானந்தா மேட்டர் குறித்து உங்கள் கருத்தென்ன?

மஞ்சுநாதன்– மணலி

பஞ்சமி நிலம் குறித்து உங்கள் கருத்தை வெளியிடுங்கள்!

6 அம்பேத்கர் பற்றி ஒரு வரி கூறுங்கள்

இருசப்பன்– சேலம்

ஆயிரம் ஆண்டுகளில் இந்தியாவில் பூத்த அரிய மலர்.

7 அவதார் படம் சிறந்த படம் என்று சொல்வீர்களா?

மாயவன் –அத்திபட்டு

சொல்லலாம் அற்புதமான கனவு. ஆனால் உலகபோலீஸ் அமெரிக்காவுக்கு இந்தக் கனவு வந்து மறுபடி மறுபடி அவர்கள்தான் உலகின் பாது காவலர்கள் என்று உரைப்பதுதான் வேடிக்கையானது!

8 ஹர்ட் லாக்கர் திரைப்படம் பார்த்தீர்களா?

வசந்த் – பாண்டிச்சேரி

காத்தரீன் பிக்காலோ இயற்றி ஆறு ஆஸ்கர் விருதுகள் அள்ளிக்குவித்த அப்படத்தை இரண்டு முறையேனும் பார்க்க ஆசை.

9 பாரம்பரிய உணவு வகைகள் மீண்டும் கொண்டாடப்பட வாய்ப்பு உள்ளதா?

பச்சையப்பன்–வாலாஜாபேட்டை

தொடர்ந்து ஃபாஸ்ட் ஃபுட் சாப்பிடுபவர்கள் பாரம்பரிய உணவு வகைகளை உண்ணும்படி விரைவிலேயே நிர்ப்பந்திக் கப்படுவார்கள், தங்கள் உடல்நலம் காரணமாக.

10 படித்த புத்தகம்?

ஐயப்பன்–கிருஷ்ணகிரி

வே.அலெக்ஸ் தொகுத்த பஞ்சமி நில உரிமை செங்கல்பட்டு மாவட்ட பறையர் இன மக்களைப் பற்றிய குறிப்புகள். (முதல் தொகுதி) தமிழில் ஆ.சுந்தரம்.

மே 2010

1. புதிரை வண்ணார்கள் உள்ஒதுக்கீடு பெறுவது அவசியமா?

ரமணி–சின்னசேலம்

மிகக் குறைவான எண்ணிக்கையில் உள்ளவர்கள் புதிரை வண்ணார்கள். உள் ஒதுக்கீடு அவசியம்தான். அஃதோடு அவர்க ளுக்கென சிறப்புத்திட்டங்கள் அவசியம்.

2. பிருந்தா கராத், சுஷ்மா சுவராஜ், சோனியா காந்தி ஆகிய மூவரும் உள் ஒதுக்கீட்டுடன் கூடிய மகளிர் மசோதாவை ஏன் ஆதரிக்க மறுக்கிறார்கள்?

மகிழினி–செங்கம்

அவர்கள் பிறந்த இடம், புகுந்த இடத்தைப் பாருங்கள் பார்ப்பன பந்தத்தில் மாட்டிக் கொண்டவர்கள் எப்படி உள் ஒதுக்கீட்டை ஆதரிப்பார்கள்?

3. பஞ்சமி நிலத்தை மீட்க முடியுமா?

ராஜேஸ்வரி–திருமங்கலம்

ஏன் மீட்க முடியாமல்! நிலம் பற்றிய விபரங்கள் இருக்குமேயானால் மீட்பு நிச்சயம், எத்தனைக் கைகள் மாறினாலும் அது தாழ்த்தப்பட்ட மக்களின் நிலம்தான்.

4. ட்ரெமென் ஹெரே என்பவர் யார்?

ரவி – திண்டிவனம்

1894ல் செங்கல்பட்டு மாவட்ட ஆட்சித் தலைவராக இருந்த வெள்ளைக்காரர். பஞ்சமி நிலத்தைத் தாழ்த்தப்பட்டவர்க்கு பிரிட்டிஷ் அரசு வழங்கக் காரணமாயிருந்தது மனிதாபிமான முள்ள இவர் எழுதிய அறிக்கைதாம்.

5. அயோத்திதாசப் பண்டிதர் நில உரிமைக்காக எங்ஙனம் போராடினார்?

பச்சையப்பன்–வாலாஜாபேட்டை

ஆதிதிராவிட மகா ஜன சபை என்ற அமைப்பை ஏற்படுத்தி வெள்ளையர்களை இந்தியாவை விட்டு விரட்ட தாழ்த்தப்பட்ட மக்களின் ஆதரவு வேண்டுமென்றால் அவர்களுக்கு நிலம், கல்வி ஆகியவை அளிக்கப்பட வேண்டும் என்று சாதி இந்துக்களின் சென்னை மகாஜன சபையிடம் வாதாடினார். இவருடைய வேண்டுகோள் ஏற்கப்பட்டு சென்னை மகாஜனசபை தாழ்த்தப் பட்ட மக்களுக்குப் பட்டா வழங்க வேண்டும் என்று வெள்ளையரிடம் கோரிக்கை வைத்தது. அந்நாளில் தாழ்த்தப் பட்டவர்கள் பட்டாக்கோரி மனுச்செய்த போது அதை எதிர்த்து வந்தவர்கள் சாதி இந்துக்கள். அப்படிப்பட்டவர்களின் ஆதரவை நிர்ப்பந்தித்துப் பெற்றது அயோத்திதாசர்தான்.

6. பெண்கள் மசோதாவில் உள் ஒதுக்கீடு அவசியமா, ஏன்?

ஐயப்பன்–கிருஷ்ணகிரி

பெண்கள் பலதரப்பட்டவர்கள். கலாச்சார ரீதியாகவும் வேறானவர்கள். நமது நாடு பன்மைத் தன்மை கொண்டுள்ள நாடு என்றால் அனைத்துத் தரப்பினரும் பிரதிநிதித்துவப்படுத்தப்பட வேண்டும். அதிகம் ஒடுக்குமுறைக்கு ஆளாகின்றவர்கள் அடித்தட்டுப் பெண்கள். அப்படிப்பட்டவர்களின் குரல் பாராளுமன்றத்தில் ஒலிக்க வேண்டுமே!

7. சிறப்பு உட்கூறு திட்டம் மாற்றப்பட்ட வடிவத்தில் உள்ளது என்று ப.சிதம்பரம் கூறுகிறாரே, உண்மை தானா?

ரவி– இராஜகுளம்

தோசையைப் புரட்டிப் போட்டு விட்டு பரோட்டா என்று சொல்வது போலிருக்கிறது. சிறப்புக் கூறுத்திட்டத்தில் அதிக

நிதி ஒதுக்கீடு எப்போதும் போல தலித் மக்களுக்குப் பயன்படாத வழியில் செலவு செய்வதற்குத்தான். மாற்றமேதுமில்லை.

8. சமூக சமத்துவப் படை தலித் கட்சியா?

பத்மா–மாத்தூர்

ஆம்! ஒடுக்கப்பட்ட பெண்கள், சிறுபான்மையினர், பழங்குடிகள், அரவாணிகள், ஏழைகள், பெரும்பான்மையாக ஒடுக்கப்பட்டி ருக்கும் தாழ்த்தப்பட்ட மக்கள் ஆகியோருக்கான கட்சி!

9. தொடர்ந்து தாழ்த்தப்பட்ட மக்கள் பல்வேறு வகைகளில் தாக்கப்படுகிறார்களே; தீர்வு இல்லையா?

மாலனி–பர்கூர்

தீர்வு இருக்கிறது. அதுவும் நம்மிடம் தான் இருக்கிறது. அம்பேத்கரைப் பயில வேண்டும். ஒன்றிணைய வேண்டும். சமூக சமத்துவப் படையுடன் சேர்ந்து நடக்கவேண்டும்!

10. சமீபத்தில் படித்த புத்தகம் யாது?

நளினி – பொய்கை

பாரதி சின்னசாமி அவர்களின் கணம் குடும்பம் சுய உதவிக்குழு அனைத்து மகளிர் குழுக்களும் படிக்க வேண்டிய நூல்.

ஜூன் 2010

1. கடல் கடந்த ஈழத்தமிழகம் சாத்தியமா?

ராஜேஸ்வரி–திருமங்கலம்

ஈழத்தமிழகம் வேண்டும் என்று முடிவு செய்து அதற்கேற்ப திட்டங்களை வகுத்து செயல்படுத்தினால் சாத்தியமாகும். அதற்கு முன்பாக போர்க்குற்றங்களுக்காக ராஜபக்ஷே தண்டனை பெற வழி செய்ய வேண்டும்.

2. ஒரு உறுப்பினரைக் கூட இழக்க விரும்பவில்லை என ஜெயலலிதா உருக்கமாக கூறியிருப்பது பற்றி உங்கள் கருத்தென்ன?

விஜி – குடியாத்தம்

பெரிய இயக்கத்தில் சேர்வதும் விலகுவதும் நடந்து கொண்டு தானிருக்கும். அதிக இழப்புகளை சந்திக்க விரும்பாதவர்கள் கொள்கைகளை வகுத்துக் கொள்ளவேண்டுமே அன்றி உருக்க மாக நடிப்பதனால் ஏதொன்றும் ஆகிவிடப் போவதில்லை.

3. தி.மு.க.வில் சேர்ந்ததுமே குஷ்பு, விஜயகாந்தை விளாசுகிறாரே ஏன்?

சகிலா – திருவண்ணாமலை

மக்களை மக்கள் மீது ஏவி விடுவதும், அந்தந்த சாதியினரைக் கொண்டு அந்தந்த சாதிக்குக் கொள்ளி வைப்பதும் தி.மு.க.வின் பிராஜக்ட்.

4. இலங்கையில் நடக்கும் ஐஃபா விழாவில் தமிழ் நடிகர் யாரும் கலந்து கொள்ளக் கூடாது என்று கவிஞர் தாமரை பிரச்சாரம் செய்து வருகிறார். பெருமையாக உள்ளது.

ஆறுமுகம் – டெல்லி

சிறு துரும்பும் பல்குத்த உதவும்.

5. காலாவதி மருந்து விற்று ஆயிரக்கணக்கான உயிர்களைக் குடித்தவர்களுக்கு என்ன தண்டனை விதிக்கும் நீதிமன்றம்?

நந்தன் – பாண்டிச்சேரி

நிலத்திற்காகப் போராடும் பழங்குடி மக்களுக்கு விதிக்கும் தண்டனையை விட குறைவாகத்தான் விதிக்கும்!

6. நடந்து முடிந்த சட்டமன்றத் தொடரின் ஹைலைட் என்ன?

பூங்காவனம் – கன்னியாகுமரி

ஏழைகளுக்கு நிலம் வழங்கும் திட்டத்தைப் பற்றி யாரும் கேள்வி எழுப்பாததுதான்.

7. அதிகரித்து வரும் சிசேரியன் அறுவை சிகிச்சைகளுக்கு ஒரு பெண்ணாக இருந்து என்ன தீர்வு சொல்கிறீர்கள்?

முத்துமணி – தர்மபுரி

மருத்துவப்படிப்புடன் டாக்டர்களுக்கு மனசாட்சி படிப்பும் அறிமுகப்படுத்தவேண்டும்.

8. அமைப்புசாரா தொழிலாளர்களுக்கு நல வாரியங்கள் அமைக்கப்படுவது வரவேற்புக் குரியதா?

பிரகாசம் – திருத்தணி

அவர்கள் ஒன்று சேர்ந்து போராடக்கூடாது என்பதற்காக கட்டப்பட்டுள்ள பாதுகாப்பு அரண். துக்கினிணுண்டு பணம் ஒதுக்கி செயல்படுத்தப்படும் நலவாரியங்களினால் ஏது நன்மை?

9. காவிரி நீர் வழக்கு எந்த நிலையிலுள்ளது?

மாயன் – பூந்தமல்லி

வழக்குச் செலவு ரூ.2218 கோடி. இதில் வழக்கறிஞர் கட்டணம் ரூ.1142 கோடி அரசியல் வாதிகளும் அவர்களின் கைக்கூலிகளும் வறண்ட காவிரியின் பயனாளினள். காவிரி தண்ணீர் கானல் நீர்!

10. ஜார்ஜ் புஷ் டெஸிஷன் பாயின்டஸ் என்று சுயசரிதை எழுதுகிறார் என்ன எதிர்பார்க்கலாம்?

மாலதி – சென்னை

அவருக்குள் ஒளிந்து கொண்டிருக்கும் மிருகத்தை இனங் காணலாம்.

ஜூலை 2010

1. இருபத்தி ஐந்து வருடங்களுக்குப் பிறகு வெளிவந்துள்ள போபால் விஷவாயு தீர்ப்புப்பற்றி உங்கள் கருத்தென்ன?

ராஜ்குமார் – சித்தூர்

இந்திய தண்டனை சட்டம் குற்றவாளிகளுக்கு பதில் குற்றமிழைக்கப்பட்டவருக்கு தண்டனை விதித்துள்ளது. சிபிஐ என்பது அரசியல் எதிர்கருத்துக்களை அடக்கும் சாதனமே அன்றி தீவிர புலன் விசாரணை மற்றும் தண்டனை பெற்றுத்தரும் சாதனமல்ல. சுருக்கமாக.... அரசு அன்றும் நின்றும் ஏழை மக்களைக் கொல்லும்.

2. போபால் சம்பவம் நடந்தபோதும் தீர்ப்பு வெளிவந்த போதும் அரசாங்கம் எப்படி அதை கையாண்டது?

மலர் – திருச்சி

அன்றும் இன்றும் ஆட்சியில் காங்கிரஸ் இருப்பதற்கும் மக்கள் பாதிக்கப்படுவதற்கும் தொடர்பு உள்ளது.

3. போபால் விஷவாயு கசிவினால் ஏற்பட்ட பாதிப்பு அணுஉலை ஒப்பந்தத்தில் தாக்கத்தை ஏற்படுத்தியுள்ளதா?

சொக்கன் – பெரம்பலூர்

இல்லை. மீண்டும் போபால் அல்லது அதைவிட மோசமான நாகசாகி – ஹிரோஷிமா பாதிப்பு ஏற்பட்டாலும் மக்களுக்கு பாதுகாப்பு பற்றி அனுமின் ஒப்பந்தம் கவலைப்படவில்லை. இதுவும் காங்கிரஸ் ஆட்சியில்!

4. மம்தாவின் வெற்றி இடதுசாரிக்கு அடிக்கப்பட்ட சாவுமணியா?

லஷ்மி பிரியா – திருவள்ளூர்

மம்தாவின் த்ரிணாமுல் என்பது பெயர் மாற்றப்பட்ட பழைய கள்தான். ரயில்வே மந்திரியாக லாலு பிரசாத் யாதவ் செய்தது போல் ஏதும் செய்யவில்லையே! ஆர்ப்பாட்ட அரசியல் ஆட்சிக்கு வந்ததும் வெளுத்துவிடும்.

5. இடதுசாரிகளின் தீண்டாமை ஒழிப்பு முன்னணி மாநாட்டில் பஞ்சமி நில மீட்பு கோஷம் எழுப்பப்பட்டதாமே?

ராசாத்தி – ஆவடி

சமூக சமத்துவப் படை எழுத்தாளர் சிவகாமி தலைமையில் பஞ்சமி நிலங்களை மீட்கப் புறப்பட்டது தமிழகத்தில் பெரிய அதிர்வை உருவாக்கியுள்ளதையே இது காட்டுகிறது.

6. இடதுசாரிகள் தங்கள் கட்சியைச் சேர்ந்தவர்கள் யாரும் பஞ்சமி நிலத்தை அபகரிக்கவில்லை என்று அறிக்கை விடமுடியுமா?

வடிவேலு – ஆற்காடு

இடதுசாரிகளின் அரசியல் தலைவர்களின் கவனத்திற்கு கொண்டு செல்லலாம்.

7. வாச்சாத்தியில் 17 வருடங்களுக்கு முன்பாக அப்பாவி பழக்குடி பெண்களை பாலியல் பலாத்காரம் செய்த காவல்துறை, வனத்துறை அலுவலர்களை தற்போது மீண்டும் அடையாளம் காட்டுமாறு பழங்குடி பெண்களிடம் மறுவிசாரணை நடக்கிறது.

இது காவல்துறையின், அரசு அதிகாரத்தின் அப்பட்டமான சதி! நீதி தேவை.

கண்ணன் – தேனி

பழங்குடி பெண்களுக்கு எதிராக மறுவிசாரணைக்கு உத்தரவிட்ட நீதிமன்றத்தை மக்கள் மன்றம் தான் திருத்தி அமைக்க முடியும்.

8. அருந்ததியர் உள்ஒதுக்கீடு முறையாக அமல்படுத்தப் படுகிறதா?

அருண் – மதுரை

உள்ஒதுக்கீடு வழங்கிய கலைஞருக்கு பாராட்டு, விருது எல்லாம் விரைவிலேயே கரைந்து மீண்டும் போராட்ட நிலைக்குத் தள்ளப்பட்டனர். அவர்கள் மீண்டும் பிற தலித் மக்களோடு இணைந்து போராடுவது தவிர வேறு வழியில்லை.

*9. **Paid News** என்றால் என்ன?*

கல்பனா – பாலவாக்கம்

பணத்திற்காக அதிகாரத்திற்காக விலை போகும் பத்திரிக்கை சுதந்திரம் என்பதே அதன் பொருள். எல்லோருக்கும் ஏறக்குறைய இந்தப் பதில் தெரிந்திருக்கும் பட்சத்தில் தேர்தல் ஆணையம் இதற்கு அர்த்தமென்ன என்று பத்திரிக்கை கவுன்சிலிடமே விளக்கம் கேட்டிருக்கிறதாம்.

10. கக்கன் நூற்றாண்டு விழாவை காங்கிரஸ் கொண்டாடுவது சரியா?

அரசாங்கம் – மதுரை

நேர்மைக்கும் எளிமைக்கும் பெயர் பெற்ற அவரின் நூற்றாண்டு விழாவை போபோர்ஸ், ஸ்பெக்ட்ரம், போபால் உள்ளிட்ட விஷயங்களுக்கு பெயர் போன இந்திய தேசிய காங்கிரஸ் கொண்டாடுவதற்கு அருகதை அற்றது.

11. ஒபாமாவின் ஆட்சி எப்படி உள்ளது?

பாண்டியன் – பல்லாவரம்

ஸோ –ஸோ சொல்லும்படியாக ஒன்று மில்லை.

12. மன்மோகன் சிறந்த பிரதமர் என்ற வரிசையில் வைத்துப் பார்க்கப்படுவாரா?

கரிமா – சென்னை

அவர் சிறந்த பிரதமரா என்று அவரிடம் கேட்டால் அவர் அன்னை சோனியாவைக் கேட்டல்லவா பதில் சொல்வார்.

13. அம்பானிகள் ஒன்று சேர்ந்து விட்டனர். இது நாட்டுக்கு நன்மையா?

சாந்தி – திருப்பத்தூர்

அவர்கள் கம்பெனிகளில் ஷேர்கள் வாங்கிய பல அரசியல் வாதிகளுக்கு நன்மை.

14. சமீபத்தில் படித்த புத்தகம் எது?

பால்ராஜ் – வேலூர்

சீனயாத்திரிகர் யுவான்சுவாங் இந்திய பயணம் புதுமைபித்தன் பதிப்பில் வெளிவந்த புத்தகம். பழங்கால இந்தியாவின் புவியியல் குறிப்புகள் மட்டுமே. வேறேதுமில்லை செமையான ஏமாற்றம்.

15. பார்த்த திரைப்படம்?

சுந்தர் – வாலாஜாபாத்

Good will எனும் ஆங்கில திரைப்படம் சிறுவயது முதலலே அதீத ஆற்றல் பெற்ற இளைஞன் வியாபார விஞ்ஞு ானிகளிடமிருந்து தப்பிக்கும் கதை. அவனுடைய ஆற்றலை வியாபார அழிவு விஞ்ஞானத்திற்கு பயன்படுத்த முயற்சிப் பவர்களை புறம் தள்ளி, புல்வெளியை இழந்த காதலியை நோக்கி செல்கிறான்.

16. ஈரானின் உலகத்தூதுவரும் சினிமா இயக்குநருமான அப்பாஸ் கியாரோஸ்டமி ஈரானில் சினிமா சுதந்திரம் காப்பாற்றப் படுகிறது. சினிமாவில் எதிர்கருத்துக்களுக்காக சினிமாக் கலைஞர்கள் யாரும் சிறையிடப்படுவதில்லை என்று கூறி யிருக்கிறார். இக்கருத்து தமிழ்நாட்டுக்குப் பொருந்துமா?

லோகு – கன்னியாகுமரி

இன்றும் இனியும் தமிழ் சினிமா என்பது ஆதிக்க சக்திகளின் உருவாக்கமே. பணம் அதிகாரம் ஆகிய இதைச்சுற்றியே

சுழலும் வியாபார சினிமாவுக்கு எப்படியம்மா ஈரான் மாடல் பொருந்தும்.

ஆகஸ்ட் 2010

1. சி.உமாசங்கர், ஐ.ஏ.எஸ் போலிச் சான்றிதழ் மூலம் ஐ.ஏ.எஸ் தேர்வானாரா?

பூங்கொடி – விழுப்புரம்

இந்து அப்பாவுக்கும் கிறிஸ்துவ அம்மாவுக்கும் பிறந்தவர். அஷோக் என்ற பெயரில் கிறித்தவராக பள்ளியில் பயின்று தனது இருபதாவது வயதில், அதாவது 1984ல் அப்பர் அருட்பணி மன்றம் மூலமாக இந்துவாக மதம் மாறினார். 1990ம் ஆண்டு ஐ.ஏ.எஸ் தேர்வானார். கடந்த இரண்டு வருடங்களுக்கு முன் கிறித்துவத்திற்கு மாறிவிட்டதாகக் கூறுகிறார். அவரின் உடன்பிறப்புகள் அனைவரும் பிறப்பிலிருந்தே இந்து – பள்ளர் என சான்றிதழ்களைக் கொண்டிருக்கின்றனர். தவறுதலாக பள்ளியில் கிறிஸ்தவர் என்று எழுதிவிட்டால் அது போலிச் சான்றிதழ் என்று கூறமுடியுமா?

2. சி.உமாசங்கர் ஐ.ஏ.எஸ்–ஐ ஏன் அரசாங்கம் துரத்தித் துரத்தி கேஸ் போடுகிறது?

மூர்த்தி–செங்குன்றம்

முதற்காரணம் அரசியல் செல்வாக்கில்லாத அபலைகள் தாழ்த்தப்பட்ட மக்கள்.

இரண்டு உயர்மட்ட ஊழலை பத்திரிக்கைகளில் வெளிச்சம் போட்டது.

மூன்று இவர் மீது நடவடிக்கை எடுத்து ஒழிக்காவிட்டால் பல மூத்த ஐ.ஏ.எஸ் தலைகள் மற்றும் கருணாநிதி குடும்பத்தார் தலைகள் உருளும் என்பதால்.

3. ஐ.ஏ.எஸ். அதிகாரி உமாசங்கரை ஆதரித்து கண்டனக் கூட்டம் போட்டால் என்ன ?

சேகர்–பழவேற்காடு

சமூக சமத்துவப்படை 24.7.2010 அன்று நடந்த செயற்குழுக் கூட்டத்தில்

1. ஆதரித்து அந்தந்த மாவட்டங்களில் கண்டன சுவரொட்டி

2. கண்டனப் பொதுக்கூட்டம் (8 ஆகஸ்ட், திண்டிவனம்)

3. மாவட்ட வாரியாக ஆர்ப்பாட்டம் (9 ஆகஸ்ட்) நடத்தத் தீர்மானித்துள்ளது.

4. ஸ்ரீபெரும்புதூரில் கிரீன்பீல்ட் ஏர்ப்போர்ட் வருமா?

தனசேகரன்– பஞ்சட்டி

அரசாங்கம் நினைத்தால் வரும், மக்கள் நினைத்தால் வராது.

5. பெண்களை அரை – முக்கால் – முழு நிர்வாணமாகப் பத்திரிக்கைகளில் போடுவது எப்போது குறையும்?

தனசேகர்– மருதம்

போட்டியாக ஆண்களும் அரைகுறை ஆடைகளுடன் விளம்பரங்களில் தோன்றுகிறார்களே!

பணப் பண்பாடு குறையும் போது தானாகக் குறையும்.

6. கோவையில் ரத்தின சபாபதி என்னும் க்யூ பிராஞ்ச் சிஐடி தலைமையில் கலைஞர் ஆட்சியில் போலீஸ் நடத்திய வெடிகுண்டு நாடகம் கோர்ட்டில் 2008ல் அம்பலமாகியும் அரசு ஏன் இதுவரை மதக்கலவரத்தைத் தூண்டிய அடியாள் போலீஸைக் கைது செய்யவில்லை?

மதிவாணன்– திருத்தணி

பாப்புலர் பிரண்ட் ஆப் இந்தியா என்ற முஸ்லிம் கட்சி, வெடிகுண்டு நாடகத்தை நடத்தியது மட்டுமல்லாமல் அப்பாவி இஸ்லாமியர்களை வதைத்த ரத்தினசபாபதியை கைது செய்யக் கோரி தொடர் போராட்டம் நடத்தி வருகிறது.

7. போலி மதிப்பெண் பட்டியல் பெற்றவர் மீது வழக்குப் போடுவது குறித்து அரசாங்கமும் பத்திரிக்கைகளும் ஆர்வம் காட்டுவது போல போலி சாதி சான்றிதழ் பெற்றவர் மீது நடவடிக்கை எடுக்க ஆர்வம் காட்டுவதில்லையே ஏன்?

பாஸ்கர்– பரங்கிமலை

போலி மதிப்பெண் பட்டியல் பெற்றவரால் பாதிக் கப்படுபவர் ஆதிக்க சாதிகள். போலி சாதி சான்றிதழால் பாதிக் கப்படுபவர் தலித் பழங்குடிகள்.

8. நித்யானந்தா தங்க முலாம் பூசிய பல்லக்கில் பவனி வருகிறாராமே?

ஜெய்பால் –அலமாதி

பேய்கள் அரசாண்டால் பிணம் தின்னும் சாத்திரங்கள்.

9. கோவை மற்றும் நாமக்கல்லில் பிளாட்டினம் கிடைக்கிறதாமே?

ராசாத்தி –கன்னியாகுமரி

கோவையில் பிளாட்டினம் என்றால் தமிழகம் மற்றொரு தண்டகாரண்யம் ஆகும். பன்னாட்டு கம்பெனிகள் நிலம் கேட்டு முகாமிடுவார்கள்!

10. ஆண்டிப்பட்டியில் ஆர்லிக்ஸா?

வெற்றி– மணல்மேடு

மதுரையில் காணாமற்போன ஆர்லிக்ஸ் புட்டிகள் போலீஸ் ஸ்டேஷனில் எப்.ஐ.ஆர். இல்லாமல் அழகிரி கருணாநிதி தயவால் ஆண்டிப்பட்டில் ஆர்லிக்ஸ் மழையாகிறது. வாழ்க Robbing Hood ஆண்டிபட்டி அரசப்பட்டி ஆகப்போவது இப்படித்தானா.

11. சமீபத்தில் பார்த்த திரைப்படம் பற்றி கூறுங்கள்..

மஞ்சுநாதன்– மணலி

The Inception எனும் ஆங்கிலத் திரைப்படம் புகழ்பெற்ற Matrix திரைப்படத்திற்குப் பிறகு உலகெங்கும் பேசப்படும் படமாக உள்ளது. ஆழ்மனத்திற்குள் புகுந்து ரகசியங்களைத் திருடுபவன் எப்படி தன் சொந்தக் கனவுகளால் பாதிக்கப்பட்டு இயல்பு வாழ்க்கைக்குத் திரும்புகிறான். கற்பனை/கனவு மற்றும் யதார்த்தத்துக்குமான இடைவெளி கலாப்பூர்வமாகவும் சிந்தனையைத் தூண்டும் விதத்திலும் உள்ளது உரையாடல்கள் அபாரம்.

12. தற்போது தொலைக்காட்சிகளிலும் ஊடகங்களிலும் விளம்பரப்படுத்தப் படும் நவீன மேல்நாட்டு உணவு வகைகள் எந்தளவு பாதுகாப்பானது, ஆரோக்கியமானது?

தமிழன்பன்– சென்னை

வளர்ந்த நாடுகளில் சராசரி ஆயுட்காலம் இந்தியர்களைவிட அதிகம். அவர்களின் உணவு வகைகள் ஆரோக்கியமில்லாமலா ஆயுட்காலம் அதிகரித்திருக்கிறது? எல்லா நாட்டு உணவு வகைகளிலும் அடிப்படை சத்துக்கள் உள்ளன. அவரவர் வசதி, விருப்பம், அளவு, தயாரிக்கும் முறை இவைதான் பாதுக ாப்பையும் ஆரோக்கியத்தையும் கொடுக்கும்.

13. கடந்த சில மாதங்களாக இலங்கை தமிழ் எம்பிக்கள் டெல்லிக்கும் சென்னைக்கும் சென்று வருகிறார்களே, எதற்காக?

மாயவன் –அத்திபட்டு

இவ்வருகைகள் தமிழீழ மக்களுக்கு என்ன நன்மையை ஏற்படுத்த முடியும்?!

14. பொன். ராதாகிருஷ்ணன் பிஜேபி திடீரென்று இந்து மாணவர்களுக்கு கல்வி உதவித்தொகை வழங்க வேண்டும் என்று ஆர்ப்பாட்டம் செய்கிறார் ஏன்?

இருசப்பன்– சேலம்

இந்து மாணவர்களில் எந்த மாணவருக்காகப் போராடுகிறார் என்று கேட்டுச் சொல்லுங்கள்!

15. மத்திய அரசு திட்டங்களை மாநில அரசு திட்டமாக ஏன் கருணாநிதி விளம்பரப் படுத்துகிறார்? உதாரணத்திற்கு 108 ஆம்புலன்ஸ் சேவை.

லோகநாதன்– கோயம்பத்தூர்

கோபித்துக் கொள்ளவேண்டியது அன்னை சோனியாவும் தனயன் ராகுலும். கூட்டணிக்குத் தீம்பு கொண்டு வருகிறீரே.

16. இடதுசாரி அரசியல் இந்தியாவில் ஓய்ந்து விட்டதா?

வசந்த் – பாண்டிச்சேரி

போராட்டங்களின்றி நெட்வொர்க் மூலமாக இடதுசாரிகள் அரசியல் செய்கிறார்கள் என்று சோம்நாத் சாட்டர்ஜி கூறுகிறார். போராட்டங்கள் செய்து ஓய்ந்தால் பரவாயில்லை. போராடமாலே ஓய்வுக்கு வருகிறார்கள் என்பது வருத்த மாகத்தான் உள்ளது.

17. ராவணன் படம் வெற்றியா தோல்வியா?

சுந்தரம்– சோளிங்கர்

ராமன்தான் வெற்றி பெற்றான். மணிரத்னம் தோற்றுவிட்டார்!

செப்டம்பர் 2010

1. செப்டம்பர் 5–ம் தேதி ஆசிரியர் தினம் புதிய கோடாங்கி ஆசிரியர்களுக்கு விடுக்கும் செய்தி என்ன?

பச்சையப்பன்–வாலாஜாபேட்டை

ஆசிரியர் மாணவர்களை முதலில் நேசிக்க வேண்டும். ஆசிரியர் தொழில் மதிப்புக்குரியது என்பதோடு தொடர்ந்து கற்கும் பயிற்சி பெறும் முயற்சியில் ஈடுபடவேண்டும்.

ஒவ்வொரு மாணவனும் தனது ஆசியர்தான் சரியான வழிகாட்டி என்று நம்பும் அளவு செயல்படவேண்டும்.

2. கௌரவக் கொலைகள் என்றால் என்ன?

ரவி–இராஜகுளம்

கொலை என்பது கொலைதான். அதிலென்ன கௌரவம்? சாதிக்காக கொலை செய்வதையே கௌரவக் கொலை என்கிறார்கள். ஜிஹாத் போல இது ஒரு இந்து பித்துதான். தகுந்த தண்டனையை வழங்கக்கூடிய அளவு வன்மம் நிறைந்த குற்றம்!

3. தலித் மக்களின் நிதியை காமன்வெல்த் விளையாட்டுப் போட்டிக்காக தில்லி அரசு செலவிட்டது உண்மைதானா?

மாலனி–பர்கூர்

ஆம். உண்மைதான். என்ன செய்யப்போகிறீர்? இதுவரை பல்லாயிரக்கணக்கான கோடி ரூபாய்களை தமிழக அரசு ஏப்பம் விட்டுள்ளது. இதையே இன்னும் தட்டிக் கேட்கவில்லை நாம்!

4. குழந்தைகள் இலவசக் கட்டாயக்கல்வி பெறும் உரிமைச் சட்டத்தினால் (2009) என்ன விளைவுகள் ஏற்படும்?

ரமணி–சின்னசேலம்

தரமான பள்ளி, அருகாமைப்பள்ளி என்று இச்சட்டம் கூறினாலும் சேரிதோறும் பள்ளி வருமா என்பது சந்தேகமே தனியார் பள்ளிகளில் 25 சதவிகிதம் நலிந்த பிரிவினருக்கு ஒதுக்கீடு செய்யப்படும் என்று சட்டம் கூறுகிறது. அந்தப் பள்ளியின் கல்விக் கட்டணத்தை அரசாங்கம் கட்டுமா?

5. விலைவாசி உயர்வு என்பது வளர்ச்சி விகிதம் அதிகரிக்கும் போது தவிர்க்க இயலாதது என்று கூறப்படுகிறது உண்மையா?

ரவி–இராஜகுளம்

வளர்ச்சி என்றாலே ஏழைகளும் தாழ்த்தப்பட்ட மக்களும் புறக்கணிப்படுவார்கள். இது தவிர்க்க முடியாதது. 60 ஆண்டு வரலாறு இதைத்தான் கூறுகிறது. விலைவாசி உயர்வினால் கடும் பாதிப்புக்கு உள்ளாபவர்கள் இவர்களே!

6. விவசாயம் லாபகரமாக என்ன செய்ய வேண்டும்?

மகிழினி–செங்கம்

ஏழைகளுக்கு நிலம் பகிர்ந்தளிக்கப்பட வேண்டும். உணவுப் பொருள்களின் மீது அரசின் கட்டுப்பாட்டைத் தளர்த்த வேண்டும். குறிப்பாக ரேஷன் அரிசி (ஆதரவற்ற, உழைக்க முடியாத அனாதைகள் தவிர) கண்டிப்பாக நிறுத்தப்பட வேண்டும்.

7. நீதிமன்றங்களில் வழக்குகள் தேங்கிக் கிடக்கின்றன என்ன செய்யலாம்?

ரவி – திண்டிவனம்

நீதிநாயகம் சந்துரு அவர்கள் நான்கு வருடங்களில் 54,000 வழக்குகளில் தீர்ப்பு வழங்கியிருக்கிறார். அவரைப் போல் எல்லா நீதிபதிகளும் செயல்பட வேண்டும்.

8. ராகுல் காந்திக்கு தமிழ்நாட்டில் செல்வாக்கு கூடி வருகிறதா?

ராஜேஸ்வரி–திருமங்கலம்

எச்சில் இலை பொறுக்குபவர்கள் கூட்டம் நாளுக்கு நாள் அதிகரித்து வருகிறது.

9. மதர் தெரஸா நூற்றாண்டில் எத்தகை மதர் தெரஸாக்கள் உருவாக்க முடியும்?

மாலனி–பர்கூர்

நம்நாட்டிற்கு மதர் தெரஸாக்கள் அதிகம் தேவைப்படுகிறார்களா? அந்தளவு அநாதைக் குழந்தைகளை உருவாக்கப்போகிறோமா?

பச்சையப்பன்–வாலாஜாபேட்டை

10. ரபீந்திரநாத் தாகூருக்கு 150ஆம் ஆண்டு விழா வருகிறதே!

இலக்கியத்துக்காக நோபெல் பரிசுபெற்ற அவருக்கு 150ஆம் ஆண்டு நினைவு விழாவில் இந்தியா நோபல் எழுத்தாளர்களை இன்னும் உருவாக்கவில்லையே என்று துக்கம் பீறிடுகிறது. நம் எழுத்தாளர்கள் சிலரை அப்ளிகேஷன் போடச் சொல்லலாம்!

11. உங்களுக்கு ஷாருக்கானை பிடிக்குமா அல்லது அமீர்கானை பிடிக்குமா?

ஐயப்பன்–கிருஷ்ணகிரி

இருவரையும்! முன்னவர் அற்புதமான நடிகர். பின்னவர் சமூக அக்கறையுள்ள கலைஞர்.

அக்டோபர் 2010

1. சமீபகாலங்கள் தமிழக அரசின் திட்டங்களுக்கு முதல்வரின் பெயர் சூட்டப்படுகிறது காரணம் என்ன?

சுந்தரம்–சோளிங்கர்

தன் மறைவிற்கு மக்கள் தன்னை ஆழப் புதைத்து விடக்கூடாது என்பது காரணமாக இருக்கலாம்.

2. விநாயகர் ஊர்வலம் வருடந்தோறும் வளர்ந்து கொண்டே வருகிறது. இது மக்களின் கடவுள் நம்பிக்கையா அல்லது இந்துத்துவத்தின் வேரூன்றலா?

ரவி–இராஜகுளம்

விநாயகர் சிலைகளின் எண்ணிக்கையை விட பாதுக ாப்புக்காக வரும் போலீஸார் எண்ணிக்கை வருடந்தோறும் கூடிக்கொண்டே போகிறது. வன்முறை கலாச்சாரம் பெருகி வருவதைத்தான் விநாயக சதுர்த்தி விழாக்கள் எடுத்துரைக்கின்றன.

3. விலைவாசி உயர்வை பெரிதுபடுத்த வேண்டாம் என்று காங்கிரஸ் பிரமுகர் ஜெயந்தி கூறுவது எதனால்?

கார்த்திகேயன் – கிருஷ்ணகிரி

காங்கிரஸ் கட்சி விலைவாசி உயர்வை பற்றி கவலைப் பட்டதும் இல்லை, கட்டுப்படுத்துவதும் இல்லை. லகானை

உலகமய சக்திகளிடம் ஒப்படைத்து விட்டு கொள்ளுக்காக ஓடிக் கொண்டிருக்கிற குதிரையாக காங்கிரஸ் கட்சி இருப்பதினால் அவர் இப்படிப் பேசுகிறாரோ?

4. குடிசை மக்களை அப்புறப்படுத்தக் கூடாது என்று சமூக சமத்துவப் படை நடத்திய போராட்டம் வெற்றி பெற்றதா?

சந்துரு – தக்கோலம்

தற்காலிகமாக நிறுத்தப்பட்டுள்ளது போல தோற்றம் அளித்தாலும் அன்டர்கிரவுண்ட் வேலைகள் தொடர்ந்த வண்ணமே உள்ளது. பெரும்பாக்கத்தில் ஏழடுக்கு எலிப்பொந்து களைக் கட்டி ஒரு லட்சத்து நாற்பதாயிரம் குடும்பங்க ளை தீண்டாமைச் சிறைகளில் தள்ள ஏற்பாடுகள் நடந்து கொண்டிருக்கின்றன. இதைத் தடுக்க ஆர்ப்பாட்டத்திற்கு ஏற்பாடு செய்து வருகிறார் சிவகாமி.

5. நகர்ப்புற குடிசை மக்களை அரசாங்கம் அப்புறப் படுத்துவதை வேறெந்த அரசியல் கட்சிகள் தீவிரமாக எதிர்த்து வருகின்றன?

பிரமிளா – சத்துவாச்சாரி

பூதக்கண்ணாடி வைத்துத்தான் தேடவேண்டும்.

6. கடந்த ஏழே ஆண்டுகளில் ரூ.70 கோடியிலிருந்து ரூ.1518 கே ாடியாக காங்கிரஸ் ஆட்சியின் வரவு உயர்ந்திருப்பது கின்னஸ் சாதனையா லிம்கா சாதனையா?

நளினி – பொய்கை

மாயாவதிக்குப் பணமாலை அணிவித்ததை கடுமையாக விமர்சனம் செய்தவர்கள் இப்படி சாதித்திருப்பது எத்தனைப் பேருக்குத் தெரியும்?

7. எம்பிக்களுக்கு ரூ.80000 மாதம் என சம்பளம் உயர்வு தேவையா?

சாந்தகுமார் – குடியாத்தம்

சம்பள உயர்வு காலத்திற்கேற்றாற் போல் உயரவேண்டியது தான். ஆனால் கிம்பளம் எவ்வளவு என்பதை எப்படிக் கணக்கிடுவது? அவர்களுக்கு எவ்வளவு சம்பளம் என்பதை

அவர்களே முடிவு செய்துள்ள அவல நிலையை என்னவென்று சொல்வது?

8. யமுனையில் வெள்ளம், தெற்கே வறட்சி என்ற இந்த மெகாத்தொடர் எப்போது முடிவு பெறும்?

சகிலா – திருவண்ணாமலை

மெகாத்தொடர் முடிந்தாலும் முடியலாம். நதிகளின் இணைப்பு முடியாது அம்மோ!

9. தலித் கலை விழாவின் முக்கியத்துவம் என்ன?

ஆறுமுகம் – டெல்லி

கலைவிழா களப்போராட்டத்தோடு கைகோர்க்க வேண்டும். கமர்ஷியல் ஷோக்களாக மட்டுமே நீடித்தால் பிரயோசனமில்லை.

10. சமீபத்தில் படித்ததில் பிடித்து எது?

முத்துமணி – தர்மபுரி

மறைந்த அன்பு பொன்னோவியத்தின் உரிமைக் காக்க போரிட்ட உத்தமர் அங்கம்பாக்கம் குப்புசாமியார் நூலாகும். தலித் மக்கன் அனைவரும் படிக்கவேண்டிய புத்தகம்.

நவம்பர் 2010

1. அருந்ததிராயை தேசிய பாதுகாப்பு சட்டத்தில் கைது செய்ய வேண்டிய அவசியம் உள்ளதா?

மாயன் – பூந்தமல்லி

ஆம். பாரதிய ஜனதா கட்சிக்கு உள்ளது. ஏனென்றால் இந்நாட்டின் இயற்கைச் சூழலையும் வளங்களையும் பாது காக்கும், அதற்காகப் போராடும் பழங்குடி மக்களை விடவும், அதை விற்பனை செய்வதற்குத் துடிக்கின்ற பாரதிய ஜனதா க ட்சிக்குத்தான் தேசப்பற்று நிரம்ப உள்ளது.

2. சொந்தத் தொகுதியில் தோற்றவரான டாக்டர் பி.ஆர். அம்பேத்கர் அவர்களுக்கு அரசியல் சாசனம் எழுதும் பணியை காங்கிரஸ் ஏன் தந்தது?

ராஜ்குமார் – சித்தூர்

தலித் மக்களின் தனிப்பெருந் தலைவரும், தேசத்தலைவரும் அரசியல் சாசனம் எழுத அனைத்து தகுதிகளும் பெற்றிருந்த அம்பேத்கர் அவர்கள் அரசியல் சட்டம் எழுதாவிட்டால் பெரும்பான்மை மக்கள் அரசியல் சட்டத்தை ஏற்றுக் கொள்ள மாட்டார்கள் என்ற நிர்ப்பந்தம் காரணமாகவே அப்பணி அவருக்கு வழங்கப்பட்டது.

3. பஞ்சமி நில மீட்பு மாநாட்டை, சி.பி.எம் கட்சியின் தீண்டாமை ஒழிப்பு முன்னணி நடத்தியுள்ளது சிறப்பானது என்பது என் கருத்து?

மாலதி – சென்னை

1925ல் இரண்டாக உடைந்ததில் ஒரு துண்டாக உள்ள சி.பி.எம், 85 ஆண்டுகளுக்குப் பிறகு இம்மாநாட்டை நடத்தியிருப்பது குரங்கிலிருந்து மனிதன் பிறந்தான் என்ற பரிமாண வளர்ச்சியை ஒத்திருக்கிறது. வரவேற்போம்.

4. நந்தனார் எரிக்கப்பட்டாரா? சிவபெருமானோடு இரண்டறக் கலந்தாரா?

மாயன் – பூந்தமல்லி

எரிக்கப்பட்டது தலித் மக்களின் அதிகாரம். அவர்களோடு இரண்டறக்கலக்கப்பட்டது பார்ப்பனியம்.

5. காமன்வெல்த் போட்டி நடத்தப்பட்டது தலித் நிதியிலா, உண்மை என்ன?

மலர் – திருச்சி

சார்லஸ் வந்தாரு, ராஜபக்ஷே வந்தாரு! எல்லாம் சாப்பிட்டு கை கழுவின பிறபாடு இது என்ன கேள்வி? பேசாமல் கோர்ட்டில் கேஸ் போடுங்க, அவங்க பேர்லயும் சேர்த்து.

6. 2011ல் தேர்தல் உங்கள் கணிப்பு என்ன?

தருண் – பெங்களூர்

அ.இ.அ.தி.மு.க.விற்கு அடிமட்ட அலை அடித்துக் கொண்டு ள்ளது. தி.மு.க.வின் பண அலைக்கு ஈடுகொடுத்து நிற்குமா? இங்கேதான் நமது கணிப்பு தடுமாறுகிறது. குடும்ப ஆட்சி ஒழிய வேண்டும் என்ற விருப்பம் உள்ளது. உபயம் வைக்கோ!

7. பதவிக்கோ சண்டை, கர்நாடாகக் காவிரியை தமிழருக்கு பாய்ச்ச மறுப்பதில் ஒற்றுமை இது எப்படி?

சொக்கன் – பெரம்பலூர்

ஆயிரத்தெட்டு கட்சிகள் வந்தாலும் தலித் மக்களை வஞ்சிப்பதில் ஒற்றுமையாக இருப்பதை இது நினைவூட்டகிறது.

8. பிரபாகர் இறப்பு இலங்கை இந்தியா அரசுகளால் உறுதி செய்யப்பட்ட பிறகு புலிகள் இயக்கத்தின் மீது தடையை நீட்டிப்பது சரியா?

லஷ்மி பிரியா – திருவள்ளூர்

புலிகளுக்குப் பிறந்தது பூனையாகுமா? பயப்படுவார்கள்!

9. பஞ்சமி நிலங்களை வருவாய்த்துறை மீட்டுக் கொடுக்கும் என்று நம்பலாமா?

கண்ணன் – தேனி

நம்ப முடியாது. எனவே தலித் இயக்கங்கள் மீட்டெடுக்கும் வரை அவர்களை இடைவிடாமல் துரத்துவது அவசியம்.

10. ராகுல் காந்தியின் புதிய இந்தியா எப்படியிருக்கும்?

வடிவேலு – ஆற்காடு

அதே வர்ணக்கொடி, அதே கை சின்னம், அதே பார்ப்பன மேலாண்மை அதே லஞ்ச லாவண்யம் எல்லா அதே கதைதான்!

டிசம்பர் 2010

1. வரும் சட்டமன்றத் தேர்தலிலே, ஆளுங் கட்சித் தொடரக் கூடாது என்கிறேன் நான் நீங்கள்?

ராசாத்தி – ஆவடி

தலித் விரோத சக்திகளை முறியடிப்பது நமது தலையாய பணி.

2. செத்தப்பின்னேதான் மரியாதைக் கிடைக்கிறது. ஆக, சாகவொரு வழிச்சொல்லுங்களேன்?

லஷ்மி பிரியா – திருவள்ளூர்

சுயமரியாதை இல்லாவிட்டால் செத்தாகத் தான் அர்த்தம். இதற்குமேல் சாவதற்கு தனியாக வழியிருக்கிறதா என்ன?

3. அம்பேத்கர் இயக்கங்கள் பலவும் பணக்காரக் கட்சிகட்கு மாறி மாறி நின்று கொடிகள் பிடிக்கத்தான் கட்டப்பட்டனவா?

கஜேந்திரன் – திண்டுக்கல்

எத்தனைத் தேர்தல் முடிந்தும் தலித் மக்கள் இன்னும் பாடம் கற்றுக்கொள்வதாயில்லை. விழிப்புணர்வு இல்லாதவரை ஆண்டைக் கட்சிகளிடம் அடிமை கட்சிகள் சரணாகதி ஆவது தொடரும்.

4. எல்லாம் கெடக்கட்டும்! நீலக்கொடிப் பிடிக்கிற முனியம்மா, செங்கொடிக்கு ஆதரவா? இல்லே எதிர்ப்பா?

ராசாத்தி – ஆவடி

செங்கொடிகள் இன்னும் சாதியை இயங்கியல் அந்தஸ்தில் சேர்க்கவில்லையே! சாதி பாகுபாடற்ற சமுதாயம் உருவாக்குவதை லட்சியமாகக் கொண்டு செயல்படும் முனிமா செங்கொடியை ஆதரிக்க வேண்டுமா அல்லது எதிர்க்க வேண்டுமா?

5. உலகமயப்பொருளாதாரம் என்றால் என்ன?

கண்ணன் – தேனி

எங்கும் எல்லாமும் விற்கும் உலக முதலாளிகளின் தங்கு தடையற்ற ஏகபோக சந்தை என்று தற்போது புரிந்து கொண்டால் போதும்.

6. யாரையும் விரும்பாமல்தான் புதுஇயக்கம் துவக்கினீர்கள். பிறகு எதுக்குப் பழையத் தலைவர்களையும் இயக்கங்களையும் அழைக்கிறீர்கள்?

அருண் – மதுரை

எல்லோரும் எல்லா சமயங்களிலும் வேண்டப் படாதவர் அல்லர். தலித் மக்களின் பிரச்சினையை அரசியல்படுத்துவதில் இசைவு தெரிவிக்கும் சகோதர இயக்கங்களுடன் இணைந்து செயலாற்றும் அவசியம் உள்ளது.

7. கடவுளோ அல்லது பேய்களோ, யாருமே நேரடியாக வந்துப் பேசுவது இல்லை. மாறாக, மனிதர்களிடம் புகுந்துக் கொண்டேப் பேசுகிறார்கள், இது ஏன்?

ரதி – திண்டிவனம்

மனிதர்களின் மனங்களில் உறைந்திருப்பவர்கள் தான் கடவுளர்களும் பேய்களும், தனித்த அடையாளங்களற்றவர்கள் அவர்கள்.

8. தாங்கள் சைவம் என்கிறார்களே! தங்களின் பெயருக்கும் அதுக்கும் சம்மந்தம் இல்லையே ஏன்?

அரசாங்கம் – மதுரை

வேண்டும்போது சைவம், அசைவம் எனப் பாகுபாடின்றி வெளுத்துக் கட்டுபவர்தான் முனிமா.

9. சகல வகையான இயக்கங்களும் கட்சிகளும் முதலாளிகள் அள்ளித்தரும் இலவசங்களை நம்பிதான் வாழ்கின்றன நீங்கள் எப்படி?

ராஜு – காஞ்சிபுரம்

ஆற்றில் கொட்டினாலும் அளந்து கொட்டுபவர்கள் முதலாளிகள். கிள்ளித் தருவதை அள்ளித் தருவதாக சொல்வது தவறு. யார், எதற்கு என்பதையொட்டி இயக்கங்கள் முடிவு செய்து கொள்ளட்டும்.

10. இரசீதுப் போட்டுப் பணம் பெற்றால் நன்கொடை அது போடாமல் பெற்றால் இலஞ்சமா?

கரிமா – சென்னை

ரசீது இல்லையென்றால் கணக்கில் சேர்க்கப்படாது என்ற பொருளில் கேட்கிறீர்கள் என நினைக்கின்றேன்.

11. என் தாத்தா கெடுவது உங்களதுச் கட்சியாலே தான் என்று என்பாட்டிக் கூறுகிறார். அதைத் தடுக்க எனக்கு வழிச் சொல்லுங்களேன்?

துலுக்காணம் – தேனி

கெடுமதியாளர்களைக் கெடுப்பது என்ற பொருளில்தானே கேட்கிறீர்கள் பாப்பா?

12. எனதுப் பகுதியிலுள்ள விமானத்தளமே 10ல் ஒரு பாகம் கூடப் பயன்படுத்தாமல் கிடக்கயிலே, பக்கத்தில் (திருப்பெரும்புதூரில்) புது விமானத் தளம் ஏன்? எதுக்கு?

பாண்டியன் – பல்லாவரம்

ராஜீவ் காந்தி நினைவிடம் அருகில் விமான நிலையம் இருந்தால் இஸட் பாதுகாப்புப் பிரிவில் வரும் குடும்பத்தினர் நோகாமல் அஞ்சலி செலுத்த வசதியாக இருக்குமல்லவா?

13. இந்தியாவுடன் இணைந்திருக்க காஷ்மீரில் 100சதம் மக்களுக்கு விருப்பமில்லை. இந்த உண்மையைச் சொன்னதற்காக அருந்ததிராய் குற்றவாளியா? இதுதான் சனநாயகமாக?

காயத்ரி – பூந்தமல்லி

உண்மையைச் சொல்வது என்பது இங்கு அரசியல் ஆகிறது. பொது மக்கள் வாக்குக் கணிப்பு நடத்திப் பார்த்தால் போகிறது. யார் தேச விரோதிகள் என்பது தெரிந்து விடும்.

14. வீதியில் திருடினால் குற்றவாளி, விலையேற்றித் திருடினால் முதலாளி; இதிலே பெரியக் கிரிமினல் யார்?

சாந்தி – திருப்பத்தூர்

கம்யூனிச வாய்ப்பாடு இது. விலையேற்றத்தைக் கட்டுப்படுத்தும் ஆற்றல் அரசுக்கு இருந்தும் அதைப் பிரயோகிக்காமல் இருக்கிறது. யார் பெரிய குற்றவாளி?

15. தீவிரவாதிகளை அடக்கிடச்செய்யும் செலவில் கால் பாகம் இருந்தாலே போதும், கங்கைக் காவிரி இணைப்பு ஓராண்டில் முடிந்துவிடும். அரசாங்கம் இந்த வளர்ச்சிப் பாதையைப் புறம் தள்ளுவது ஏன்?

சங்கரா – அரக்கோணம்

நீங்கள் சொல்வது போல ஓராண்டில் முடியாவிட்டாலும் பத்து அல்லது பதனைந்து ஆண்டு திட்டமாக உருவாகவில்லையே என்பது வருத்தத்திற்குரிய விஷயம்தான். திட்டமிட்டு பரப்பப்படும் தீவிரவாதத்தால் பயனடைவது ஆயுத பேரங்களில் ஈடுபடும் வெளிநாட்டு உற்பத்தியாளர்களும், உள்நாட்டு தரகு முதலாளிகளும். நீங்கள் கூறும் வளர்ச்சிப்பாதை வெகு தொலைவில் தான் உள்ளது.

16. பாம்புதனை விலக்கிவிட்டு, முதலில் பார்ப்பானை அடி என ஈ.வே.ரா. அவர்கள் சொன்னது உண்மையா?

பால்ராஜ் – வேலூர்

பார்ப்பனியக் கருத்தியலை உள்வாங்கிக் கொண்டு பார்ப்பானை அடிப்பது சிலருக்கு விசேசமாகத் தெரியலாம். யாரை ஏமாற்ற இந்த வேலை என்றே கேட்கத் தோன்றுகிறது.

ஜனவரி 2011

1. ஆசியாவின் முதல் பணக்காரர் டாட்டாவா, பிர்லாவா, அல்லது மாறன் சகோதரர்களா?

சுந்தர் – வாலாஜாபாத்

டாட்டா பிர்லாக்களுக்கே சந்தேகம்தான் மாறன்ஸ்க்கு முன்னேவா அல்லது பின்னேவா என்று! எப்படியிருந்தவர்கள் இப்படியாகி விட்டார்களே?!

2. இன்னும் எவ்வளவு நாள் 2ஜி அலை வீசும்?

லோகநாயகி – திண்டிவனம்

கூட்டணி தொகுதி பங்கீடு சாதகமாகும் வரை.

3. ஆ.ராசா இப்படி செய்திருக்க இயலுமா?

பூங்கொடி – விழுப்புரம்

ஆட்டுவித்தால் யாரொருவர் ஆடாதாரே அவ்வை?

4. தலித் மக்கள் ஏன் ஆ.ராசாவைக் காப்பாற்ற முயலவில்லை?

சேகர்–பழவேற்காடு

தலித் மக்கள் தெளிவு மிக்கவர்கள்.

5. பிரதமர் மன்மோகன்சிங் 2ஜி விவகாரத்தில் தார்மீக பொறுப்பேற்று பதவி விலகுவாரா?

கிருஷ்ணன்–அயனாவரம்

தார்மீகம் என்பதெல்லாம் ஒரு பொம்மைக்குத் தெரிய வாய்ப்பில்லை. ஆபத்து வரும்போது பொம்மை வாழ்க்கை பிடிக்காமல் பதவி விலகினாலும் விலகலாம்.

6. சுப்பிரமணி சாமி பற்றி உங்கள் கருத்தென்ன?

மதிவாணன்–திருத்தணி

ஊழல் எங்கேயோ அங்கே சுவாமி.

7. ஆரியர்களின் சமஸ்கிருத மொழிக்கு தாயே தமிழ்தான் என கடந்த செம்மொழி மாநாட்டில் கலைஞர் பேசியுள்ளார். சமஸ்கிருதம் தேவ பாஷை அல்ல தேவடியாள்பாஷை என ஈ.வெ.ரா பேசியிருக்கிறார். இதில் எது உண்மை?

ஜெயராமன்–பொன்னேரி

தேவபாஷை என்று எதுவும் இல்லை. தேவடியாள் பாஷை என்று எதுவும் இல்லை. தமிழ் இயற்கை, சமஸ்கிருதம் செயற்கை. இயற்கையை வெல்ல முடியாது.

8. காவிரியின் வடிவால் தமிழகம் இப்படியிருக்க காவிரியில் கலைஞரின் அலட்சியப் போக்கு ஏன்?

மஞ்சுநாதன்– மணலி

விவசாயிகளுக்கு வேண்டுமானால் காவிரி முக்கியமானதாக இருக்கலாம். கர்நாடகத்தில் கால் பதித்து தொழில் நடத்தும் கருணாநிதிக்கு யாதும் ஊரே!

9. அமைச்சர்களின் பொதுக்கூட்டங்களுக்கு கொக்கி போட்டு மின்சாரம் திருடப்படுவது உங்களுக்குத் தெரியுமா? இத்துடன் துணை முதல்வர் பங்கெடுத்த குரோம்பேட்டை நிகழ்ச்சியின் படங்கள் அனுப்பியுள்ளேன்.

தமிழன்பன்– சென்னை

துணை முதல்வருக்கு அனுப்ப வேண்டிய கேள்வியை எனக்கு அனுப்பிவிட்டீர்களா?

10. வெங்காயம் கூட ஆடம்பரம் ஆகிவிட்டதே?

லோகநாதன்– கோயம்பத்தூர்

ஆட்சிமாற்றத்திற்கு வழிவகுத்து விடும் போல்தான் தெரிகிறது.

11. தமிழ்நாடு வீட்டு வசதி வாரியம் ஊழல் சென்ற ஆட்சியின் தொடர்ச்சி என்கிறாரே கலைஞர்?

வசந்த் – பாண்டிச்சேரி

பெரியார் வழி, அண்ணா வழி என்றவர் ஊழலுக்கு மட்டும் அம்மா வழியைப் பின்பற்றுகிறாரா?

12. காவல்துறை நடத்தும் என்கவுன்டர் அதிகரித்து வருவது ஒருபக்கம் இருக்க பொது மக்கள் பெயரில் அதை ஆதரித்து போஸ்டர் ஒட்டுகிறார்கள் உம்– கோவை! உங்கள் கருத்தென்ன?

பச்சையப்பன்– வாலாஜாபேட்டை

பொதுமக்கள் பெயரில் போஸ்டர் என்றாலே அதன் பின்னால் அணிவகுப்பது பணமும் அதிகாரமும்! காவல்துறை அராஜகம் அறவே ஒழிக்கப்பட வேண்டும்.

13. சீமான் சீற்றம் என்ன செய்யும்?

ஐயப்பன்– கிருஷ்ணகிரி

இலங்கைத் தமிழருக்காக அவர் கொள்ளும் சீற்றம் தமிழ் ஈழமாக மலர வேண்டும். வெறும் கோஷமாகி விடக்கூடாது.

14. ஜனவரியில் பல அரசியல் கட்சிகள் மாநாடுகளை அறிவித்துள்ளன. காரணம் என்ன?

ரமணி– சின்னசேலம்

இதுகூட தெரியவில்லையா, மே மாத தேர்தல் தான்.

பிப்ரவரி 2011

1. சமூக சமத்துவப் படையின் மாநாட்டிற்கு வர இயல வில்லை. எப்படியிருந்தது?

மகிழினி– செங்கம்

வர இயலாதவர்கள் வந்திருந்தால் இன்னும் சிறப்பாக இருந்திருக்கும்.

2. விளம்பரங்கள் அதிகமில்லாமல் தொடர்ந்து புதிய கோடாங்கி வருகிறதே, எப்படி?

ரவி – திண்டிவனம்

சந்தாதாரர்களின் ஆதரவு கொஞ்சம் உள்ளது. சமூக ஆர்வலர்கள் நன்கொடை அளித்தால் இன்னும் சிறப்பாக வெளிவரும்.

3. சூரிய ஒளியிலிருந்து மின்சாரம் தயாரித்து வழங்குவது இன்னும் பரவலாக்கப்படவில்லையே ஏன்?

மாலனி– பர்கூர்

800 வாட்டிலிருந்து 250 கிலோ வாட் வரை மின்சாரம் தயாரிக்கப்பயன்படும் சோலார் ஜெனரேட்டர்கள் அதற்குப் பொருத்தமான சூரிய பலகைகள் இடத்தை அடைக்கின்றன. முதலீடும் அதிகமாக உள்ளது. விஞ்ஞானக் கண்டுபிடிப்புகள் சாதாரணமானவர்களும் பயன்படுத்தும்படி எளிமையாக, குறைந்த விலையில் கிடைக்கவேண்டும். நம் அரசாங்கங்கள் எங்கே இவற்றைப் பற்றி யோசிக்கப் போகின்றன!?

4. விவசாய நிலங்கள் வீட்டு மனைகளாக விற்கப்படுவது அதிகரித்து வருகிறதே என்ன செய்யலாம்?

ரவி– இராஜகுளம்

அந்நிய நாடுகளிலிருந்து இறக்குமதி செய்து வெய்யிலே படாமல் உட்கார்ந்து சாப்பிடலாம். ஆனால் என்ன, ஒரு கிலோ அரிசி வெளிமார்க்கெட்டில் ரூ. 1000 விற்றாலும் ஆச்சரியப்படுவதற்கில்லை.

5. வரும் தேர்தலில் யார் ஆட்சியைப் பிடிப்பார்கள்?

சுந்தரம்– சோளிங்கர்

யார் ஆட்சியைப் பிடித்தாலும் பெரிதான மாற்றங்கள் வரப்போவ தில்லை. அடித்தட்டு அலை ஜெயலலிதாவை நோக்கி வீசுகிறது.

6. சமூக சமத்துவப் படையின் தேர்தல் வியூகம் என்ன?

மாயவன் –அத்திபட்டு

தேர்தலுக்கு முன்பாக நிலமில்லா விவசாய மகளிர் சுய உதவிக்குழுக்களுக்கு 5 ஏக்கர் நன்செய் அல்லது 10 ஏக்கர் புன்செய் வழங்குவதை அரசியல் கட்சிகளின் தேர்தலறிக்கை யாக மாற்றும் பெரும் பணியில் சமூக சமத்துவப்படை வேலை செய்து வருகிறது. காலம் கனியும்போது காட்சிகள் தெரியும்.

7. நாஞ்சில் நாடனுக்கு சாகித்ய அகாதமி பரிசு கொடுத்திருக்கிறது. புதிய கோடாங்கி ஏன் எந்த செய்தியும் வெளியிடவில்லை?

இருசப்பன்– சேலம்

ஆதவன் தீட்சண்யா, ஜே.பி.சாணக்யா, சுகிர்தராணி, அபிமானி, ஸ்ரீதரகணேசன், இமயம், பாமா, மதிவாணன் போன்ற வரிசையில் காத்திருப்போர் ஏராளம். படிக்கக்கூடாது, பேனா பிடிக்கக் கூடாது என்ற பல்லாண்டு காலத்தீண்டாமையை தங்கள் எழுத்தால் முறித்து ஒடுக்கப்பட்ட மக்களின் விடுதலைப் போராளிகளாக இருக்கும் அவர்கள் யாருக்கேனும் கிடைத்திருந்தால் புதிய கோடாங்கி பேசும்.!

8. சமீபத்தில் பார்த்த சினிமா எது?

பாஸ்கரன் – அரக்கோணம்

தனுஷ் நடித்த ஆடுகளம் பார்த்தேன். நன்றாகப் படித்து குடும்ப சூழலில் உயர்ந்திருக்கும் பெண்கள், எப்போதும் லுங்கி கட்டிக்கொண்டு, பெற்றத் தாயைக் கூட கொன்றே(டே) புடுவேன் என்று வசனம் பேசி, கோழிச் சண்டை போட்டு காலம் தள்ளும் படிக்காத வாலிபர்களின் வலையில் வீழ்கிறார்கள். அன்பின் ரசவாதமா? ஆங்கிலோ – இந்தியர்களின் ஆதரவற்ற நிலையா? சமத்துவப் பிரச்சாரமா? வெள்ளாவியில் வைத்து வெளுக்கப்பட்ட பெண் தனுஷ் பின்னால் அலைகிறார் முடிவாக. மற்றபடி பொறாமை, துரோகம், கொலை யிப்படி யிப்படி போகிறது!

9. பொங்கல் விழாவையொட்டி கலைஞர் டி.வி.யில் திண்டுக்கல் லியோனியின் பட்டிமன்ற நிகழ்ச்சி பார்த்தீர்களா?

விஜயகுமார் – திருவண்ணாமலை

நான் பார்ப்பது கிடக்கட்டும். கலைஞர் பார்த்திருக்காரா! இப்படியெல்லாம் அவருக்கு ஆசை உண்டுண்ணு சொல்லவே இல்ல..!! தேர்தல் ஜுரம் வந்தால் யார் யாரை எப்படிக் குளிப்பாட்டுவது என்று கலைஞருக்கு நன்றாகவேத் தெரியும்னு லியோனி நிகழ்ச்சியில் அப்பட்டமாகியது.

10. 2 ஜி அலை ஓய்ந்து விட்டதா?

பார்வேந்தன் – செய்யூர்

அலையிருந்தால்தானே தேர்தல் படகுவிட முடியும்?

11. சங்கமம் நிகழ்ச்சி ஆட்டங்கள் எப்படி?

சந்துரு – தக்கோலம்

கனிமொழியும் கஸ்பாரும் கீழே விழுந்தாலும் மண் ஒட்டாத கதையாக நடத்தினார்கள். அவர்கள் கைகால் உதறும் ஆட்டத்தைப் பார்க்கத்தான் ஜனங்கள் கூடினார்கள்.

12. என்டோ சல்ஃபான் பூச்சிக்கொல்லியை இந்தியா தடை செய்யுமா?

பிரமிளா – சத்துவாச்சாரி

இப்பூச்சிக்கொல்லியினால் பல வியாதிகள், ஊனங்கள் ஏற்படுகின்றன. எனினும் . இந்தியாதான் இப்பூச்சிக் கொல்லியை அதிக அளவில் தயாரித்து ஏற்றுமதி செய்கிறது. விவசாயத்திற்கு

மிகவும் தேவையானது என்கிறார். இந்திய விவசாய அமைச்சர் இதைக் கண்டுபிடித்த விஞ்ஞானிகள் கவலையில்லாமல் தேமே என்றிருக்கிறார்கள்! போராட்டமில்லாமல் ஏதுமில்லை யென்றபின் போராட வேண்டியது தான்!

13. ஊழல் எப்படி ஒழியும்?

நளினி – பொய்கை

ஆட்சி மாற்றத்தால் ஊழல் ஒழியாது. தேசிய அளவில் காங்கிரஸ், பிஜேபி ஆகிய இரண்டும் ஒரே வார்ப்புகள். தமிழகத்திலும் அதே நிலை! அடித்தட்டு மக்கள் பட்ஜெட்டில் தங்கள் பங்கை உபயோகமான திட்டங்களுக்குப் பெறச் செய்தால் மட்டுமே ஓரளவுக்கு ஊழல் ஒழியும்.

14. தேர்தலில் பணப்புழக்கத்தைக் கட்டுப்படுத்த முடியுமா?

சாந்தகுமார் – குடியாத்தம்

இரண்டு பெரிய கட்சிக்கும் அவர்களுக்குப் பின்னால் உள்ள பன்னாட்டு, உள்நாட்டுக் கம்பெனிகள் செய்ய வேண்டிய முடிவு என்று விட்டு விடாமல் வெகுஜன விழிப்புணர்வு ஏற்படுத்த வேண்டும்.

15. விக்கிலீக்ஸ் அசாஞ்சேவுக்கு ஆபத்தா?

சகிலா – திருவண்ணாமலை

ஈடு இணையற்ற இணைய தளத்தை அமெரிக்க உளவாளிகளின் கண்களுக்குப் படாமல் அண்டர் கிரவுண்டில் நிறுவி ஆட்சியாளர்களின் பாசிஸப் போக்கை வெளிப்படுத்திய அசாஞ்சேவுக்கு ஆபத்து நெருங்கவிடாலாமா? அமைதிக்கான நோபல் பரிசல்லவா வழங்கப்படவேண்டும்!

16. குறும் கடன் வழங்கல் (மைக்ரோ பைனான்ஸிங்) எந்த அளவிற்கு பெண்களுக்கு உதவிகரமாக இருக்கிறது?

ஆறுமுகம் – டெல்லி

சமீபத்தில் ஆந்திராவில் 50 பெண்கள் இக்கடனைத் திருப்பிச் செலுத்த முடியாமல் தற்கொலை செய்துகொண்டார்கள். பெண்களின் அதிகாரப் பசியைத் தணிக்கும் அவல், சொந்தக் கடனில் சூன்யம் என்பது இந்த குறுங்கடன்தான். இதிலிருந்து பெண்களைக் காப்பாற்றவே விவசாய மகளிர் குழுக்களுக்கு

விவசாய நிலம் என்பதை சமூக சமத்துவப் படை முன்னெடுத்து வருகிறது.

17. 2ஜி என்பது என்ன? விளக்குங்கள்!

பூங்காவனம் – கன்னியாகுமரி

கார்ப்பரேட் நிறுவனங்களின் சுனாமி கொள்ளை என்று புரிந்து கொண்டால் போதும்.

18. பெரும்பாலான பெற்றோர்கள் சிரிப்பதை மறந்தவர்கள் போல் இருக்கிறார்கள் என்பது இளைஞர்களாகிய எங்கள் கருத்து!

பிரகாசம் – திருத்தணி

உண்மைதான். பொறுப்பில்லாமல் இளைஞர்கள் இருக்கிறார்களே என்ற கவலை அவர்களை வாட்டி வதைக்கிறது.

மார்ச் 2011

1. விடுதலைச் சிறுத்தைகளின் தமிழர் இறையாண்மை மாநாட்டிற்கு ஏராளம் பேர் வந்திருந்தும் விஜயகாந்தைப் போல தலைப்பு செய்தியில் இடம் பெறாததற்குக் காரணம் என்ன?

ரவி – சென்னை

அதிகம் விளம்பரங்கள் அதிக மக்கள் கூட்டம். இதுவெல்லாம் தாண்டி பத்திரிக்கைகளுக்கென்று அரசியல் உள்ளதே! விஜய காந்த், சீமான் ஆகியோர் நடிகர்கள் வேறு!! அது சரி, தமிழ்மண் எனும் விடுதலை சிறுத்தைகள் மாத இதழ் திருமாவளவன் தவிர எந்த செய்தியையும் கண்டு கொள்வதில்லையே!

2. கூட்டணி விபரங்கள் தருக.

ராஜ்குமார் – சித்தூர்

திமுக காங்கிரஸ் உறவு பிரிக்க முடியாதது போல் தோற்றம் தருகிறது. பா.ம.க. 31–ல் அடங்கிவிட்டது. வி.சி. 10–க்கு மேல் எகிறுகிறது.

எதிர் முகாமில் அதிமுக+குட்டி கட்சிகள் என நிலைமை சலாட்டத்தில் உள்ளது.

விஜயகாந்த் முடிவெடுக்கவில்லை இன்னமும். இன்றைய தேதியில் தி.மு.க. அணி பலமாக உள்ளது.

3. 2ஜி அலைவரிசை ஊழல், வரும் தேர்தலைப் பாதிக்குமா?

தருண் – பெங்களூர்

கட்டாயம் பாதிக்கும். ஆனால் கிராமங்கள் பாதிக்கப்படாமலே உள்ளன. ஊழல் செய்யாதவர் யாருமில்லை. ஊழல் பணத்தில் பங்கு கிடைக்குமா என்று தான் மக்கள் காத்துக்கொண்டிருக்கிறார்கள். அலைவரிசை ஊழலை தேர்தலுக்குப் பிறகு சந்திக்கலாம் என்று நினைக்கிறார்கள்.

4. நவீன கல்வித் தந்தைகளாக ஜேப்பியார், தனலஷ்மி சீனிவாசன், நேரு, துரைமுருகன், பொன் முடி, வீரபாண்டி ஆறுமுகம், எ.வ.வேலு, பொங்கலூர் பழனிச்சாமி ஆகியோர் வலம் வருவது குறித்து உங்கள் கருத்தென்ன?

வடிவேலு – ஆற்காடு

அரசியலில் இருந்தால்தான் கல்வி நிறுவனத்தைத் தொடங்க முடியும் என்பதும் கருவாடு விற்ற காசு நாறாது என்பதும் நினைவுக்கு வருகிறது. கல்வி என்றால் அதிகாரம் + வியாபாரம் என்பதும் புரிகிறது.

5. செ.கு.தமிழரசன் அவர்களுக்கு அ.தி.மு.க. அணியில் ஒரு சீட்டு கிடைத்திருக்கிறதே?

கஜேந்திரன் – திண்டுக்கல்

இதற்காக ஏறக்குறைய 10 வருடம் காத்திருந்தாரே!

6. குறைந்தபட்ச திட்டத்தை அடிப்படையாகக் கொண்டு கூட்டணி பேசுவது நாகரிகமானது என்று நினைக்கின்றேன் – சரியா?

கல்பனா – பாலவாக்கம்

மிரட்டியாவது குறைந்த பட்ச திட்டத்தை கூட்டணிக் கொள்கையாக காங்கிரஸ் கொண்டு வர நினைக்கும் பின்னணியில் இந்தக் கேள்வி முளைத்துள்ளது என்று நினைக்கிறேன். எத்தனை மந்திரிகள் என்ன இலாக்காக்கள் என்று தான் இதுவரை திமுக பேரம் பேசி வந்துள்ளது.

அதைத்தான் காங்கிரஸாரும் கேட்பார்கள். பொறுத்திருந்து பாருங்கள்.

7. கோத்ரா ரயில் எரிப்பு சம்பவத்தில் கடுந்தண்டனை விதித்து தீர்ப்பு வந்துள்ளதைப் பார்த்தீர்களா?

அரசாங்கம் – மதுரை

ஏன் பார்க்காமல்! ஆனால் அடுத்தடுத்து எத்தனை கோரச் சம்பவங்கள். ஆர்.எஸ்.எஸ். இஸ்லாமிய அடிப்படை வாதம் என முரண்பட்ட நிலை மோசமாகத் தொடர்வதால் இனியும் எதிர்பார்க்கலாம்.

9. பெண்கள் பூக்களை அதிகம் விரும்புகிறார்களோ?!

ராஜு – காஞ்சிபுரம்

காதில் பூ வைத்துக் கொள்கின்ற ஆண்களும் இருக்கிறார் களே!!

10. இளைஞர்கள் எதிர்பார்ப்பது என்ன? இந்த சமூகம் இளைஞர்களிடம் எதிர்பார்ப்பது என்ன?

துலுக்காணம் – தேனி

எந்த இளைஞன் குடித்துவிட்டு தான்தோன்றித் தனமாக தரித்திரமாக வாழவிரும்புவான்? எந்த ஒரு சமூகமும் இளைஞனிடம் அதிக நம்பிக்கையைத் தான் கொண்டுள்ளது! இரண்டு பேருக்கும் ஒரே எதிர்பார்ப்புத்தான்.

11. எல்லா அரசியல் கட்சிகளும் தனித்துப் போட்டியிட்டால் என்ன?

சாந்தி – திருப்பத்தூர்

கூட்டணி அமைக்காமல் தேர்தலில் போட்டியிட யாருக்கும் துணிச்சலில்லை, அதே சமயத்தில் ஆட்சி பீடத்தில் அமர்ந்து அதிகாரம் செய்ய வேண்டும் என்ற ஆசை மட்டும் உள்ளது. ஒரு குறைந்தபட்ச சதவிகித வாக்குகளை அளவுகோலாகக் கொண்டு, அதற்கு மேல் வாங்குகின்ற அரசியல் கட்சிகள் பெற்றுள்ள வாக்குகளின் அடிப்படையில் அதிகாரத்தைப் பங்கிட்டுக் கொள்ளலாம்.

12. படித்த புத்தகம், பார்த்த படம், சந்தித்த மனிதர், இப்படி எடுத்து விடுங்களேன் முனிமா?

பால்ராஜ் – வேலூர்

கர்கரேயை கொலை செய்தது யார்? மற்றும் மொஸாத் என்ற இரண்டு மொழி பெயர்ப்பு புத்தகங்களைப் படித்தேன். இடையில் கீழே வைக்க முடியாதபடி திடுக்கிடல்கள், திகில்கள், புதிர்கள் நிறைந்த புத்தகங்கள்.

மிஷ்கினின் யுத்தம் செய் படம் பார்த்தேன். ஒய்.ஜி. மகேந்திரன் தீவிரவாதியாக மாறிய கடும் நகைச் சுவைப்படம்!! மிஷ்கினுக்கு ஆளே கிடைக்கவில்லை போல.

சந்தித்த நபர் சமூக சமத்துவப் படை உதித்த கால கட்டத்தில் கட்சி துவங்கிய அரசியல் பிரமுகர். எளிமையாக வும் வெளிப்படையாக வும் உள்ளார்.

13. அரசியலில் நட்புக்கு இலக்கணம் யார்?

லோகு – கன்னியாகுமரி

ஜெயலலிதாவும், கருணாநிதியும் ஒருவரை யொருவர் வெறுப்பது போல் நடித்துக் கொண்டு, ஒருவரையொருவர் காப்பியடிக்கிறார்களே! இதைவிட நட்பு இருக்க முடியுமா?

14. ஒரு நல்ல மூலிகை சாப்பாட்டு மெனு தர முடியுமா?

லோகநாயகி – திண்டிவனம்

மல்ட்டி க்ரெயின் சப்பாத்தி (பலவகை தானிய சப்பாத்தி அல்லது அடை) தொட்டுக்கொள்ள ஆவாரம்பூ கூட்டு குடிக்க முடக்கத் தான் தழை ரசம், தூதுவளை துவையல் முள்ளங்கி கேரட் வெள்ளரிக்காய் தக்காளி வெங்காயம் சாலட், புதினா தயிர் பச்சடி இறுதியாக பேரிச்சம்பழம் பாயாசம் போதுமா?

15. ரொம்பவும் கறாராக பதில் கூறுகிறீர்கள்களே முனிமா – ஏனிப்படி?

மூர்த்தி–செங்குன்றம்

ஒன்றுமில்லை ஹி... ஹி... இடப்பற்றாக்குறை எனக்கு. வாசகர்களுக்கு பொறுமை பற்றாக்குறை.

மே 2011

1. அன்னா ஹசாரேவின் ஊழல் எதிர்ப்பு இயக்கம், வெற்றி கரமாக ஊழல் தடுப்பு மசோதாவுக்கு வழி வகுத்து விட்டது. புதிய கோடாங்கி வாழ்த்துமா?

தனசேகரன்– பஞ்சட்டி

சிறுபான்மையினராக இருக்கும் ஆதிக்க சக்திகள், திட்டங்கள் என்ற பெயரில் பெரும்பான்மையினருக்கு சில்லறை இலவசங்களை வழங்கி விட்டு மீதியை ஏப்பம் விடுகிறார்கள். தடுப்பாரா அன்னா ஹசாரே!? என்னைப் பொறுத்தவரை ஊழல் அங்குதான் தொடங்குகிறது.

2. ஊழல் தடுப்பு மசோதாவில் ஒரு தலித் இடம் பெறவேண்டும் என்று பெகன்ஜி மாயாவதி கேட்டிருக்கிறார். தலித் இடம் பெற வாய்ப்பு உண்டா?

தனசேகர்– மருதம்

அரசு வேலைகளில் ஊழல் புரிய வாய்ப்பில்லாத இடங்களில் தான் தலித் ஊழியர்கள் பணியமர்த்தப்படுகிறார்கள். ஊழல் தடுப்பு மசோதாவில் இடம் பெற இது உண்மையிலே தகுதிதான். இதெல்லாம் மத்திய ஐக்கிய முன்னணிக்கு தெரிய வேண்டுமே.

3. எப்படியிருந்தது 2011 சட்டமன்றத் தேர்தல்?

மதிவாணன்– திருத்தணி

அறிவித்தத் தேதியிலிருந்து தேர்தல் கமிஷனின் ஏக கெடுபிடி, இறுதி மூன்று நாளில் ஆளும் வர்க்கத்தின் எடுபிடிதான் இன்னமும் என்பதை நிரூபித்து விட்டது.

4. நடந்த 2011 சட்டமன்றத் தேர்தலில் யார் வெற்றி பெறுவார்?

சங்கர்– மருதாடு

யார் வெற்றி பெற்றாலும் மக்கள் தோல்வியடைந்த தாகத்தான் எண்ணிக்கொள்ள வேண்டும்.

5. அம்பேத்கரின் 121வது பிறந்த நாள் விழா ஏன் கொண்டாடப் படவில்லை?

ஜெயராமன்– பொன்னேரி

தேர்தல் காரணமாக, மே 1 அன்று அம்பேத்கரின் பிறந்தநாள் விழாவும் மே தினமும் இணைத்து காஞ்சிபுரம் மாவட்டம் கூரம் சாலையில் விமரிசையாகக் கொண்டாடப்பட்டது. விபரங்கள் அடுத்த இதழில்.

6. கனிமொழி கைது செய்யப்படவேண்டுமா, அப்படியென்றால் தயாளு?

மஞ்சுநாதன்– மணலி

2ஜி அலைக்கற்றை ஒதுக்கீடு ஊழலில் இரண்டு பேரும் சம்மந்தப்பட்டிருந்தால் இரண்டு பேரையும் தான் கைது செய்ய வேண்டும். சட்டத்தின் முன்னால் மூத்த தாரம், இளைய தாரம் எல்லாம் ஒன்றுதான்.

7. போலீஸ் வள்ளி உயர்அதிகாரிகளால் பாலியல் தொந்திரவுக்கு ஆளாகி இன்று துணிச்சலாக கோர்ட் படியேறியிருக்கிறார். நிர்வாகம் சம்மந்தப்பட்டவர்கள் மீது நடவடிக்கை எடுக்குமா?

தமிழன்பன்– சென்னை

வேலை செய்கின்ற இடங்களில் கண்காணிப்பு இல்லாவிட்டால் ஆண், பெண் பாலியல் நாட்டங்கள் அதிகரிப்பதுண்டு. ஆனால் அது இணங்க மறுக்கின்றவர்களை மறைமுக டார்ச்சருக்கு உள்ளாக்கும் நோயாக மாறிவிடக்கூடாது. இதற்குக் காரணம் பணியிடங்களில் குறைவான கண் காணிப்பும், மேற்பார்வை செய்பவருக்கு கூடுதலான அதிகாரமும் இருப்பதுதான். பொதுவாக வேலை செய்ய விருப்பமில்லாதவர்கள், ஓய்வில் நாட்டமுள்ளவர்கள்தான் அரசுப்பணியைத் தேர்ந்தெடுக்கிறார்கள்! நிர்வாகம் இதைச் சரிசெய்ய முன்வர வேண்டும்.

8. என்டோ சல்பான் பூச்சிக்கொல்லியைத் தடை செய்ய வேண்டுமா?

லோகநாதன்– கோயம்பத்தூர்

கேரளா – காசர்கோடு பகுதியில் பாதிக்கப் பட்ட மக்களின் எண்ணிக்கையைப் பார்த்தால், நிச்சயமாக தடைசெய்யப்பட வேண்டிய ஆட்கொல்லி தான் என்பதில் சந்தேகமில்லை.

9. மைக்ரோ பைனான்ஸ் என்கிற குறுங்கடன் உதவித்திட்டம் வெற்றிகரமாகச் செயல் படுகிறதா?

வசந்த் – பாண்டிச்சேரி

கிராமப்புறப் பெண்கள், குடும்பத்தின் சிறு சிறு தேவை களுக்காக இக்குறுங்கடன்களைப் பெற்று வருகிறார்கள். சிறு குறு விவசாயிகளும் இதில் அடங்குவர். செல்லரிப்பது போல் மெல்ல இவர்களின் பொருளாதார அழிவைக் கொண்டு வந்திருக்கிறது இக்குறுங்கடன் திட்டம்.

10. டயானா மகன் வில்லியம்ஸ், கேட் மிடில்டனை மணப்பது, பெரிய வைபவமாக இங்கிலாந்தில் கொண்டாடப்படுகிறது. நவீன காலத்தில் இதெல்லாம் தேவையா?

சுந்தரம்– சோளிங்கர்

சரியாகக் கேட்டீர்! இங்கிலாந்து பொருளாதார நெருக்கடியை சந்தித்திருக்கும் வேளையில் இதெல்லாம் தேவையில்லாத ஆடம்பரம் என்று இங்கிலாந்திலே கூட பெரும்பாலோனோர் பொருமுகின்றனர்.

ஜூன் 2011

1. கனிமொழி கைது உணர்த்துவது எது?

ரவி– இராஜகுளம்

கவிஞர், ராஜ்யசபா எம்.பி, தலைவர் கருணாநிதியின் மகள் என்ற பல அடையாளங்களை மீறி கோடிக்கணக்கில் ஊழல் புரிந்த குற்றவாளி என்ற அடையாளத்தைத் தேர்ந்தெடுத்தது கனிமொழியைப் பொறுத்தவரையில் துரதிர்ஷடவசமானது. குற்றம் நிரூபிக்கப் படுகிறதோ இல்லையோ சுயபரிசோதனை செய்துகொள்ள தகுந்த இடம் திகார் என்று சி.பி.ஐ. அரசியல்வாதி களுக்கு உணர்த்தியுள்ளது.

2. தலைவர் கருணாநிதி என்ன செய்து கொண்டிருக்கிறார்?

மாலனி– பர்கூர்

இலவசங்கள், செம்மொழி அரசியல், சினிமா ஆதிக்கம், பணம் இவையாவும் ஏன் கைகொடுக்க வில்லை என்று சிந்தித்துக் கொண்டிருக்கலாம். குடும்பமே சிறை என்பது

ஒருபுறமிருக்க குடும்பம் சிறைக்குள் தள்ளப்பட்டு விடுமோ என்ற அச்சத்திலிருக்கிறார்.

3. தேர்தலில் இத்தகையதொரு தீர்ப்பு வழங்கியதற்காக மக்கள் பெருமைபட்டுக் கொள்ள வேண்டுமா?

ஐயப்பன்– கிருஷ்ணகிரி

அவர்கள் எங்கே சிந்தித்து தீர்ப்பு வழங்குகிறார்கள். மனதிலுள்ள வெறுப்பை அல்லவா கக்கி வைத்திருக்கிறார்கள். அய்யோ பாவம் ஜெயலலிதா அதைத் தனது வெற்றியாக நினைத்துக் கொண்டிருக்கிறார்!!!

4. சமூக சமத்துவப் படை பெண்கள் முன்னேற்றத்திற்காக என்ன திட்டங்களைக் கொண்டுள்ளது என்பதை எடுத்துச் சொல்லுங்களேன் முனிமா?

ரமணி– சின்னசேலம்

பெண்கள் சுதந்திரமாக சிந்திக்கவும் செயல் படவும் விழிப்புணர்வு முகாம் நடத்துகிறது. பொருளாதார முன்னேற்றம் அடைய தொழிற்பயிற்சி அளிக்கிறது அரசியல் பங்கேற்புக்கு வழிசெய்கிறது. வன்கொடுமைக்கெதிராக நடவடிக்கை களுக்கு ஆலோசனை வழங்குகிறது. பெண்களின் 50 சதவிகித ஒதுக்கீடு, நிலம், அடிப்படை வசதிகளுக்காக போராட்டங்கள் ஆர்ப்பாட்டங்கள் நடத்தி வருகிறது.

5. அ.தி.மு.க. ஆட்சியில் பஞ்சமி நிலம் மீட்கப்படுமா?

மகிழினி– செங்கம்

கடந்த ஆட்சியில் உப்புச்சப்பில்லாத பற்களற்ற பஞ்சமி ஆணையம் அமைக்கப்பட்டது. இந்த ஆட்சியில் பணியிலுள்ள உயர்நீதிமன்ற நீதிபதி தலைமையில் இந்த ஆணையம் அமைய வேண்டும். மாதந்தோறும் மாவட்ட ஆட்சித் தலைவர்கள் பஞ்சமி நில மீட்பு கூட்டங்கள் நடத்தி ஆய்வு மேற் கொண்டு, முழுமையாக மீட்பதற்கான ஆணை பிறப்பிக்கப்பட வேண்டும். இதை இந்த ஆட்சி நிறைவேற்ற நாம்தான் அவர்க ளை நிர்ப்பந்திக்க வேண்டும்.

6. சமூக சமத்துவப் படையில் தற்போதைய செயல்பாடுகள் என்ன?

சிவராஜ் – தர்மபுரி

கட்சியை வலுப்படுத்துவது, கொள்கைகள் / பிரச்சினைகள் அடிப்படையில் ஆர்ப்பாட்டங்கள் / போராட்டங்கள், கூடுதலாக பவுத்த நெறியை மக்கள் மத்தியில் எடுத்துச் செல்லுவது ஆகியவை தற்போதைய செயல்பாடுகள் ஜூன் 5ம் தேதி வேலூர் மாவட்டம் நெமிலி ஒன்றியத்திலிருந்து அரக்கோணம் நகரம் வரை 50 பஞ்சாயத்துக்களை உள்ளடக்கி பஞ்சமி நில மீட்பு மோட்டார் சைக்கிள் பேரணியும் பொதுக்கூட்டமும் நடைபெற உள்ளது.

7. சாய்பாபா மறைவு பாதித்ததா?

பாஸ்கரன் – அரக்கோணம்

யானை இருந்தாலும் இறந்தாலும் ஆயிரம் பொன். முன்பு தரிசனத்துக்காக வந்தவர்கள் இப்போது சமாதிக்கு அஞ்சலி செலுத்த வருவார்கள். ஆன்மிகம் அப்படிப்பட்டது.

8. அ.தி.மு.க. ஆட்சியில் குண்டர்கள் அராஜகம் ஒழிக்கப்படுமா?

பார்வேந்தன் – செய்யூர்

ஆன்மிக குண்டர்கள் அரசியல் குண்டர்களை replace பண்ணுவார்கள். அவ்வளவுதான்.

9. ஒசாமா பின்லேடனைக் கொன்று கொக்கரித்திருக்கிறாரே ஒபாமா?

பிரமிளா – சத்துவாச்சாரி

ஒசாமாவின் அல் கைதாவிற்கு புதிய தலைமை கிடைத்திருக்கிறது. வாலு போயி கத்தி வந்தது டும் டும்.

10. சமூக சமத்துவப் படை தேர்தல் முடிவு என்ன?

விஜி – குடியாத்தம்

எதிர்பார்த்தபடி வெற்றி பெற்றிருக்கிறது. அதாவது தாங்கள் பணியாற்றிய இடங்களில் உள்ள கட்சி உறுப்பினர்களை சமூக சமத்துவப் படைக்கே வாக்களிக்கச் செய்திருக்கிறது.

11. சமீபத்தில் பார்த்தபடம் எது?

ராஜு – செஞ்சி

கோ–பார்த்தேன். பழைய தலைமுறை அரசியல் தலைவர்களை விட தற்போதைய தலைவர்கள் மோசம்.

அதைவிட மோசம் எதிர்கால இளைஞர்கள் தலைமை என்று அவநம்பிக்கையை விதைத்திருக்கிறது. ஆனால் இரண்டாம் கட்டத் தலைவர்கள் அப்பாவி புரட்சியாளர்களாக சித்தரிக் கப்பட்டுள்ளனர். பொது மக்களின் குணாம்சங்களோடுதான் அம்மக்களிலிருந்து உதித்து வரும் தலைவனும் இருப்பான் என்பதை வசதியாக மறந்து விடுகிறார்கள். இன்னும் பொது மக்களை தவறுக்கு அப்பாற்பட்ட புனிதர்களாக எவ்வளவு நாட்கள்தான் காட்டப் போகிறார்களோ தெரியவில்லை.

ஜூலை 2011

1. ***ஜெயலலிதா வெற்றியினால் தமிழகத்திற்கு என்ன பயன்?***

சகிலா – திருவண்ணாமலை

குட்டி கரணத்தால் என்ன பயன்? குலுக்கல் – அதிர்வு அவ்வளவுதான்.

2. ***ராம்தேவ் உண்ணாவிரதம் 9 நாளில் முடிவுற்றதே ஏன்?***

நந்தன் – பாண்டிச்சேரி

அவரின் ரூ.2000 கோடி சொத்துக்களை, அவர் உண்ணாவிரதம் இருந்தால் யார் பராமரிப்பது?

3. ***ஊழல் புரியாதவர்தான் ஊழலுக்கெதிராக பேசமுடியுமா?***

முத்துமணி – தர்மபுரி

யாரிருக்கின்றார் ஊழல் புரியாதவர்?! ஊழலால் பாதிக் கப்படும் அனைவரும் குரல்கொடுக்கலாம். போராட்டம் நடத்தலாம். யாரையும் தகுதி குறைவினால் கட்டுப்படுத்த முடியாது. ஊழல் புரியாதவர்கள் போராடினால் அதன் தார்மீக பலம் கூடும்.

4. ***கனிமொழி பாவம்!***

மாயன் – பூந்தமல்லி

தன்வினை தன்னைச்சுடும். இதை எதிர்பார்த்திருந்தால் தப்பித்திருக்கலாம்! பாவம்!

5. ***அல்கய்தா ஏன் இந்தியாவைக் குறிவைக்கிறது?***

மாலதி – சென்னை

பாகிஸ்தானின் எதிரியாக இருப்பதால்.

6. விவாகரத்து அதிகமாகி வருவதற்கு காரணம் என்ன?

மலர் – திருச்சி

இப்போதுள்ள பொருளாதார சூழலில் ஆண், பெண் இருவருமே வெளியே சென்று வேலை செய்ய வேண்டிய நிர்ப்பந்தத்தில் பழைய வகை திருமண விதிகள் செல்லாது. எனவே தான் விவகாரத்து தவிர்க்க இயலாததாகி வருகிறது.

7. பாராளுமன்றத்திற்கு விரைவில் தேர்தல் வருமா?

தருண் – பெங்களூர்

வரலாம். வாய்ப்பிருக்கிறது. ஆளும் வாய்ப்பு காங்கிரஸுக்குக் கிடைக்காது. மத்தியில் பி.ஜே.பி ஆட்சியமைக்கும் எனப் பரவலாக நம்பப்படுகிறது.

8. தி.மு.க,. இந்த ஊழல் குற்றச்சாட்டுக்கள், கிரிமினல் வழக்குகளைத் தாண்டி எப்போது மீண்டு வரும்?

லஷ்மி பிரியா – திருவள்ளூர்

அறுபதாண்டு விருட்சம். கிழப்பருவமும் எய்தியுள்ளது. மீள்வது சுலபமல்ல.

9. சமீபத்தில் பார்த்தபடம் எது?

ராசாத்தி – ஆவடி

ஆரண்ய காண்டம் பார்த்தேன். கஞ்சா தாதாக்கள் மோதிக் கொள்ளும் காட்சிகள். கருத்து என்று எதுவுமில்லை. பெண்கள் சுயநலமிகள், கேடு கெட்டவர்கள் என்று கொச்சையாக படம்பிடிக்கிறது. சில புதிய முகங்கள். நடிப்பு பரவாயில்லை. சீரழிவு காட்சிகளை ஜிகினா வைத்து அலங்கரித்திருக்கிறது.

10. படித்த புத்தகம்?

வடிவேலு – ஆற்காடு

தலித் துறவி, கல்வித்தந்தை, சட்டமன்ற உறுப்பினர் சுவாமி சகஜாநந்தாவின் வாழ்க்கை வரலாறு. சுவராசியமாக இருந்தது.

ஆகஸ்ட் 2011

1. இருபது கிலோ இலவச அரிசி திட்டம் எத்தகைய வரவேற்பைப் பெற்றுள்ளது?

கஜேந்திரன் – திண்டுக்கல்

சென்ற ஆட்சியை ஒப்பிடுகையில் இருபது ரூபாய் மிச்சம். ஆனால் எரிவாயு விலை நூறு ரூபாய் கூடி விட்டது. கூட்டிக் கழித்துப்பாருங்கள். மக்கள் வரவேற்கவில்லை. ஜெயலலிதாவை வசைபாடுகிறார்கள்.

2. வரும் ஊராட்சி தேர்தலில் வெற்றி வாய்ப்பு யாருக்கு?

கல்பனா – பாலவாக்கம்

வேகமாக வளர்ந்து வரும் வெறுப்பு காரணமாக அதிமுக அள்ள முடியாது என்றாலும் ஆட்சியிலிருப்பதால் அராஜகம் செய்து அமுக்கிவிடும்.

3. கேரளா பத்மநாபசுவாமி திடீர் பணக்காரர் ஆகிவிட்டாரா?

அரசாங்கம் – மதுரை

பார்ப்பனர்கள் கோவிலை விடாப்பிடியாக வைத்திருப்பதற்கு ஆன்மீகம்தான் காரணம் என்று எப்போதும் எவரும் நம்பிய தில்லை. அதற்கு சாட்சிதான் பத்மநாபசுவாமியின் கருவூலம்.

4. புதிய கோடாங்கியில் வரும் கட்டுரைகள் செறிவாக அடர்த்தியாக வரவேண்டும். பக்கங்கள் கிடைத்து விட்டதால் அதை நிரப்புகின்ற உத்தியாக இருக்கக் கூடாது என்பது என் கருத்து?

பாண்டியன் – பல்லாவரம்

எழுத்தாளர்கள் புரிந்து கொள்வார்கள்.

5. சமீபத்தில் பார்த்த படம் எது?

கரிமா – சென்னை

தெய்வத்திருமகள் பார்த்தேன். அழகியல் உணர்வுடன், சலனத்தை ஏற்படுத்தக் கூடிய படம். இயக்குநரைப் பாராட்டத் தான் வேண்டும். இப்படித் தான் நான் எழுத யோசித்தேன்.

ஆனால் ஏதோ ஆங்கிலப் படத்தின் நகல் என்கிறார்கள். இது அந்த ஆங்கிலப் பட இயக்குநருக்கே சென்று சேரட்டும். விக்ரம் பிடித்த நடிகர் வரிசையில் இருப்பவர்.

6. சமச்சீர் கல்வி என்றால் என்ன?

சாந்தி – திருப்பத்தூர்

அனைவருக்கும் ஒரே மாதிரியான பாடத் திட்டம், பள்ளிச்சூழல், ஒரே வகையான தேர்வு முறையுடன் கூடிய தரமான கல்வி என்று பொருள்.

7. முந்தைய ஆட்சியில் தமிழக அரசு கொண்டு வந்திருப்பது உண்மையான சமச்சீர் கல்வியா?

பன்னீர் – தக்கோலம்

சமச்சீர் கல்விக்கான மிகப்பெரிய முன்னோட்டம் அல்லது பாய்ச்சல்.

8. தி.மு.க.வின் முக்கியப் பிரமுகர்களின் தொடர் கைது மக்களால் எப்படிப் புரிந்து கொள்ளப்படுகிறது.

சுந்தர் – வாலாஜாபாத்

பல்லுக்குப் பல், பழிக்குப் பழி, ஊழலுக்கு ஊழல்!!

9. பணவீக்கம் ஏன் தொடர்கிறது?

லோகநாயகி – திண்டிவனம்

உற்பத்தி செலவு அதிகரிக்கும் வகையில் பன்னாட்டு கம்பெனிகள், தரகு முதலாளிகள், அரசியல் தரகர்களின் செயல்பாடு இருப்பதனால் பணவீக்கம் கட்டுப்படுத்த முடியாத வகையில் வளர்ந்துள்ளது.

10. சமச்சீர் கல்வி பாடத்திட்டங்களை உச்ச நீதிமன்றத் தீர்ப்பின்படி அரசு செயல் படுத்துமா?

சேகர்– பழவேற்காடு

உச்சநீதிமன்றம் சென்ற ஜெயலலிதா இனி கீழிறங்கித்தான் ஆகவேண்டும்.

செப்டம்பர் 2011

1. **முனிமா எழுதிய 2007ல் தாழ்த்தப்பட்ட மக்களுக்கு தனி பட்ஜெட் என்ற நூல் தற்போது தான் கிடைத்தது. இதுதான் சிறப்புக்கூறுத்திட்டம் பற்றி முதன்முதலில் எழுதப்பட்ட நூல் என நினைக்கிறேன் உறுதிப்படுத்துவீர்களா?**

கிருஷ்ணன்–அயனாவரம்

உருப்படியான நூல் வடிவில் வந்த முதல் புத்தகம். பின்னாளில் விடுதலை சிறுத்தைகள் உள்ளிட்ட பல இயக்கங்கள் இதுபற்றிப் பேசத்துவங்கின. இப்போது கம்யூனிஸ்ட் இயக்கங்களும் பேசத்துவங்கி விட்டார்கள். ஆனால் நாகரிகம் கருதி கூட பெயரளவிற்குக் கூட இந்நூலைப்பற்றியோ ஆசிரியர் பற்றியோ மூச்சு விடாமல் இருக்கிறார்கள். என்னே அவர்தம் மாண்பு!

2. **எவ்வளவுதான் போராடிக் கொண்டிருப்பீர்கள் இந்தப் பஞ்சமி நிலத்திற்காக?**

வெங்கடேசன்–நெமிலி

கிடைக்கும் வரை அல்லது உயிருள்ளவரை.

3. **புதிய கோடாங்கி இளைத்து விட்டதே, வருத்தமாக இருக்கிறது.**

பாஸ்கர்–பரங்கிமலை

வரவு வந்தால் பெருத்துவிடும். கவலை வேண்டாம்.

4. **இந்த பட்ஜெட்டில் பிடித்தது எது பிடிக்காதது எது?**

ஜெய்பால் –அலமாதி

பிடித்தது பசுமை வீடு பிடிக்காதது இலவசம்.

5. **கனிமொழி என்ன ஆனார்?**

ஜெய்பால் –அலமாதி

ஆடிக்காற்றில் அம்மியே பறக்குதாம், நீங்க வேற.

6. **சிவகாமியின் கவிதைகள் தொகுப்பாக வெளிவருமா?**

இருசப்பன்–சேலம்

விரைவில் வரும்.

7. சமச்சீர் கல்வி தொடர்பாக சுப்ரீம் கோர்ட் தீர்ப்பை முன்னதாகவே ஏற்றிருக்கலாமே ஜெயலலிதா?

கஜேந்திரன்– வில்லிவாக்கம்

யாராவது ஜோசியர் கூறியிருப்பார் ஜெயலலிதா வென்று விடுவாரென்று. தோற்றுப்போனதால் ஏற்றுக்கொள்ள வேண்டிய நிர்ப்பந்தம்.

8. அமெரிக்கப் பொருளாதாரம் சீர்குலைந்து வருகிறதே!?

ரவி– இராஜகுளம்

அமெரிக்காவை மட்டுமல்ல, உலகம் முழுவதுமே பாதிப்புக் குள்ளாக்கி வருகிறது. பெரியண்ணன் இனி வாலைச் சுருட்டிக் கொண்டிருப்பார் என நினைக்க வேண்டாம். வேறெங்க ாவது கொள்ளையடிப்பதற்குத் தயாராகிக் கொண்டிருப் பார்கள். நெருக்கடிகளை வல்லரசுகள் இப்படித்தான் சந்தித்து வருகின்றன.

9. சமீபத்தில் படித்த புத்தகம் எது?

ராஜேஸ்வரி– திருமங்கலம்

வார்சாவில் கடவுள் என்ற தமிழவனின் புதினம். என்ன ஒரு நாவல்... அற்புதமான லகுவாகத்திறக்கும் கதவுகள். திறக்கத் திறக்க பிரமிப்பான உலகம் விரிகிறது.

அக்டோபர் 2011

1. அன்னா ஹசாரே, இரோம் சர்மிளா ஆகிய இருவரின் போராட்டங்களை ஒப்பிடுக.

கார்த்திகேயன் – கிருஷ்ணகிரி

காவிகளால், மதவாதிகளால், பணக்காரர்களால் இப்போதுள்ள இந்திய அரசைத் தூக்கியெறிய வேண்டும் என்ற எண்ணத்தில் திட்டமிடப் பட்டது அன்னா ஹசாரே என்ற காந்திக்குல்லாவின் போராட்டம். பத்திரிக்கைகள் வரவேற்று தூக்கிப்பிடித்தனர்.

மனித உரிமை, வாழ்வுரிமைக்காக கீழ்த்தளத்திலுள்ள பழங்குடிகளின் பின்னணியில் முகிழ்த்தது இரோம் சர்மிளாவின்

உண்மையான உண்ணாவிரதப் போராட்டம். முன்னது முடிந்துவிட்டது. பின்னது தொடர்கிறது.

2. நிறைய திரைப்படங்கள் தொடர்ந்து வன்முறையைச் சித்தரிக்கின்றன காரணம் என்ன?

விஜயகுமார் – திருவண்ணாமலை

நிறைய சுப்ரமணியபுரங்கள், நிறைய தேவர் மகன்கள், நிறைய பாஷாக்கள் இருக்கிறார்கள், என் செய்ய?

3. பரமக்குடி துப்பாக்கிச்சூடு ஏன், எதற்கு?

சந்துரு – தக்கோலம்

பரமக்குடி துப்பாக்கிச்சூடு அரசின் திட்டமிட்ட பயங்கரவாதம். தியாகி இமானுவேல் சேகரன் அவர்களின் நினைவுநாளைக் கொண்டாடக் கூடாது.

ஜான் பாண்டியனுக்கு வளரும் ஆதரவை வேரோடு கிள்ளியெறிய வேண்டும், தாழ்த்தப்பட்ட மக்கள் ஒடுக்கப்பட வேண்டும் இதெல்லாம்தான்!

4. தலித் இலக்கியத்தின் தரவுகள் குறித்து சொல்லுங்களேன்!

பார்வேந்தன் – செய்யூர்

தன்வரலாறு, துன்ப –துயர வாழ்க்கைச் சித்தரிப்புக்கள் ஆக்கிரமித்திருந்த தலித் இலக்கியம், தற்போது நிலம், வரலாறு, வன்கொடுமைக்கெதிரான போராட்டம், பௌத்தம் என விரிந்து வியாபிக்கிறது.

5. பொதுவாக, தற்காலத்திய உலகத்தர நாவல்களின் கதைக் களம் எதுவாக உள்ளது?

நளினி – பொய்கை

பல தளங்களிலும், மதம், நாடு, சாதி இவற்றின் பெயரால் ஒடுக்கப்படும் மக்களின் குரலாகவே உலகத்தர நாவல்களின் மையக்கருக்கள் அமைந்துள்ளன.

6. தென்மாவட்டங்களில் கலவரத்தின் பாதிப்பு எப்படி உள்ளது?

விஜி – குடியாத்தம்

மிக மோசமாக இருந்தாலும், மிகப்பெரிய ஒருங்கிணைந்த போராட்டம் நடைபெறவில்லை. இயக்கங்கள் தனித்தனியாக அழுது ஓய்கின்றன.

7. கூடங்குளம் அனுமின் நிலையம் மூடப்படுமா?

ஆறுமுகம் – டெல்லி

மின்சாரமா, மக்களா என்ற நெருக்கடியான கேள்விக்குள் மாட்டிக்கொண்டால், மக்கள் என்று தானே பேசமுடியும். அதிலும் புகுஷிமாவை பார்த்தப் பிறகு. ஜப்பானில் அடிக்கடி பூகம்பம் வருகிறது. அதனால் ஜப்பானையும் இந்தியாவையும் ஒப்பிட முடியாது என்று ஒரு தினசரி தலையங்கம் எழுதி அனுமின் நிலையம் அமைப்புக்கு ஆதரவு தெரிவித்திருந்தது. உண்மையிலேயே இந்தியாவையும் ஜப்பானையும் ஒப்பிட முடியாது. ஆபத்தென்று வந்தால் மிகவும் துரிதமாக இயங்கிக் கட்டுக்குள் கொண்டு வந்துவிடும் வல்லமை படைத்தவர்கள் ஜப்பானியர்கள். ஆனால் இந்தியா அப்படியல்ல.

8. புதிய தலைமுறை டி.வி. சேனல் எப்படியுள்ளது?

பிரகாசம் – திருத்தணி

இருக்கின்ற செய்தி சேனல்களில் சிறப்பாக இயங்கி வருகின்றது. வாழ்த்தலாம்.

9. உள்ளாட்சித் தேர்தல் எப்படி?

முத்துமணி – தர்மபுரி

அதிகாரம் உள்ளவர்களுக்கே அதிகாரம்.

10. சிதம்பரம் பதவி விலகுவாரா?

ராஜ்குமார் – சித்தூர்

ஒரே வழக்கில் சம அளவு பொறுப்புடன் செயல்பட்டிருக்கும் ஒரு துறையின் மந்திரி உள்ளே இருக்கும்போது இன்னொரு துறையின் மந்திரி வெளியே இருப்பது அதிலும் மந்திரியாக நீடிப்பது நியாயமா?

நவம்பர் 2011

1. இங்கிலாந்து அரசு ஒரு சீக்கியரை உயர்நீதி மன்ற நீதிபதியாக நியமித்திருக்கிறதாமே?

சொக்கன் – பெரம்பலூர்

ஆம் 47 வயதான மனித உரிமை வழக்கறிஞர் ரபிந்தர் சிங் அவர்களை இங்கிலாந்து நாடு உயர்நீதிமன்ற நீதிபதியாக நியமித்திருக்கிறது. இதில் வேடிக்கை என்னவென்றால், 2003ஆம் ஆண்டு, டோனி பிளேர் தலைமையிலான இங்கிலாந்து அரசு அமெரிக்காவுடன் சேர்ந்து ஈராக் மீது படையெடுத்ததை பன்னாட்டு சட்டவிதி முறைகளுக்கு எதிரானது என வழக்குத் தொடுத்ததே இந்த ரபிந்தர் சிங்தான். இப்படிப்பட்ட விஷயங்கள் இந்தியாவில் நடக்குமா?

2. பாலாடை என்பது கொதித்த பால் மீது படரும் ஆடையா?

லஷ்மி பிரியா – திருவள்ளூர்

எந்த நேரத்தில் பாலாடை என்று பெயர் வைத்தார்களோ, ஆன்கே டொமாஸ்கே என்னும் 28 வயது இளம்பெண், பாலிலிருந்து கெமிக்கல் சாராத நூல் இழைகளைத் தயாரித்திருக்கிறார். இனி நாம் பாலாடையைக் (பாவாடை) கட்டிக்கொள்ளலாம்.

3. இவ்வருடம் அமைதிக்கான நோபெல் பரிசு பெண்களுக்கு வழங்கப்பட்டிருக்கிறதே?

கண்ணன் – தேனி

இனிமேலும் அப்படித்தான் இருக்கும் போலத் தெரிகிறது. அணு ஆயுதங்களுக்கு விடுதலை வழங்கினால் தான் உலகத்தில் அமைதி திரும்பும்.

4. உள்ளாட்சித் தேர்தல் சென்ற இதழில் கேள்வி – பதிலில் நீங்கள் விடையளித்தது போலவே உள்ளது. இதனால் பெருமை அடைகிறீர்களா?

அருண் – மதுரை

ஊகிக்கும் திறன் குறித்து பெருமையடையலாம். ஆனால் ஜெயலலிதா வெற்றியினால் என்ன நன்மை?

5. மரண தண்டனைக்கு எதிராக நடத்தப்படும் போராட்டமும் பேரறிவாளன், சாந்தன், முருகன் இவர்களுக்காக நடத்தப்படும் போராட்டமும் ஒன்றா?

ராஜு – காஞ்சிபுரம்

மரண தண்டனைக்கெதிரான போராட்டம் தொடர்ந்து சமூக ஆர்வலர்களால் நடத்தப்படுகிறது. ஆனால் சமீபத்தில் இந்த மூவருக்கும் தமிழர் என்பதால் நடத்தப்பெறுகிறது என்பது உண்மை! ஆனால் என்னைப் பொறுத்தவரையில் முள்வேலித் தமிழருக்காக நடத்தப்படும் போராட்டமாகவே பார்க்கிறேன்.

6. பஞ்சமி நிலப் போராட்டம் என்னவாயிற்று?

காயத்ரி – பூந்தமல்லி

தொடர்பட்டினிப் போராட்டம் நவம்பரிலிருந்து தொடங் கப்படும். சமூக சமத்துவப் படை முன்னின்று நடத்தும்.

7. சமீபத்திய பார்த்த சினிமா?

சங்கரா – அரக்கோணம்

வாகை சூடவா பார்த்தேன். குறும்படச் செய்தியைத் துணிச்சலாக வெற்றிகரமாக நெடும் படமாக எடுத்திருக்கிறார்கள். வாழ்க.!

8. சமீபத்தில் படித்த புத்தகம்...?

சுந்தர் – வாலாஜாபாத்

பாகிஸ்தானின் புகழ்பெற்ற இளம் எழுத்தாளரின் Our Lady of Alice Bhatty எனும் நாவல். பாகிஸ்தானில் ஒடுக்கப்பட்ட தலித் கிறித்துவர்களைச் சுற்றிச் சுழல்கிறது கதை. அருமையான ஆங்கிலம், நெகிழ்ச்சியான கதைப்போக்கு, பரிதாபகரமான முடிவு. முகம்மது ஹனிஃப் ஒடுக்கப்பட்டவரின் குரலைத் துல்லியமாகப் பதிவு செய்திருக்கிறார்.

9. ஊராட்சித் தேர்தலில் மறுமலர்ச்சி தி.மு.க.வின் செல்வாக்கு நிரூபிக்கப்பட்டிருக்கிறதா?

பூங்கொடி – விழுப்புரம்

ஆம் என ஒப்புக்கொள்ளலாம். ஆனால் மாற்று அரசியலைக் கொண்டு வர இது போதவே போதாது. வைகோ கடக்க வேண்டிய தூரம் அதிகம்.

10. பிரபல வாராந்திரிகளில் மாதாந்திரிகளில் நடுநிலையாளராக எந்த பத்திரிக்கைகளைச் சொல்லலாம்?

மூர்த்தி – செங்குன்றம்

நடுநிலையாளராக எவரும் இல்லை. பார்ப்பனியத்தின் கறைகள் பிரபல பத்திரிக்கைகளிலெல்லாம் படிந்துள்ளன. தேடி சேர்த்தால் மலையளவு தேறும்.

www.ingramcontent.com/pod-product-compliance
Lightning Source LLC
LaVergne TN
LVHW060244051026
849517LV00005B/1714
* 9 7 8 9 3 9 1 4 8 0 6 3 9 *